DAKILANG BALIW

DAKILANG BALIW

FROM UTAK TOPAK TO
BRAIN KALASAG

Amelia Pagdanganan

Lolakwentosera Book Publishing

DAKILANG BALIW:
FROM UTAK TOPAK TO BRAIN KALASAG

PUTTING MENTAL HEALTH IN PROPER PERSPECTIVE

AMELIA D. PAGDANGANAN

Philippine Copyright 2024

ISBN: 978-621-06-0402-3

Edited by: Erika Ilagan-Asa
Illustrated by: Henri Mei P. Dalisay aka
KaliweteMaARTe

Published By:
Lolakwentosera Book Publishing
www.lolakwentosera.com

To my beautiful niece, Muning:
sending my love and kisses to heaven,
where Jesus hugs you every day.

Thank you for Purchasing!

HERE IS YOUR DOWNLOAD LINK:

tinyurl.com/lolakwentoserasinoangbaliw

OR SCAN QR

Please do not share the given link.
The link contains your FREE DOWNLOADS

This book helps me greatly in how I perform as a mother
and as a leader, without getting crazy in the process.

Princess V. Velasquez
School Administrator

"We all have different stories and traumas na binaon natin
sa baul dahil nakakahiyang pag-usapan and by reading
this book, we will learn that by placing our painful
experiences and hurts to God's mighty hands, we will come
to understand that He had a purpose, everything happened
because of His purpose."

Tutor Lala P. Cobar
Owner, Nanay Bebot's Tutorial center

Question? Email Us | info@lolakwentosera.com

MENU

. . . .

APPETIZER

Crispy SINUNGALING na UTAK ______________________ P15-P27

Chicharon BRAIN with Kinilaw MIND ______________ P28-P51

Lumpiang Mansanas with TRAUMA sauce__________ P52-P73

MAIN DISH

LABAN-BAWI Adobo with MENTAL ILLNESS _______ P74-P131

Barbecue TOXIC LIES na Tausi __________________ P132-P165

Sinigang na LANGGAM sa KUKOTE _____________ P196-P259

DESSERT

Halo-halo with MIDLIFE CRISIS _________________ P260-269

Sapin-sapin na DRAMA sa Buhay _______________ P270-P274

Sorbetes de KaliwetemaARTe ___________________ P275-P292

. . . .

Imagine reading this message early in the morning. Yung kagigising mo lang at may panis na laway pa ang pisngi mo. 'Tas hirap na hirap ka pang idilat ang mga mata mong may kumpol-kumpol na muta. Nag-inat ka pa nga sa kama habang kinakapa ang iyong asawa… este ang cellphone pala.

WALA KA NGA PALANG ASAWA, WAG NANG UMASA (CHAROT!)

Excited ka na namang maki-marites sa social media, kundi stalker eh pakialamera ka sa buhay ng iba. Tapos biglang…TOINK! Ang saya-saya ng unang message na bumulaga sayo, ang lakas maka-HAYNAKU!

Nyemas naman, eh! Umagang-umaga, panira ng bumbunan minsan ang mga messages na bumubungad sa atin. Sarap ibato ng cellphone kung di lang hinuhulugan pa ang ipinambili dito galing sa online-utangan app. Haist!

WELL, AWA NG DIYOS IT HAPPENED TO ME. "WALANG KWENTA ANG LIBRO MONG SINO ANG DAKILA? SINO ANG TUNAY NA BALIW?" MAINIT-INIT NA MENSAHE NG ISANG READER.

Buti at katatapos lang ng aking morning ritual. Bilang mental health advocate, syempre I walk my talk. Never akong mag-SKL (share ko lang) ng isang bagay na hindi ko sinubukan at napatunayang effective sa aking utak-kalusugan.

Simple lang naman ang routine ko every morning which gives structure to my daily grind. Paggising na paggising, bubuksan ko

ang bintana sa kwarto ko at sisiguraduhing liwanag ng umaga (natural morning light) ang unang-unang tatama sa aking mga mata. Then, mag-mo-moment muna ako, ***thanking God for allowing me to wake up to face another day of my life.*** Tapos alilang-nanay muna ang peg ko. When my kids have left for school and work, magbabasa ako ng Bible at iba pang books saka magdarasal.

Kaya nga nabudol ko na naman kayo at napwersang bumili ng librong binabasa nyo ngayon 😅. Sa unang libro nagtatanong pa ako kung sino ang tunay na baliw. Dito sa pangalawang libro, inamin nyo nang kayo yun (charot!). Kaya meron na tayong #dakilangbaliw. Grupo ito ng mga aminadong baliw na kagaya ni Lowluh, pero naging dakila na dahil may Diyos tayong sinasamba (Naks!).

Usually, kahit hindi pa ako tapos magdasal ay maririnig ko na ang alarm, indicating na tapos na ang aking ***gadget fasting*** (kinikilig pa si Lowluh) kaya pwede na akong mag-cellphone (My precious…my precious!). Before I prepare for work, I usually check my messages so I can answer your inquiries.

Dahil nga isinapubliko ko na ang buhay ko, inihanda ko naman ang sarili ko sa bato ng mga trolls at bashers, pero you can never prepare for such moments pala. Once naging target ka, **THE PAIN IS REAL!** May bago nga akong nilulutong libro tungkol dito na ang title ay, *"AdboGALITsya: Paano Rumesbak Sa Mga Taong Ang Adbokasiya Ay Maghasik ng Galit Sa Social Media"*. Abangan nyo ulit ang book launching ha 🙏.

It took a moment for me to process the burst of negative emotions that alarmed my limbic system (LS). Tapos ramdam ko yung guhit ng galit na ibinato ng aking temporal lobe (TL). Ang lakas ng kabog ng puso ko na dinikta ng aking basal ganglia (BG). My anterior cingulate gyrus (ACG) was saying, "Move on, hindi sya worth it patulan!", but my impulsive Prefrontal Cortex (PFC) was presenting various pathways to deal with the pain brought about by the spiteful message. Ano ang dapat kong gawin? *I-block ko na lang ba para tapos na ang usapan o patulan ko at talakan?*

> "LORD, ABA'Y BA'T NAMAN GANIRE ANG LYF? ANG SAYA-SAYA NG UMAGA KO, BIGLANG MAY AHAS SA GARDEN OF EDEN NA TINUTUKSO AKONG ILABAS ANG AKING PAGKA–DEMONYITA" 😄.

May pitik ng analysis paralysis, buti na lang talaga nakahabol ang PFC ko at sinabing, "If you block that message, lalong hindi mo yan mabubura sa isipan mo. You will obsess about it for days hanggang mag-build up ang anger mo at maitapon mo sa iba ang iyong pagmamaldita. Face the ridicule despite the pain, no matter how tiring. Just talk to her with understanding and compassion. Gusto lang nyang mapakinggan sya. Ayaw nya ng away, sigurado ako dyan. Malay mo, may matutunan ka pa sa kanya," kinausap ko ang utak kong tinotopak na.

"I will not allow my mood to be controlled by other people who are determined to ruin it!" sa isip-isip ko. All of a sudden, a vision entered my mind. *Yung ulo ko ay may makapal na helmet na parang sa isang warrior. Tapos naging handa na akong makipag giyera. Bring it on! Ilabas ang kanyon!* 😣.

Sabay biglang…TING! Napasayaw ako ng TingTang dance. Parang may bumbilya na umilaw sa utak ko kaya napasigaw ako ng DARNAAAAA! Este LOWLUH! pala.

BRAIN KALASAG

Naisip ko bigla si Darna na may pakpak at helmet sa ulo bilang panangga sa mga kalaban. Naisip ko din si Bella sa Twilight movie series. Hindi kayang basahin ng vampire na si Edward ang isip ni Bella o masaktan ito ng mga Volturi using mind manipulation.

Isa pang…TING! Napapakendeng talaga ako while writing this book (charot!). Biglang pasok ng idea sa utak ko para magsulat ng Sino Ang Dakila? Sino Ang Tunay Na Baliw? sequel. All of a sudden my boiling blood cooled down and I felt an overwhelming sense of peace. Nakangiti pa nga ako habang nagrereply sa basher ko. Sobrang grateful na dahil sa kanya ay nawala ang aking writer's block at nakapag-isip ako ng bagong topics para sa pangalawang mental health book na matagal ko nang gustong isulat.

Interestingly, we ended up being chatmates. May issue siya sa temporal lobe dahil grabe din ang pinagdaanan niyang mga trauma sa buhay. Kaya talagang may anger outbursts siya na naipapasa sa iba. ***I even offered my service to be her sounding board.*** Minsan may kasama pang mura at mga ilang beses din nya akong nasabihang bobo at tanga. Keri lang si Lowluh because she's in pain. Alam ko naman kung ano ang totoo kaya hindi ako dapat paapekto.

In fact, utang ko nga sa kanya ang binabasa mong libro ngayon. Pero syempre bago tayo magsimulang magkwentuhan, gusto ko ring magpasalamat sa tiwalang binigay mo kay Lowluh. Heto na naman ako, pinapasok mo para utak ay magulo. Salamat, salamat sa iyo.

All throughout the discussions in this book, I assume that you already read SADSATNB? ha. If not, okay lang naman, pero I suggest na basahin mo muna yun bago ito, para hindi ka malito. Kasi ang unang book ay tungkol sa pagkilala mo sa iyong brain, para malaman mo kung ikaw ba ay dakila o isang baliw. Itong pangalawang book naman ay tungkol sa ugat ng iyong

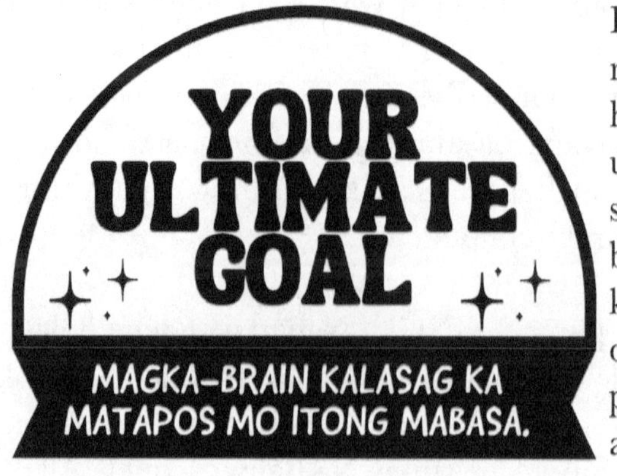

kabaliwan at mga dapat gawin ng isang certified #dakilangbaliw na gaya ni Lowluh, para utak-topak ay masangga.

When buyers message me for online kwentuhan, itinatanong ko muna kung nabasa na ba nila sa book kung anong brain issues ang meron sila. As much as possible, I prefer talking to people who already read the book. Yung makatapos ka kasi ng pagbabasa ng isang libro ay malaking accomplishment na para sa ikabubuti mo. At tsaka may common ground na tayo para makapagsimula ng kwentuhan, at marinig ang mala-MMK (Maalaala Mo Kaya) na kwento mo.

> PSYCHOLOGISTS AND PSYCHIATRISTS OFTEN ASSIGN SMALL TASKS TO THEIR PATIENTS AS A FORM OF TEST OR EXERCISE. FROM MUNDANE TASKS SUCH AS CLEANING THEIR CLOSET TO A MORE GRANDEUR CHALLENGE OF REVEALING THEIR DEEPEST SECRETS. KAYA KAPAG MAY IPINAGAWA SAYO ANG MGA DOKTOR, IT IS NOT JUST OUT OF THEIR WHIM.

May malalim na reason sa mga tanong at trabahong i-a-assign sa iyo ng doctor or counsellor bilang bahagi ng iyong healing journey.

Ganun din si Lowluh. Kaya lagi kong sinasabing tapusin mo ang inumpisahan mo, gaya ng pagbabasa ng librong ito. Maganda nga kung susulatan mo ang mga pahina ng libro habang paulit-ulit na binabasa ito. Sige lang! Tupiin mo, dumihan mo, at gawing coloring book. Just pour out your thoughts hanggang mabuo mo ang sarili mong brain helmet. That way, meron ka na ring BRAIN KALASAG na walang sinumang bashers, trauma, o topak ang pwedeng bumasag.

I walked her through the discomfort as I encouraged her to finish reading. Awa ng Diyos ay natapos naman niya, and she felt proud of herself afterwards.

The same with this book, if you feel triggered, maganda yun. ***I'm actually here to offend you (charot!). Pag nasaktan kita, Ibig sabihin tao ka pa, buhay at may nadarama, di gaya ng iba na minanhid na ng mga trauma.***

FINISH WHAT YOU **STARTED.** Parang pagpunta mo lang sa gym – the more muscle pain, there's glory and gain. To the point of your tolerance and endurance, please continue reading. Wag kang bibitaw. Wag kang susuko! ***Ugaliin mong tapusin ang inumpisahan mo. You can do it slowly.*** After a few pages, put the book down and relax. Give your brain time to process and breathe, tapos basahin mo ulit.

Don't quit. Kahit one-page-at-a-time ang basa, sige lang! ***Kung itong pagbabasa lang susukuan mo pa, paano na yung iba pang mas challenging na trabaho, di ba?*** Promise, sasamahan ka ni God na tapusin ang libro dahil walang aksidente na ito'y nasa kamay mo.

Ano? Tuloy na natin 'to? Inumpisahan mo na eh di tapusin na natin ang kwento. Maghanda ka sa isa na naman kwentuhang malupit na abot hanggang singit 😂 kaya sa librong ito ay higpitan mo ang kapit. UTAK TOPAK mo'y ating aalisan ng mga langgam (ANTs: AutomaticNegativeThoughts) at agiw para tuluyan ka nang maging isang DAKILANG BALIW!

8

Aaminin ko ha, the Amelia who wrote SADSATNB? was insecure and desperate. I was on a quest to make people read my book, and hopefully like me. But the Lowluh who wrote this book is more at peace with herself. Maybe because I wrote this with you as my friend in mind. Hindi ka lang basta isang faceless reader sa puso ko. Hindi man tayo nagkikita pa nang mata sa mata, alam kong ramdam mo ang koneksyon natin sa isa't-isa. Walang aksidente ang ating pagtatagpo, itinakda ni God na ang relasyon ko sa iyo, kahit kakaiba, ay mabuo.

For those of you who not just read SADSATNB? but also attended our monthly #brainhealthPilipinas webinars and workshops, nakapanood ng mga masterclass videos sa Lolakwentosera YouTube channel, naki-marites sa interview sa akin ng 700 Club Asia, guesting ko sa show nila Mamu TinTin Bersola at Papu Julius Babao, atbp. alam nyo na ang kwentong trauma ni Lowluh, di ba? Pero, wait! There's more. Ang dami kong bagong tsika!

FOUR YEARS AGO KO PA NAISULAT ANG SADSATNB? KAYA ANG DAMI NANG NAGANAP NA PAGBABAGO SA MUNDO AT MALAMANG PATI SA BUHAY NYO.

As you know, I had a mental breakdown in 2004 when I almost took my life while my kids were sleeping. That was the night I surrendered everything to God. For five years, I walked with God, trusting Him to fix my life. Tapos biglang nagkaroon ako ng encounter with my father, who sexually molested me as a young girl. Nahinto lang ito noong nakulong ang nanay ko. Oh, di ba? From one traumatizing event to the next, yarn ang buhay noon ni Lowluh.

Yun nga lang, akala ko okay na ang lahat lalo at seven years later natagpuan ko ang sarili ko sa world stage as I competed in Washington DC bilang isang international/motivational speaker representing the Philippines. Unfortunately, natalo ako. I went back

to a lot of problems (personal and professional). Around that time (2016) I implemented an online class in my college. This decision put me in hot waters. Dahil pasaway daw si Lowluh hindi kami nabigyan ng P2 milion pesosesosess incentive bonus. Sakit, di ba? Medyo pumaling ang tingin ko palayo sa Diyos, kaya rin bumalik ang suicidal thoughts ko, at nagkaroon ng pangalawang mental breakdown ang Lowluh nyo.

"Ba't ganern? I did it for YOU tapos ganito ang nangyari?!" Sumbat ko sa Diyos. I implemented online classes kasi I wanted our students na nabuntis, nagtatrabaho, at yung mga nasa ibang bansa as OFWs na magkaroon ng access sa college education kahit wala sila sa traditional school set-up. Kaso, "You are too aggressive!" sabi sa akin ng mga powers at be, thus the school I worked for suffered from my crazy ideas that I thought I was doing for God.

In 2017, I also had a falling out with some of my closest colleagues. Ang sakit! This resulted to a school reorganization in 2018 that broke my self-confidence. Sumabay pa doon ang financial challenges. Buti na lang sa second bout ng aking kapraningan ay kapit na kapit na ako kay God.

With HIM by my side, I was able to deal with my suicidal thoughts better than before. Because of this, in 2019, I was able to write SADSATNB? as my personal therapy. I then launched it in February 2020, feelingerang kikita ako ng pera, kaso biglang nag-lockdown ng March dahil sa COVID19 pandemic. Oh, di ba, ang saya-saya! Tulog ang aking pinuhunang pera.

Gaya ng lahat ng tao, binalot ng takot ang puso ko noong nag lockdown. Hindi ako sa coronavirus natakot kundi sa posibleng pagsasara ng school na pinagtatrabahuhan ko. Nang sinabing online class na at tuloy ang laban-eskwela, aba...aba! Wait, teka, hold on a minute kapeng mainit... eh, di ba I implemented online classes bago pa mag pandemic? Ibig sabihin, we already invested in its infrastructure and we also trained our teachers beforehand. Kaya ayun hindi kami nag-panic. Our school even thrived during the pandemic 👏.

Looking back, amazed na amazed ako kay God. Rinig kong sabi Niya sa akin, "Oh, eme-eme ka pa sa P2 million na nawala sa inyo, eh inihanda Ko lang kayo dahil may parating na pandemya. May pa-suicide-suicide ka pang nalalaman! Nananakot ka pang ibabangga mo ang kotse mo, kurutin kita sa maitim mong singit eh!" Ba't boses maldita si God, noh? (charot!).

Dahil confident ako na hindi naman tayo pababayaan ng Diyos, nagpatuloy lang ako sa pagtuturo ng tungkol sa mental health. Webinars after webinars ay unti-unting nakilala ang librong SADSATNB? at ang alter-ego ko na si Lolakwentosera, ang matandang butangera pero hindi na utangera 😂. Sabi nyo nga eh bigla na lang akong kabuteng sumulpot sa Facebook newsfeed nyo at nagbunganga sa inyo patungkol sa mental health. Sa isip-isip nyo siguro, "Sino ba itong napakaingay na babaitang ito?" Don't worry, hindi kayo nag-iisa. Kahit mga anak ko eh naiirita sa boses kong maganda 😂.

Just like SADSATNB?, I wrote this book with my own narrative voice. Kung paano ako magsalita, ganun din ako magsulat. Kaya parang maririnig mo rin sa pagbabasa ng librong ito ang nakaka-umay kong boses 😂. Acquired taste din sa iba ang magbasa ng taglish. Anyway, I write this way for my authenticity, at para sa iyo na mas feel na feel ang ganitong real-talk na usapan. Kaya nga heto at pumangalawang bili ka pa.

DESPITE MY UNSOLICITED PAMBUBULABOG SA INYONG SOCIAL MEDIA PAGES, YOU TOLERATED MY UNWELCOME INTRUSION IN YOUR LIFE UNTIL SADSATNB? BECAME A BESTSELLING MENTAL HEALTH BOOK. ITO LANG NAMAN ANG KAUNA-UNAHANG BOOK OF ITS KIND NA PINOY ANG NAGSULAT. HINDI MO KASI MALAMAN KUNG PANG-ACADEMIC RESEARCH BA ANG BOOK, ISANG MEMOIRE, O ISANG SELF-HELP ANTHOLOGY, KASI MAY KASAMA PANG MGA SHORT STORIES.

Bigla ring dumagsa ang mga messages ng readers sa akin. Nakapapagod minsan pero kasama naman yan sa binili nyo, ang serbisyong kwentuhan na abot magdamagan. Nakakatuwa lang kasi, you trusted me with your stories as you resonated with mine. Na-pressure tuloy akong mag-aral nang mabuti para maging karapat dapat na tagapakinig nyo. Nag-pursue ako ng graduate program with specialization in Clinical Psychology kahit career wise eh pa-retire na ako. Kayo ang naging inspirasyon ko to learn more and be ready whenever you need me. Kaya lang, the more I read, study, and research, the more I feel lacking.

Until I read **Dr. Van Der Kolk's**
(a famous mental health trauma doctor) quote,

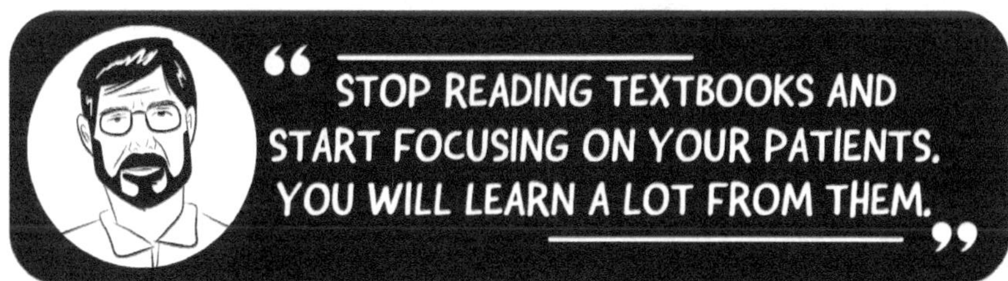

Tama sya. The more I get to know my dear readers, the more I understand our pain (even mine), and gain knowledge from it. Don't worry, hindi ko naman imamarites lahat ng pinag kwentuhan natin dito sa libro, kurot lang (charot!). Tsaka, I don't consider you as patients, sino naman ako to think that way? I consider you as my friends and allies (Naks! Hindi charot yarn!)

Rest assured na kahit napapagod minsan si Lowluh, sobrang therapeutic rin naman sa akin ang kwentuhan natin. For that, I'm very thankful. In your own little ways, bahagi kayo ng librong ito na posibleng makatulong pa sa iba. Smile naman dyan oh, para mabanat yang pisnging nagasgas dahil sa pagsusuot natin ng makating facemask, haist!

Now you know why I was a different person writing SADSATNB? compared with Lowluh who wrote this book. From second guessing myself to being sure of myself, alam kong kung paano nyo sinuportahan ang unang libro, kasama ko na naman kayo ngayon dito. Kaya naman hindi lang libro ko ang binili nyo, kasama pati ako…este ang serbisyo ko. Basta sagot ko ang kwentuhan, wag nyo lang akong uutangan (hihi) dahil ang matinik sa utangan ay eksperto sa kasinungalingan.

CHAPTER 1:
ANG SINUNGALING MONG UTAK NA PUTAK NG PUTAK

As your friend, I will be brutally honest and offensive, kaya bato bato sa langit, ang tamaan may anghit (charot!).

Ang totoo, matagal nang nagsisinungaling sa iyo ang utak mo! Tapos, ikaw naman eh nagpapaloko. Nabubulagan ka kaya hindi mo makita ang totoo. **Madalas kasing hubad ang katotohanan kaya nakakahiya itong makita sa malapitan.**

THE NAKED TRUTH

I came across an interesting story[1] explaining why the TRUTH was naked. Bakit nga ba hubad ang katotohanan? Sa ating mga pinoy, ibig sabihin noon ay walang LIHIM o BAHO na hindi mabubunyag o aalingasaw – kita na lahat-lahat! Dahil nga hubad, takaw atensyon ang katotohanang dala nito pero parang hindi yun ang nangyari sa ating kwento.

Isang araw daw ay naglalakad si TRUTH, tapos sinabayan sya ni LIES. "Ang ganda ng panahon, hindi mainit at hindi rin maulan. Sakto lang," komento ni LIES.

Tiningnan ni TRUTH ang paligid. Na-amaze sya sa sinabi ni LIES. "Akala ko sinungaling ka, ba't nagsasabi ka ng totoo?" Tanong ni TRUTH.

"A lot of fake news has been said about me?" sagot ni LIES (taray!). Tiningnan ni TRUTH si LIES nang may pagdududa.

Sumunod ay napadaan sila sa isang balon. "Aba'y napakalinis ng tubig, noh?" puna na naman ni LIES. Tiningnan ni TRUTH ang balon. Totoo nga, malinis ang tubig na hindi masyadong malamig.

"In fairness, hindi nga ata totoo ang tsismis na sinungaling ka," sabi ni TRUTH na naging kampante kay LIES.

"Malamang masarap maligo at magtampisaw dyan. Tara ligo tayo!" biglang aya ni LIES. Napaisip si TRUTH dahil totoo na naman ang sinabi ni LIES. Mukhang masarap nga naman maligo sa balon. Dahil doon ay agad naghubad si TRUTH at lumusong sa tubig kasama ni LIES. Nagtampisaw ang dalawa at nag-bonding.

Sa sobrang kalibangan ay hindi napansin ni TRUTH na umahon na si LIES at isinuot ang damit ni TRUTH. Huli na nang mapansin ni TRUTH na iniwan siya ni LIES. Dahil walang maisaplot sa hubad na katawan, hindi agad makalabas si TRUTH sa balong

kinasadlakan. Nang sinubukan nitong lumabas, nagtakbuhan ang mga tao dahil sa hiya at takot nang makita ito. Ayaw nilang makumpronta ng hubad na katotohanan. It feels uncomfortable to look at the NAKED TRUTH.

Hiyang-hiya si TRUTH sa nangyari kaya naging mailap siya sa mga tao, habang si LIES ay umiikot sa buong mundo at nagkukunwaring siya si TRUTH. Suot kasi ni LIES ang damit ni TRUTH kaya mukha siyang legit. Kaya naman kahit anong kasinungalingan ang ipakalat nito ay naniniwala ang lahat. Kasama ka na dun! Kung alam lang ng mga tao na hubad na ang katotohanan, hindi sana sila maniniwala sa kasinungalingan na magara ang kasuotan.

INTERESTINGLY, NUNG SINUWAY NINA EBA AT ADAN ANG UTOS NI GOD, YUNG PAGIGING HUBAD NILA ANG AGAD NA NABIGYAN NG MALISYA. KAYA NAMAN NAGTAGO SILA. GAYA NI TRUTH NA NALOKO NI LIES, NALOKO DIN NG AMA NG KASINUNGALINGAN SINA MAGANDA AT MALAKAS. ANO DAW? NAGHALO-HALO NA ANG KWENTO NI LOWLUH (HAHA!) BASTA! YUN NA YUN!

"Ha?!? Sinungaling ang utak ko? Eh, ang sabi sa Bible puso ang sinungaling."

Mandaraya nga ba ang puso o sinungaling na utak ang sanhi ng mapanlinlang na nguso? Eh di ba usapan natin sa SADSATNB? yang isip mo ang nagbababa ng emosyon na nadarama ng iyong puso. Kaya naman para maayos ang puso, dapat isip ang unang makatagpo.

> REMEMBER, THE BATTLE OF SIN STARTS AND ENDS WITH YOUR MIND. YUNG MAISIPAN MO PA LANG GAWIN ANG BAGAY NA MASAMA, BAGO PA ITO MAGING AKSYON DAPAT MASUPIL MO NA ANG UTAK MONG HINDI MAAYOS ANG FUNCTION.

One common pattern that I always see among those who message me is overthinking without analyzing. For instance, someone messaged me, "Help po, nagpapanic attack po ako ngayon."

"Anyare?" tanong ko. Inisa-isa niya ang lahat ng nararamdaman niya sa katawan.

"Kelan nagsimula yang pagpapanic mo?" tanong ko ulit.

"Simula po ng mamatay ang nanay ko. Naiisip ko pong mamamatay na din ako. Sino ang mag-aalaga ng mga anak ko? Nagpa check up po ako, okay naman daw po."

"Totoo bang walang mag-aalaga sa mga anak mo kapag namatay ka? Ulila ka na? Wala kang ibang kamag-anak para mag-alaga sa mga anak mo?"

"Meron naman po. Kaso gusto ko po akin lang sila. Ako lang ang mag-aalaga sa kanila."

"Aba'y bakit?" takang tanong ko. "May gusto ka bang patunayan sa ibang tao? Gusto mong mabigyan ka ng ulirang ina award? Kaya ba gusto mong solohin ang pagmamahal sa mga anak mo?"

Hindi totoong walang mag-aalaga sa mga anak niya kapag naulila sa ina. Maraming bata ang nawalan ng mga magulang. Oo, yung iba dumaan sa hirap, pero marami ring lumaki ng maayos dahil meron pa ring nag-aruga at nagmahal sa kanila. Sabi nga sa **Matthew 6:25-34, "Ang mga ibong walang nag-aalaga eh may pagkain araw-araw dahil hindi pinababayaan ng Diyos, tao pa kaya?"** Nagsisinungaling ang utak ng nag-message sa akin dahil may na-trigger sa pagkamatay ng nanay niya na ayaw niyang harapin at iproseso. Listening to her story, I was able to know the real reason behind her fear.

She was actually mean to her mother when the latter was still alive. Magkaaway sila nung naospital ito at doon nalagutan ng hininga. Kinakain ng guilt ang utak nya na sinasabing, "Hindi naman naging mabuting nanay ang mama mo sayo eh, kaya okay lang na namatay siya na hindi kayo bati." Dahil wala na siyang magagawa sa namatay na ina, sa mga anak niya ibinaling ang nadarama. "Hindi ako dapat mamatay. Ayoko silang iwan. Mahal ko sila," pananakot ng utak sa sariling isipan. Lahat naman ng magulang ay ayaw iwan ang mga supling, ang punto lang bakit naka-focus sa patayan agad? Hindi ba pwedeng quality of life ang isipin instead na time of death?

Her brain was lying to protect her from feeling the guilt and pain of losing her mother. Dahil dito, ipinapasa ng utak sa katawan ang sintomas ng kung ano-anong sakit na hindi naman makita sa mga laboratory tests. Kaya tama si Dr. Bessel Van Der Kolk – author of bestselling book, The Body Keeps The Score. Sabi niya, "Ang ugat ng lahat ng ating pagdadalamhati sa buhay ay dahil sa mga kasinungalingan na sa utak natin ay namamahay."

Try mo lang ngayon. Ngayon na, dali! What is your greatest worry or fear in life?_______________

Totoo bang mangyayari ang kinatatakutan o sa utak topak mo'y nagpapa-uto ka na naman?

Another reader messaged me, "Puro kamatayan po ang nasa isip ko. Makarinig lang ako ng balitang may namatay, nanginginig na po ako sa takot."

"Bakit takot kang mamatay? Anong masama dun?" Tanong ko. Everybody dies. It's the natural cycle of life. Yet, lots of us are scared of it. Why? Nakaka-curious lang.

"Ayaw ko pong iwan ang mga magulang ko, kailangan nila ako."

"Ha? Eh, nabuhay nga sila nung wala ka pa. Malaki na yung mga magulang mo, kaya na nilang alagaan ang sarili nila. Tsaka kung may mangyari man sa kanila after mong mamatay, eh di maganda yun kasi magkakasama-sama ulit kayo kung saan ka man naroroon."

"Isa pa po yun. Hindi po ako sure kung saan ako pupunta pag namatay ako. Naiisip ko lang po eh lugar na sobrang dilim at ako lang ang mag-isa doon. Kaya lalo akong natatakot."

"Sure na sure kang sa dilim ka mapupunta? Bakit naman?"

"Makasalanan po akong tao."

Nyak! Sino bang hindi? Lahat naman tayo eh makasalanan, sa isip-isip ko. "Eh di ba kaya nga tayo 'The only Christian nation in South East Asia' ay dahil naniniwala tayo sa Diyos na namatay sa krus to redeem us from our sins? Hindi ka ba naniniwala doon? Yun ang way to our salvation, hindi ba? Para kapag namatay ka, hindi sa dilim ang iyong punta kundi sa buhay na walang hanggan."

Matagal na hindi sumagot si reader. Hindi ko sya masisisi. Kung tutuusin kaya marami sa atin ang may existential crisis kasi hindi natin masagot ang mga tanong na, **'san tayo galing?', 'may Diyos ba or Powerful Being outside of this universe?', 'anong purpose at meaning ng ating buhay?', 'bakit may nangyayaring masama sa mabubuting tao?', at 'san ba pumupunta ang mga namatay na?'**

Admittedly, madalas akong ma-ghosting ng mga nagme-message sa akin. Yung isa nga sabi pa, "No more na! Nag-migraine ako habang nakikipag-usap sa iyo!" Suri naman. I usually ask questions that can force you to think out of your comfort zone.

The following day, the reader messaged me again. "Sorry po hindi ako naka sagot agad. Napaisip po ako sa mga tanong nyo. Oo nga, ba't ako takot mamatay?"

"Mahal ka ni God," sabi ko. "He conquered death already kaya hindi natin ito dapat katakutan. Ang tanong kamusta ang relasyon mo sa Kanya?"

"Nagdadasal naman po ako at may faith kay God."

"Si satan din naniniwala sa Diyos, nanginginig pa nga, eh. Ang punto, yang faith mo ba ay may application sa buhay mo? **Faith knows no fear.** Kaya ka overwhelmed ay dahil your fear is bigger than your faith in God. Kasama mo si God sa lahat ng laban sa buhay. Mahal ka Niya at naghihintay lang Syang ilapit mo ang lahat ng worries mo sa Kanya."

"Salamat po, Lowluh. Medyo naliwanagan po ang utak ko ngayon at kumalma. Salamat po talaga ng marami. Ang dami kong realizations." sabi ni reader.

Minsan hindi naman kailangan na gamutan agad, eh. May makausap lang tayo na gagalaw ng flashlight sa utak natin na nagsisinungaling, sapat na yun. Yung mailawan lang ang ibang parte ng utak natin na nagpapabago sa paraan nating mag-isip ay malaking bagay na. Mindshifting or changing your perspective can alter your mood and subsequently influence your behavior. Mangyayari ito kapag marunong kang makatunog na binubudol ka na naman ng utak mo.

Punuin mo ng KATOTOHANAN ang laman ng iyong utak at siguradong ang mga kasinungalingan na iniisip mo ay hindi tatatak.

THE TRUTH HURTS, BUT IT WILL SET YOU FREE

Segway lang muna tayo sa Bible stories. Don't worry, hindi ko naman kayo pagsasasampalin ng Bible verses at baka masura ang mga nagbabasang atheists, apatheist, at agnostics na welcome na welcome sa samahang #dakilangbaliw.

If you know your Bible, hindi ba si Moses yung batang itinapon sa tubig at inampon ng Egyptian Princess? Kaso tumakas sya nung malaki na siya dahil pumatay sya ng Egyptian para ipagtanggol ang kapwa nya Hudyo[2].

Years later, nagpakita si God kay Moses sa pamamagitan ng burning bush. Inutusan syang ilipat mula sa Egypt ang mga kababayang alipin papunta sa lupang pangako.

Dito tinanong ni Moses si God, "Pag nagpunta ako doon, sino ang sasabihin kong nag-utos sa akin para iligtas sila?" Sa Exodus 1:1-3, sumagot si God, **"I AM that I AM."**

Astig ng sagot ni God, noh? AKO! Sabihin mo sa kanila na AKO ang nagpapunta sa iyo sa Ehipto.

In the NEW TESTAMENT, Jesus boldly used the world 'I AM' when He said, **"AKO** [3] **lang ang DAAN,** ang **KATOTOHANAN,** at ang BUHAY NA WALANG HANGGAN."

Kung si satanas ang hari ng kasinungalingan kaya nabudol niya sina Adan at Eba sa Garden of Eden, malamang bulong rin ni taning ang madalas mong marinig sa iyong utak sa tuwing nag-iisip ka ng negatibo tungkol sa iyong sarili, sa ibang tao, o sa mga nangyayari sayo.

Pero wag kang mag-alala. If you will not turn your gaze away from Jesus, you can walk[4] on water like Peter. Hindi maiwasan na may bumulong na kasinungalingan sa iyo, ang importante alam mo kung saan nakatutok ang paningin mo.

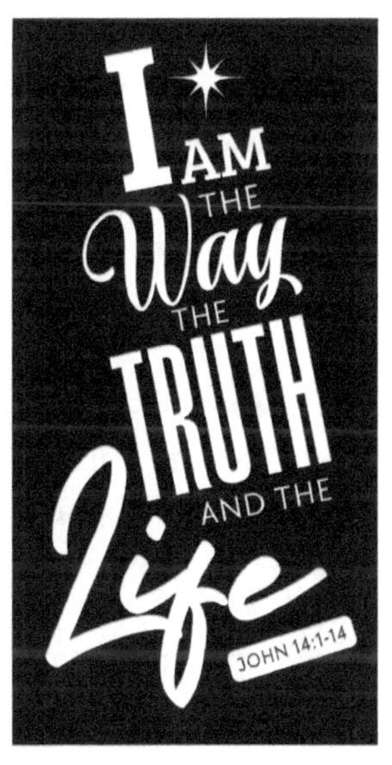

As humans though, our faith tends to waver at times, causing us to seemingly drown in the sorrows of our pain and suffering.

Kahit si Peter ay napaling ang tingin kay Jesus kaya natakot siya sa bagyo. Ayun, muntik na tuloy malunod ang loko. Pag nangyari ito sa iyo, just focus on Jesus again so He can pull you up from where you have fallen.

However, we live in a fallen world where God's authority is being challenged. Kaya naman litong-lito tayo kung ano ba talaga ang TOTOO? In this individualistic world, mas sikat ang mantra ng makabagong panahon – **LIVE YOUR TRUTH!**

Kaya lang, whose TRUTH will reign supreme, yung kay Pedro o yung sa teller ng banko?

Nagpunta si Pedro sa banko para mag-withdraw ng pera. "I want to withdraw the P1 million pesosesoses I have in my account," mayabang na utos ni Pedro sa teller ng banko.

"Hala sya, eh P5,000 lang po ang laman ng bank account nyo, sir," sabi ng teller.

"Excuse me! My truth tells me that I am a millionaire. So you better believe MY TRUTH!" Nagwala si Pedro sa banko. Kaya ayun, for living his truth and forcing others to believe him, alam na natin kung saan siya bumagsak. Live your truth pa more!

Pansin nyo ba na kakaiba ang mga nilalang ngayon? Konting kibot either ang daling maloko o nabubuhay sa sarili nilang mundo. I had an encounter with someone inquiring about the book.

"Kailan po idedeliver?" tanong na nabasa ko sa messenger.
"Less than 7 days po," I typed my answer.

"Ba't ang sungit nyo agad! Nagtatanong lang naman ako sa inyo nagsusungit agad kayo, paano kayo makakabenta nyan?"

Ano daw, kalabaw?!? Eh, dahil 'being confrontational' ang topak ko, tinanong ko sya. Bagets pala ang kausap ko, naghahanap siya ng smiling emoji, pag wala yun, ibig sabihin galit ang kausap nila, nyay!

I guess that's the truth lived by other people nowadays, even if that is not our truth. Aminin mo, praning ka rin kapag masyadong maikli o kaya eh sobrang haba naman ang message na natanggap mo. Minsan nga eh "seen" lang, praning na praning ka na. Kung ano-anong langgam ang kekembot-kembot dyan sa utak mo, encouraging you to overthink.

Instead of living a TRUTHFUL life, we are now living in a POST-TRUTH era where feelings carry so much more weight than evidence and statistical data. Kaya nga pansin nyo, kahit makita nyo sa mga lab tests na wala naman kayong sakit at normal ang lahat, your FEELINGS (hindi ako makahinga, wala akong maramdaman, takot akong mamatay, pinag-uusapan nila ako, blah blah etc.) become your REALITY. **Ito ang nagiging KATOTOHANAN nyo, hindi na si JESUS.**

Ngayon alam nyo na kung bakit hilong-talilong ang utak nyo? Nawala ang tingin natin sa nagbigay sa atin ng utak. Kaya nakalimutan natin kung bakit may utak tayo in the first place. Parang ito lang si aling Marites na hindi mo matimpla ang hugoat.

Nagkita ang magkumareng sina Marites at Fe sa tindahan ni Aling Nena. "Kamusta ka na, Mare?" tanong ni Marites. "Heto, mabuti naman," simpleng sagot ni Fe sabay abot ng sukang binili. "Una na ako, mars. May nakasalang ako sa bahay."

Nang makaalis si Fe ay hinarap ni Marites si Aling Nena. "Anong problema nun at biglang nagalit?"
Kumunot ang noo ni Aling Nena, "Hindi naman, ah."
Sumimangot si Marites, hindi nagustuhan ang sagot ni Aling Nena. "Haynaku! Kaya nalulugi ang tindahan nyo eh," saka padabog na umalis ito.

Nyay! Saan may issue si Marites, sa utak o sa isip? Ikaw, ilang beses ka nang namintas, nainis, nagreklamo while reading this book? Saan ka may issue? Utak o isip?

BAKIT KA NGA BA BINIGYAN NG DIYOS NG UTAK?

Kung ang sagot mo ay, para mag-isip, gumalaw, at malaman kung tama o mali ang ginagawa mo, MALI! Hindi yan ang trabaho o disenyo ng Diyos sa utak mo. Nahulaan ko ang sagot mo, noh?

Mind reader ako eh (Char!). Haist! Buti na lang binabasa mo itong book na ito.

Let me explain the TRUTH about our BRAIN DEVELOPMENT para malaman mo kung bakit binigyan ka ni God ng utak. Tara!

CHAPTER II:
KAYA KA MAY TOPAK, HINDI MO ALAM ANG TRABAHO NG IYONG UTAK

THINKING HOW NOT TO OVERTHINK IS EXHAUSTING TO YOUR BRAIN.

THE TRUTH ABOUT BRAIN DEVELOPMENT

Drawing time! Iguhit sa kahon kung ano ang itsura ng UTAK at kaibahan nito sa ISIP. No cheating ha!

I asked, 'Ano ang itsura ng isip ni asawa?' during one of my workshops. One answered, 'Parang electric wires na buhol-buhol.' Sagot naman ang isa, 'Wala po akong ma-drawing, wala kasing laman ang utak ni mister.' Grabe, sya!

Since brain[5] is one of our body's major organs, alam nating nakikita ito (kahit sa drawing man lang) at nahahawakan (pero ayaw kong makahawak). It's a common knowledge that we all have brains, kahit minsan may mga kausap tayong parang, "Hmmm… may utak ba talaga siya? Kasi bukod sa hindi ko na makita, sa kilos at pananalita eh lalong walang ebidensya." (Charot!). Aminin, ganyan ka mag-isip minsan tungkol sa mga kausap mo. Ako nga minsan sa sarili ko pa eh, "May utak pa ba ako? Parang nangapitbahay na naman kaya ako lilitang-litang." *Lagi nyong pinupuna ang salitang litang na akala nyo ay misspelled na lutang. Litang talaga siya, trip ko lang* 😄.

Mind, on the other hand, is an energy. The function of the brain and its neurons are to produce energy, triggering neurogenesis[6]. ***That's why neurons that fire together, wire together.***

Imagine seeing the brightest Christmas lights' display. Kapag napundi ang ilang ilaw, bungi ang liwanag. Ganito rin yung utak na hindi nagagamit o kaya ay may sakit, posibleng mapundi o mamatay (neuronal death[7]) ang kakayahan nitong magbigay liwanag sa iyong kaisipan. Kaya solve-solve din ng mga problema kapag may time, para hindi ka palaging helpless at pa biktima sa buhay.

If may nabunging ilaw (chemical, oxygen, or blood flow imbalances) sa utak, wag mawalan ng pag-asa kasi meron pa ring neuroplasticity[8] na nangyayari sa tuwing naghahanap ng ibang neural pathways ang aktibong utak. Note that the operative word in the previous sentence is "AKTIBO". Idle brain has no chance to regenerate itself, kaya palaging igalaw ang baso (flashlight) sa loob ng utak nyo ha. Hindi pwedeng laging nakatunganga sa cellphone, ikurap mo man lang ang mga mata mo para hindi tuluyang ma-corrupt ang utak mo.

Scientifically, during the first trimester of pregnancy, brain development happens. Utak ang unang nabubuo sa sanggol na nasa sinapupunan ni mommy. Usapang Science muna tayo saglit ha para magka neurogenesis ang utak mo ☺. Sisimplehan ni Lowluh ang paliwanag, pramittt!

Yung older or primitive brain natin ay meron pang dalawang developmental processes. Unang nadedevelop sa sinapupunan ng nanay ang reptilian brain. Kaya tingnan mo minsan may pagka-ahas ka (joke lang!).

Makikita ito sa unti-unting pag konekta ng utak at spine ni baby habang nadedevelop sa loob ng tiyan ni mommy. Tinawag itong reptilian or lizard brain dahil ang mga reptiles ay naturally selfish creatures. Sila yung uri ng hayop na iire (iire talaga ☺) lang ng itlog tapos, "Bahala ka na sa buhay mo, anak!"

Tapos sa zoo, yung mga ahas ang tatamad! Nakapalupot lang mag-isa sa isang sulok, walang mga kaberks at kalaro. Kakain kung gutom 'tas tulog na ulit. Hindi mo maaasahan na mag-entertain o magperform yan para sa mga guests.

Turtles are also another example. Pag buntis ang pagong, hahanap lang yan ng malamig na buhangin na huhukayin sa baybayin ng dagat. The moment the turtles lay their eggs, that's when their motherhood[10] ends. Sabi ng pagong, "Pasalamat ka nga inire pa kita ng maayos, eh. Kung magsu-survive ka after mong lumabas sa itlog eh wala na akong pake!" Grabe ang reptilian brain, noh?

Ang trabaho ng reptilian brain ng baby ay turuan at ihanda itong magamit ang mga internal signalling ng katawan para ma-satisfy nito ang pangangailangan to survive outside the womb. Kapag wala na itong connection sa pusod ni mommy, kailangan marunong si baby na magbigay ng signal sa caregiver nya to communicate properly. Since hindi pa naman makapagsalita si baby, kapag nakaramdam ito ng gutom, sakit, o iritasyon, may signalling system sa loob ng katawan ni baby na kokonekta sa utak nito at buong nervous system para sabihing, "Iyak ka, dali! Lakasan mo pa. Kailangan mong makuha ang atensyon ng nag-aalaga sa iyo."

Kaya iyak ang naging pinaka-effective na communication tool ng isang sanggol. In fact, kabado ang mga doktor kapag ipinanganak ang baby na hindi umiiyak. Kaya nga sa mga TV or movie scenes, napapanood natin na pinapalo sa pwct ang baby paglabas sa tiyan ni mommy, di ba? With this, the baby needs his/her brain and body to be attuned with each other in order to send communication signals to his/her caregivers. Kaya naman paglabas nila sa tiyan ni mommy, parang naka-program sila na marunong umiyak kapag gutom o naiirita.  Nagwawala din ang baby kapag ibinababa sa higaan dahil gusto nitong laging nakakarga at nakahalukipkip sa init ng katawan ng caregivers nila.

Naturally, the baby's reptilian brain is highly selfish. Wala siyang pakialam kung pagod o puyat ang caregiver niya. Ayan, a-anak-anak ka kasi, ang agang lumandi (charot!). Pero no worries, hindi naman anak ni Zuma ang baby mo para lingkisin at lunukin ka balang araw. Pero you'll never know, mahirap magsalita ng tapos (charot!).

With this, the purpose of your brain, from the very beginning of its development (since baby ka pa) is to protect you in order to survive in this cruel world. Ito ang tamang sagot sa tanong na, "BAKIT KA BINIGYAN NI GOD NG UTAK?"

Kung nung baby ka ay hindi ka marunong umiyak dahil may deperensya ang iyong reptilian brain, tapos itinapon ka ng nanay mo sa basurahan, malamang lalanggamin at dadagain ka doon na walang makakakita sa iyo.

Kaya ang pag-iyak ay paraan ng utak nating ipaalam sa iba o i-acknowledge sa ating sarili na hindi tayo okay. You may cry happy or sad tears, basta sa tuwing umiiyak ay nababawasan ang bigat ng ating utak.

Crying is not a sign of weakness. It's a sign of strength because you have an innate desire to survive and continue living. **Kapag may urge kang umiyak, it's your brain's way of protecting you.** Pero kapag pinipigilan mong ilabas ang luhang dapat lang na kumawala, you are choking the air that is meant for your brain. Ikaw naman ang hindi pumoprotekta sa iyong utak. Kaya ang ending, ikaw ay tinotopak.

Your reptilian brain may be selfish, but it's where your AUTHENTICITY lies. Yung pagiging totoo mo ang unti-unting namamatay sa tuwing hindi mo ina-acknowledge ang mga signals na sinisigaw ng iyong reptilian brain.

BRAIN KALASAG TIP:

UMIYAK KA! MARAMI MANG MAKAKITA AT ISIPING IKAW AY KAWAWA, ANG IMPORTANTE AUTHENTICITY MO AY HINDI MAWAWALA.

Pero teka muna…One of the diagnostic criteria for a major depressive disorder[11] is crying without feeling any relief. Yung tipong sa dami ng niluluha mo eh pwede ka nang ideklara na ONDOY 2.0, pero ang bigat-bigat pa rin ng puso mo.

WHAT IF CRYING IS NOT ENOUGH?

Well, crying is not enough because your brain development does not stop with the reptilian brain. Ang utak mo ay ibinigay sa iyo para protektahan ka, pero hindi para maging selfish all your life. That's why you also have a mammalian brain. Hindi ka na lang ahas ngayon, isa ka na ring daga (nyak!).

The moment makalabas ang baby sa tiyan ni mommy, the mammalian brain starts to form the limbic system. Ito na yung time na matututo na ang batang makipag-interact sa mga tao sa paligid nya. Hindi na lahat ay dinadaan sa iyak.

> IF THE REPTILIAN BRAIN IS ALL ABOUT FOCUSING ON "ME, ME, ME" IN ORDER TO SURVIVE, THE MAMMALIAN BRAIN IS ALL ABOUT, "US, YOU AND ME, WE" IN ORDER TO FORM ATTACHMENT.

Pwede naman kasing umiyak ng umiyak pero ang tanong, paano kung walang pumapansin sa iyak mo? Ang mga mammals pag nanganak (hindi nangitlog), may grooming process na sila kagaya ng hinihimod o nililinis nila ang mga junakis nila gamit ang kanilang dila.

Sila lang yun ha, wag mong himurin ang anak na inire mo, yuck! Tapos syempre nagpapasuso ang majority ng mga mammals. Madalas naiiyak pa ang mga mammals (dogs, elephants, dolphins, whales, etc.) kapag nawawalay sa mga anak nila. Sino ba namang hindi? Ikaw lang itong mammal na minsan eh matigas ang puso (Charot!).

> AS DISCUSSED IN SADSATNB?, THE LIMBIC SYSTEM IS THE HIGHLY EMOTIONAL PART OF THE BRAIN. DAHIL DITO MAPAGMAHAL, MA-ATTACH, MALARO, AT TAKOT MAWALAY ANG MGA BABIES SA CAREGIVERS NILA.

Mammals are also known to thrive in groups and take care of their young. Ganito rin tayong mga tao. With an active limbic system (reptilian and mammalian parts of the brain), babies can survive outside the mother's womb. Basta yung needs nila ang importante. Wala pa silang pakialam sa feelings ng iba. Wala ka namang nakitang 2-month old na sanggol na nagising ng 3AM at biglang nag-isip, "Ay…tulog na tulog si Mama, hindi muna ako iiyak kahit basa na ang diaper ko. Alang-alang sa mga magulang ko, tatahimik muna ako." Pag ganito ang sanggol mo, matakot ka dahil baka alien o anak ni Janice (tiyanak) yarn! Go, 80's movies!

Fortunately, uto-uto tayong mga magulang na natataranta sa tuwing umiiyak ang mga anakis natin. Kaya ayun, unti-unti silang natututo through conditioning, "Ah ganun pala yun, sa tuwing iiyak ako eh kakargahin ako ni Mama. Sige nga, try ko ulit-ulitin." Grabe sila, noh? Kala mo mga munting anghel, may maitim na budhi pala (char!).

In their cuteness, babies can be very manipulative. They can also realize early on, through their limbic system, that caregivers always pay attention to their crying spree. Pambihira, noh? Nilasog na ni baby ang ating sexy body, ginawa pang 24-hour karinderya ang ating susong halos lumawlaw na sa ating beywang 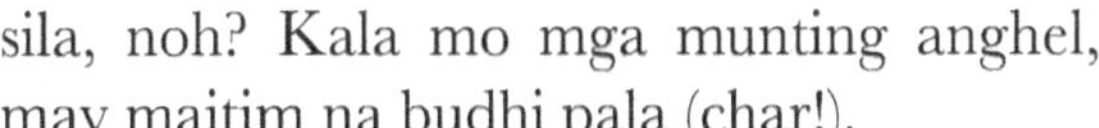. Haist lyf, nasaan ang hustisya?! Tas' sobrang torture pa ang abot natin dahil sa puyat at pagod. Sa huli, sila pa ang cute at inosente? Budol!

Lalo na kapag tumuntong sila sa "Terrible 2s" na tinatawag. Yung 2-year old toddler na sobrang likot at selfish na puro, "No!" at "Me! Ako! Mine!" lang ang alam sabihin. Sarap pisngutin sa ilong kung di lang sila cute, noh? Kaya naman ito ang utak na ang sarap ibabad sa cellphone.

Aminin, ginagawa mong yaya ang cellphone para hindi makulit ang anak mo, tama ba? Lagot ka! Babalik sa iyo ang lupit ng karma dahil ginawa mong screen addict ang junakis mo kaya naging spoiled brat na. Mamaya pag-uusapan natin yan.

WHEN CRYING (REPTILIAN BRAIN) NO LONGER WORKS, WHAT SHOULD WE DO?

Kapag parang hindi na sapat ang pag-iyak bilang paraan para protektahan ka ng iyong utak or protektahan mo ito, it means that your mammalian brain is starving. Ang batang umiiyak pero busog naman, walang sakit, at hindi basa ang diaper, baka ang gusto eh karga, hele, or kalaro. Ibig sabihin eh gusto ng ATTACHMENT or bonding from another human beings.

Kaya minsan hindi na sapat ang pag-iyak mo, kasi gusto mo ng hele ng isang nagmamahal sa iyo. *Seryoso, kailan ka huling ipinaghele?* Akala natin dahil matanda na tayo hindi na natin kailangan ng yayakap sa atin. We are thinking, "Not needing others is a sign of strength. I don't want to invest my emotions that much.". This kind of thinking is detrimental to your mental health. I know people hurt you. Heck! Even our caregivers traumatized us. Minsan naman talaga ang sarap na lang i-shut off ang ating mammalian brain. Kaso hindi tayo makaka-survive. Without warm bodies surrounding us, yung yayakap sa atin na walang malisya (pwede rin namang meron ☺), it will be the death of us. Kaya kailangan nating balansehen ang ating limbic system para alam natin when to be authentic and when to get attached.

Cuddling is one of the most powerful non-verbal communication tools. Pag super attuned ang brain ng dalawang tao sa isa't-isa, hindi na kailangang mag-usap. Titigan, ngitian, at hawak lang ay sapat na sapat, samahan mo pa ng mahigpit na yakap.

Yet, God created humans more special than other mammals. On top of our limbic system, we have a higher cognitive processing through our prefrontal cortex (PFC). Anong pruweba? Tayo lang naman ang nakakapagsalita.

We utter words in order to communicate with each other better. Sa oras na magsalita ang bata, kahit isang gibberish word lang, the PFC goes online. Ibig sabihin, yung left and right hemispheres ng ating brain ay may connection[13] na. As such, the brain will continue to rapidly develop until the age of 25, yun lang pag babad ka sa cellphone, baka 65 ka na eh immature pa, haynaku!

If our brain development is on point from childhood to adulthood, our protection and survival are assured. Bakit? **AGAIN, ang trabaho ng brain, first and foremost, ay PROTEKTAHAN** tayo, hindi lang basta mag-isip ng kung ano-ano! Kung may dapat isipin ang utak

natin, ito ay ang protektahan tayo para maka-survive sa malupit na mundong ito. **Yung totoo? Ilang beses kang gumawa ng desisyon sa buhay mo na sa halip na protektahan ka eh ipinahamak ka pa?** Kapag ganito, your brain is not functioning according to its purpose as designed by God.

Oh, di ba? Isip ka ng isip ng negatibo kaya ka may panic attacks? Kung gagamitin mo ang utak mo para protektahan ka by listening to your body sensations or by *helpful dissociation,* mawawala yang habit mong mag-worry palagi na nagiging dahilan kung bakit pakiramdam mo meron kang malalang sakit.

> DISSOCIATION[14] FUNCTIONS AS A COPING MECHANISM DEVELOPED BY THE BODY TO MANAGE AND PROTECT IT AGAINST OVERWHELMING EMOTIONS AND DISTRESSES. THIS CAN BE A COMPLETELY NATURAL REACTION TO TRAUMATIC EXPERIENCES, AND CAN BE HELPFUL AS A WAY OF COPING AT A CERTAIN TIME.

Kaso walang habas ang utak mong ipahamak ka palagi! Bakit kaya, noh? Ngayon lang eh, you are too focused on believing that you have mental health issues or illnesses even without a formal diagnosis. Puro ka, "May sakit ako, kawawa naman ako, di ko na ito kaya, blahblahblah etc." Eh ang dapat mong pagtuunan ng pansin ay BRAIN health! This is what BRAIN KALASAG is all about.

Madalas kapag may kausap ako, ang daing palagi, "Lowluh, masakit ang sikmura ko, nanginginig ang katawan ko, hindi ako makatulog, mamamatay na ata ako kasi…"

Tapos tatanungin ko, "Anong nangyari prior sa pagkakaganyan mo?" Sasagutin ako ng, "hindi ako makahinga, ayaw kong lumabas kapag maraming tao, pero ayaw ko ring mag-isa, tapos ang sakit ng…"

Paulit-ulit yarn! Sa tuwing kausap ko kayo laging ang focus nyo ay symptoms hindi yung ugat kung bakit nyo naramdaman lahat ng yan in the first place. ***Gustong-gusto kang protektahan ng brain mo, pero ikaw ang hindi pumoprotekta sa kanya kaya nagkakaganyan ka!***

Ngayon alam mo na, ha? Protect your brain so it can protect you. Alamin naman natin isa-isa kung paano gagawin ito.

Ang UTAK na matino ay merong limang importanteng roles para protektahan tayo. Pag isa dito pumalya, alam na dis! Ibig sabihin may nagluwagang turnilyo sa utak mo at kailangan mo na ng karpintero (Si Jesus ☺).

Gagamitin ko ang salitang ***BRAIN***[15] as an acrostic para mas matandaan mo ang pag-uusapan natin ngayon. I hacked into the book, The Body Keeps The Score by Dr. Bessel Van Der Kolk.

Babies have a built-in internal-brain-signaling system to tell them that they are hungry, sleepy, wet, or sick. Kung wala itong signaling system na ito, babies will die. These signals come from the babies' brains in communication with their bodies. Kahit hindi ka na baby, dapat buhay na buhay pa rin ang signaling system na ito sa iyong utak. Ito ang magbibigay sayo ng kutob/kaba or instinct na tinatawag para umiwas sa mga bagay na sayo ay magpapahamak.

Roadmap navigation

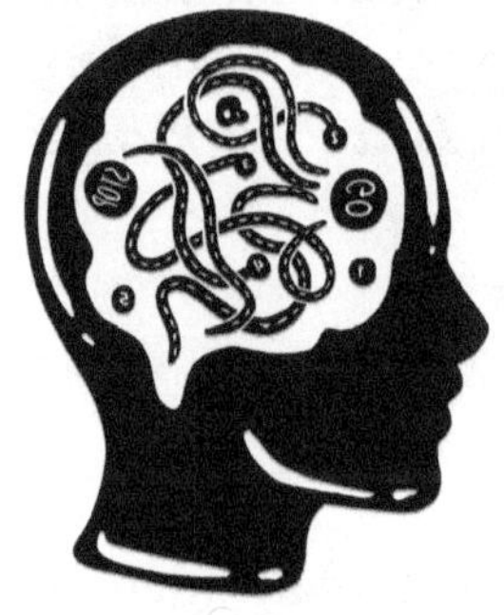

Next…*The Road map is provided by our brain to point us where to go in order to get what we need to survive.* Babies can associate food through their milk bottles. Alam nila na ang higaan ay para matulog at ang ngiti ni nanay ay tanda ng pagmamahal. Babies navigate through the lens of safety and security provided by the love and care of their caregivers. For adults, ganun din. Alam ng utak mo kung paano umiwas sa gulo at kung saan dapat magtago kapag nagkakagulo sa paligid. Instinctively, the brain protects us even if we are late to realize it.

Available energy surges

Likewise…*A surge of energy is given by our brain to our body in order for us (not just babies) to hunt for our food, pursue romance, and have sex for procreation.* The brain encourages us to act by giving us strength to move our asses off. Habang lumalaki tayo at patuloy na may gustong makuha, umaayon ang katawan natin para umaksyon papunta sa gusto natin. Nakaamoy ka ng mabangong ulam, minsan sinusundan natin kung saan galing yung amoy without even noticing na nasa kapitbahay na pala tayo ☺.

Installed warning signal

Also…*In case of danger, our brain releases chemicals (cortisol) to warn us so we can prepare to fight or get away;* Ang galing ng brain design natin, di ba? Hindi lang survival mode, meron ding warrior mode. Bumibilis kang tumakbo kapag hinahabol ng aso, nabubuhat mo ang ref nyo kapag may sunog, nagiging tigre ka kapag inaapi ang anak mo, at umaatras ka sa madilim na lugar lalo at ramdam mong delikado. Brain design ni God yarn ☺.

Negation calming signal

Finally…None-dangerous situations calm the brain. Noting if the situation is safe, our brain informs us to adjust our actions based on the requirements of the moment. Yung nagulat ka sa malakas na kalampag ng pintuan, kaya pala eh dumating ang asawa mong lasing. From takot (akala mo magnanakaw) nag-adjust yung emotion mo sa safety (asawa mo naman pala) pero nasundan ng galit dahil sa bwisit (kasi lasing). Ang punto dito ay yung marunong mag-adjust ng emosyon ang utak mo sa bawat pagbabago ng experiences o sitwasyon  na na-encounter nito. Meron kasing ibang utak na madaling ma-stuck up. Safe na yung situation pero hyperwired pa rin ang utak, anticipating the worst. Pwede namang vice-versa; dangerous na ang situation pero nag-eenjoy ka pa rin sa nalalapit mong kapahamakan.

Of course, babies will get the full benefits of their brains' protection as they grow older. As an adult, with a fully-functioning brain, we should do the following steps in order to protect ourselves:

1. DAPAT ALAM NATIN KUNG KAILAN TAYO NASASAKTAN,

2. TAPOS MAY ROADMAP TAYO PARA MAHANAP ANG SOLUSYON SA SAKIT NA YAN PARA MAIWASAN,

3. THEN MAKAKAKUHA TAYO NG ENERGY MULA SA BRAIN PARA KUMILOS.

4. FINALLY, KASABAY NG PAG-RELEASE NG MGA BRAIN CHEMICALS,

5. MALALAMAN NA NATIN KUNG DAPAT BA TAYONG MAG-EMOTE NG MATINDI SA ISANG PROBLEMA O MAG-MOVE ON NA.

Kaso wala, eh! Posibleng may mga nangyayari sa utak natin kaya hindi tayo maprotektahan nito. Lagi tayong nasa step number one – signal yourself that you are in pain, in danger, or may problema. Tapos nun wala nang step two, kasi lugmok na tayo agad.

"Gusto ko nang mamatay. Magpakamatay na lang ako, hindi ko na kaya ito!" Ganyan palagi ang peg mo. O yung kabaligtaran naman, "Mamamatay na ako. Ang dami kong sakit. Hindi ko na kaya ito!" Kung lalaki (minsan babae din) kang nagbabasa nito, pwedeng alak, toxic relationship, sugal, excessive shopping, at drugs – pati porn addiction – ang bisyo mo. Sa ganitong ugali ipinapahamak mo ang utak mo kaya tuloy nagrerebelde ito sa iyo. Obvious naman na ayaw mo nang gumawa ng masama eh, pero yun nga, bakit hindi ka makawala?

Ibig sabihin, I would (take care of my brain) if I could (my brain is taking care of me) but I couldn't (because I'm in a state of learned helplessness).

Kaya ang sabi ni *JESUS, WATCH & PRAY na HINDI KA MA-TEMPT*. Dahil sa totoo lang, hindi natin kayang mahalin ang sarili natin without accepting na *MINAHAL na TAYO ni JESUS* despite our *KABALIWAN*.

Bakit ang hina-hina ng ating FLESH? Pwedeng nasa maling wiring kasi yung utak mo kaya litong-lito ang function nito para protektahan ka. Kung bakit nagkamali ang wiring, pag-uusapan natin yan mamaya.

Instead of survival mode, pag mali ang wiring ng ating utak, nasa pleasure mode tayo. Madalas ginagamit natin ang utak natin para makuha ang mga bagay na nagpapasaya sa atin kahit at the expense na ma-disgrasya o mapahamak tayo. Yung parang 2-year old toddler ka pa rin na sobrang selfish mo kahit dapat sa edad mong yan eh meron ka nang maturity dahil developed na ang iyong cognitive brain (Prefrontal Cortex). Kaso hindi ganun ang nangyayari sayo eh.

Toddlers may throw a tantrum inside a mall when a toy or food is not given to them. We can understand that, bata eh. Toys and comfort food mean happiness to any kid. Pero yung 25-year old na nagpapanic attack at ayaw lumabas ng bahay dahil may incident na nahilo sa loob ng bus, tapos hindi maka let go dahil laging iniisip na mamamatay na kapag napaligiran ulit ng maraming tao, parang may mali.

Hindi ko sinasabing nag-iinarte kayo ha. I feel you! Panic attacks are not an easy issue. Ang punto ko lang, palaging nakatutok sa pagpapanic ang isip mo instead na i-analyze mo, "Hmm? Bakit ako nagkakaganito? Anong dapat kong baguhin sa buhay ko to make things better?" Hindi ka dapat praning na palaging naka-antabay kung kelan ang next na panic attack mo. Ano yun, jowa? Kinasasabikan ang pagdalaw? K-drama at teleserye? Kaabang-abang ang susunod na kabanata?

Oo, visible naman talaga yung mga symptoms at nakakatakot kapag iisa-isahin mo. Kaso proven and tested mo na, di ba? Na sa tuwing nag-o-overthink ka na may sakit ka base sa mga nararamdaman mo eh mas lalo kang lumalala. What if ibahin naman natin ang style or approach? Gulatin mo ang sarili mo, mag-isip ka naman ng positibo 😂. It might be that your now adult brain is not protecting you for some reason, at yun dapat ang ugatin natin para maitama.

WHEN BRAIN FAILS TO PROTECT

Iniwan si Elise (not her real name) ng live-in partner niya. Hindi nito matanggap na umalis na ang lalaking ginastusan niya ng todo-todo ang lahat ng luho. Sa galit ay sinugod ni Elise ang lalaki sa bahay ng bago nitong kinakasama. Dala ang bagong biling baril ay nagpaputok ito sa ere ng ilang beses habang kinakalampag ang gate at doon naghurumentado.

"Lumabas kayo dito, mga hayop kayo! Niloko mo ako! Demonyo ka! Binigay ko sa iyo ang lahat! Lumabas ka dito, mag-usap tayo!" (Nyak! Paano lalabas eh may baril ka!)

Nang rumesponde ang mga pulis ay nakipag habulan pa si Elise sa highway sakay ng kotse kasama ang isang kaibigan. Okay na yung

nakipag-habulan, aba'y feeling action star pa itong si Elise na nakipagbarilan. Ayun! Patay ang kasama nito sa kotse.

Elise acted like a two-year old kid with a tantrum just because she didn't get what she wanted the most – her live-in partner or their life back. Hindi ko sinasabing mali ang emosyon ni Elise ha, pero yung approach nya sa pag-deal nung discomfort or pain eh parang sa isang batang inagawan ng candy. Kaya every time nakakakita ako ng adult na may TOPAK at nasa full mental breakdown mode, sa mata ko para itong batang may regression[16] na either kailangan ng palo o mahigpit na yakap.

REGRESSION

defense mechanism

-**Return** to a former or **less** developed state.

That's why there are people who curl themselves up on the bed and suck their thumb like a child when under extreme distress. Minsan pa nga eh nagsisisigaw sila ng, "Mommy! Mommy!". Gusto nilang bumalik sa pagkabata na merong yayakap at maghehele sa kanila. Wala na kasing gumaganito sa atin bilang adult. Sabi nga ng isang kanta ni Gary V, the warrior is a child. Kaya masasabi mong, "Lord, pagod na akong maging strongest warrior. Gusto ko namang maging Disney princess 😂.

Ano ang nangyayari sa UTAK-TOPAK na hindi na magawang protektahan ang sarili? This time gagamitin naman nating acrostic ang salitang ***T.O.P.A.K***. Marami-rami tayong gagamiting acrostics all throughout this book, so be warned.

T.O.P.A.K.

Tuluyan **mong hindi papansinin ang internal brain signals na pumoprotekta sa iyo.** Actually sumisigaw na ang brain mo sa iyo, "Hindi ka okay! Do something about it!" Pero deadma ka lang. Dito na nagme-mess up ang diet mo. Wala kang ganang kumain or kain ka nang kain. Magkakaroon ka ng isyu sa obesity or anorexia – relating to gastric and digestive issues. Pati tulog mo (insomnia or sleep apnea) ay apektado. Your sex life or relationship with people around you is also in terrible shape. Higit sa lahat, nagkaka problema ang internal organs mo. Meron kang palpitation, hirap huminga, sinisikmura, at pakiramdam na mamamatay ka na.

Sa kaso ni Elise, ito ang possible na naramdaman niya nung nakipag-break sa kanya ang jowa niya. Nawindang ang utak niya sa sobrang biglaang pagbabago ng buhay (break-up). Hindi siya makatulog (o nasobrahan), mataas palagi ang cortisol, nag-iba ang eating habits, atbp. Kaya bumagsak ang immune system niya na dapat sanang makakarinig o makadarama ng signalling ng brain niya na hindi na ito maka-function nang maayos. Lunod si Elise sa sakit kaya hindi makaporma ang utak nito para sabihin sa kanya ang tamang gawin.

Oras na tanungin ka, **"How can I/we help you?" magkikibit-balikat ka lang, "Hindi ko alam. Ewan ko. Bahala na.".** Blanko ang utak mo kasi nawala na rin yung road map na magsasabi sayo kung saan ka sunod pupunta at anong dapat mong gawin na makabubuti sa iyo. Ito na yung simula ng self-isolation, pagkikimkim, o learned helplessness. We just want to remain in the status quo. "Ayoko ng ganitong pagbabago. Gusto kong bumalik ako sa dati. Let's start over, pero dun pa rin sa sitwasyon natin noon."

Ang pakiramdam ni Elise, she was so lost and couldn't live without her boyfriend. Hindi niya makita ang ibang options na meron ang buhay niya without her ex by her side. Gusto niyang ibalik ang dati kaya ayaw niyang harapin ang malaking pagbabago sa buhay nya. Kaya minsan, noh? Kahit miserable na tayo sa buhay natin, just because we are so scared of the unknown future or alternative, nagtitiis tayo sa ating miserable state, thus the onset of learned helplessness.

Pagal na pagal ang katawan. Yung wala tayong energy kumilos at humanap ng ibang way para libangin ang sarili at turuan ulit ang brain na sumaya at sumigla. Pwede rin namang super hyper or yung tinatawag na manic[17] ang ating naging mood. Kung saan-saang direksyon gustong pumunta ng katawan dahil sa dikta ng magulong isipan. May uumpisahan pero hindi tatapusin ang ipinaglalaban.

Malamang si Elise ay nalugmok for a few days dahil sa depression. Walang ganang kumilos pero buhay na buhay ang utak na hindi makatulog. Isip ng isip kung paano mawawala ang sakit at galit na nararamdaman sa loob ng puso at isip niya. Kung kani-kanino at kung saan-saan sya nag-rant. Baka nga sa ibang tao muna ito nagbunton ng bitbit na galit at sama ng loob. Tapos days later, yun na! Nung bumili ng baril eh nasa war mode na ang utak at katawan nito.

Ayaw na ring gumana ang brain para magbigay ng warning o pag-asa. Wala ng pakialam kung masira ang negosyo, mabigo sa mga pinangarap, o anong sasabihin ng ibang tao. Kahit may truck na dadaan habang tumatawid, wala nang pakialam kung masagasaan o mawala sa mundo. Ganito na ang kahahantungan ng taong dahil sa utak-topak ay hindi na siya maprotektahan.

Nang pumunta si Elise sa bahay ng dating ka live-in na may dalang baril, patay kung patay na ang nasa isip nito. Hindi mo na makakausap ito para sabihang, "Hoy! Krimen ang gagawin mo, maghunos dili ka!" Bingi na ito sa galit at bulag na sa katotohanan.

Kahit anong consequences na mangyayari dahil sa magiging decision, hindi na logical mag-isip ang taong may matinding **TOPAK.** Basta nakasentro ang utak sa problema at sakit na nararamdaman, wala na itong maisip na solusyon na panghahawakan.

Pinagbabaril ni Elise ang bahay ng boyfriend at ang mga pulis dahil yun na lang ang alam niyang gawin. Walang ibang alternative. Nagdilim na ang paningin, umusok ang tenga, at nag-apoy na ang galit kaya namanhid na pati ang kanyang konsensya. Hindi na si Elise ang babaeng naghuhurumentado, katawan na lang ito na parang empty shell. Her brain was no longer functioning to protect herself, kaya pati suheto ng kaluluwa nito ay tila wala na rin.

Is there no turning back from here? Anong gagawin kung wala na sa protection mode ang utak natin at nag-iisip na ito ng mga bagay na ikapapahamak natin?

Buti na lang magaling si God! If you know your Bible, sa librong Genesis nakasulat ang creation story. Nilikha ni God ang sanlibutan gamit ang kanyang salita (WORD OF GOD). Sabi Nya, "Let there be light…" tapos from there sunod-sunod ang pagsasalita ni God hanggang mabuo ang Garden of Eden.

AND GOD SAID, "LET THERE BE LIGHT," AND THERE WAS LIGHT. GOD SAW THAT THE LIGHT WAS GOOD, AND HE SEPARATED THE LIGHT FROM THE DARKNESS. GOD CALLED THE LIGHT "DAY," AND THE DARKNESS HE CALLED "NIGHT." AND THERE WAS EVENING, AND THERE WAS MORNING— THE FIRST DAY. GENESIS 1:1

God was pleased with all His creations. Pero nung tao na ang lilikhain Nya, na-stress na si God (Charot!). In fairness, nung tayo na ang lilikhain ni God, He used His hands. Hindi lang talaga nagsalita si God, kumilos at nag-effort pa Siya nang husto. He molded us from head to toe. Kaya walang aksidente ang itsura mo na yan, kahit itsurang naaksidente ka (joke lang!).

Nung nabuo na mula sa alikabok (putik) ang tao, lifeless pa ito. Then and only then that God breathed on us. Hiningahan tayo ni God sa ilong para lang mabuhay. Yang hangin na hinihinga mo ngayon, galing kay God yan dahil mahal na mahal ka Niya. Hinga nang malalim, dali! Savor that gift of life that God gave us. Minsan kasi napaka-ungrateful na ng puso mo kaya kahit yang munting hininga mo ay balewala na sayo.

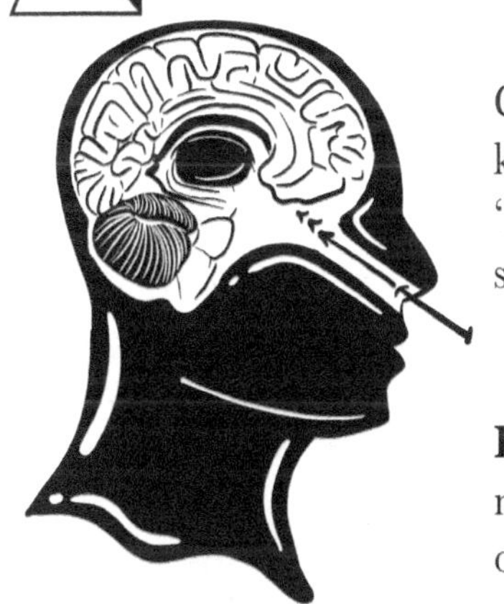

Now, para sa mga naranasan ang ma-COVID testing at pasukan ng swabbing kit sa ilong, madalas na sabihin natin, "Ang sakit! Parang sinungkit ang utak ko sa sobrang pagkalikot."

Totoo naman. Using **Endoscopic Endonasal Surgery** pwedeng magkaroon ng access ang mga doctor to operate on your brain through the nose.

Ngayon, imagine God breathing on our noses. Hindi lang Niya tayo binigyan ng hangin sa baga, pati utak natin nilagyan NIYA ng hininga. Kaya yung kasabihang utang natin sa Diyos ang buhay natin ay totoo kahit mga magulang natin ang may ginawang 'milagro' kaya tayo nabuo. Yung capability nating lumanghap ng hangin at huminga paglabas na paglabas natin sa sinapupunan ng nanay natin ay isang palatandaan na meron tayong **BREATH OF GOD that made our brain so powerful in protecting us.**

That's why when our brain is not well, nahihirapan tayong huminga. It's not just because of BIOLOGY (Science), but also because of THEOLOGY (Faith). The more your brain is far from God, you are – more or less – denying your lungs and brain air to breathe.

KAYA MADALAS YUNG MGA NAGME-MENTAL BREAKDOWN AT NAGPAPANIC ATTACK, PAKIRAMDAM NILA MAMAMATAY NA SILA. IT'S BECAUSE THEIR FEARS PLAY A MORE IMPORTANT ROLE IN THEIR LIFE THAN GOD. THE MORE YOU THINK THAT YOU WILL DIE, THE MORE YOU DENY THAT POWERFUL BREATH OF GOD TO HEAL YOU. TANDAAN MO, GOD IS BIGGER THAN YOUR FEAR. SAPAT NANG EBIDENSYA NA MAY HININGA KA PA!

HUSBAND: HONEY, YOU ALWAYS TAKE MY BREATH AWAY.
WIFE: (KINILIG)
HUSBAND: AS IN, UBOS ANG HANGIN SA BAGA KO DAHIL SA KAKA-SHOPPEE AT LAZADA MO!

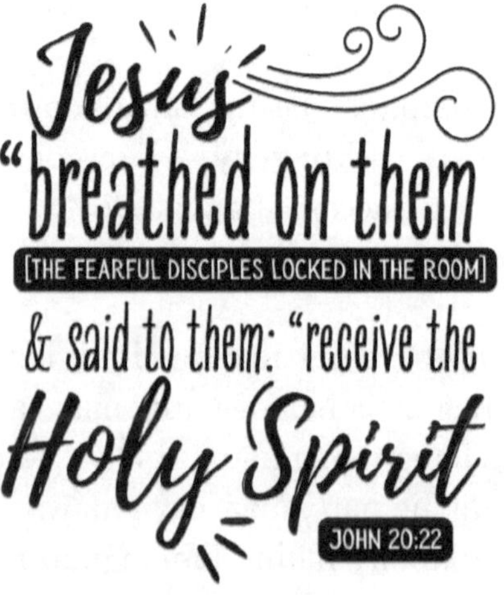

Kaya kahit anong bigat ng problema mo ngayon sa buhay, yung tipong "basag na basag na ang pula"[18] ng iyong utak, the TRUTH remains. **Inside your brain is the Holy Spirit given by Jesus[19] before He ascended to heaven. This BREATH OF GOD is what we can use as our BRAIN KALASAG.** Utang na loob at kaluluwa, **live by this TRUTH** para utak mo'y ating maisalba!

Di ba sa SADSATNB?, sabi ko, SCIENCE and GOD will always be part of my mental health discussion. GOD, being **THE GREATEST INTELLIGENCE BEHIND SCIENCE,** knew what He was doing when He first designed and brought us to life. Ang kailangan lang natin ay maniwala that **GOD is BIGGER, WAY BIGGER THAN ALL OUR FEARS!**

May katigasan lang talaga minsan ang utak mo dahil ang hilig mo sa MANSANAS. HUWAAAAT?!? Ba't tayo napunta sa usapang prutas? Nang kinagat mo kasi ang mansanas, kinagat ka rin nito kaya inabot ka ng malas! Yan tuloy, gustong-gusto mo mang protektahan ang brain mo, hindi naman activated ang iyong BRAIN KALASAG para gawin ito.

Wag ka na kasing patukso sa utos ng ahas na palaging kagatin ang mansanas. Pag ginawa mo ito, tatlong malulupit na bagay ang mangyayari na magpapaligalig ng iyong utak.

CHAPTER III:
MANSANAS ANG KINAGAT, UTAK ANG NAGKASUGAT

Balik lang tayo saglit sa Bible story ha, promise may point ako for torturing you like this (Charot!). Nang kinagat nila Eba at Adan ang ipinagbabawal na prutas (apple symbolizes it), sinisi nila ang ahas na tumukso sa kanila. Buti naman hindi nila sinisi si God who created that tree (Knowledge of Good and Evil) in the first place, and subsequently forbade its fruit to be eaten.

"LORD NAMAN KASI, PARANG MARSHMALLOW TEST. INILAGAY MO SA GARDEN YUNG MASARAP NA PRUTAS TAPOS IPINAGBAWAL MONG KAININ NAMIN. ENYEBEYARN!" SA ISIP-SIP SIGURO NINA EBA AT ADAN.

Well to make the long story longer ☺, eating that forbidden fruit – ang mansanas nga – caused the fall of men (Adam and Eve). PAGSUWAY ang dahilan ng pagbagsak ng sangkatauhan! Hanggang ngayon naman eh, pagiging batang-pasaway mo ang dahilan ng iyong paulit-ulit na kapahamakan. Kaya no more na, ha. Last na yarn!

Bumawi naman si mansanas, in fairness. Sabi nga ng doctor, "An apple a day, drives me away." Apple din ang dahilan kung bakit nadiskubre ni Isaac Newton ang gravity[20]. Di ba sa kwento, nakita ni Isaac ang pagbagsak ng mansanas sa lupa. Tapos napaisip sya, "Ba't parang spaghetti na pababa, pababa ng pababa ang direksyon nito, at hindi paakyat ng langit?" Yan ang kagandahan ng mga taong walang mental health issues, nakaka-discover ng mga bagay-bagay na makabuluhan sa mundo.

Incidentally, Isaac Newton was a man of faith and Science, kaya naman he was in awe of God. Sabi nya, "Sa ganda ng mundong puno ng misteryo, imposibleng walang powerful GOD na nag-design nito." Gravity is still one of the laws of nature that no one can defy. Sige, try mong ibagsak ang iphone mo mula sa mataas na gusali, check natin kung masusuway mo ang gravity. Gravity is also important to sustain our existence in this universe. This discovery strengthened Newton's belief and awe in God who created and designed the universe.

Viola! Dahil sa mga kagaya ni Isaac Newton, maraming mga scientists ang naging proponents ng Intelligent Design[21]. It's a concept that debunks Charles Darwin's theory of evolution and the atheistic belief that God is only a delusion. According to Stephen Meyer, one of the famous proponents of Intelligent Design (ID) concept, hindi tayo aksidente dahil sa evolution of cells from primates to humans. Iba ang DNA ng primates sa tao and vice versa. Humans can never come from such evolution of cells or mutations because we are intelligently designed by God.

Again, walang pwersahan ng paniniwala ha. Buffet style dito. Itapon mo yung food for thought na hindi swak sa iyong panlasa at kainin mo lang ang sa tingin mong sa iyo ay magbibigay ng sustansya.

In my case, I can look in the mirror and never say to myself, "Napakagandang unggoy ko naman!" I always look in the mirror – despite my flawed appearance – and say, "Pati ang posisyon ng acne ko sa mukha ay intelligently designed." Dahil dito, ONE POINT for Newton's apple.

But then again, the empire strikes back, ika nga. Isang mansanas na naman ang ating kinagat. Mansanas na galing sa utak ni Steve Jobs. Haist, mansanas hanggang kailan mo ba kami ipapahamak?

NANG TUMALINO ANG TELEPONO
(SMARTPHONES),
NAGING BOBO ANG MGA TAO.

According sa librong I-Gen na isinulat ni Dr. Jean M. Twenge, smartphones really made an impact on our mental health. When Apple released its first iphone[22] in 2007, the market caught on quickly and before we knew it, almost all of us owned one. The depression and mental illness curve started to climb, but it was only in 2015 that people took notice[23].

The "smartphone babies" are the innocent victims of this state of the art invention. Naging yaya at caregivers ng mga toddlers ang smartphones. Kaya naman walang kalaban-laban ang kanilang utak para sanggahin ang mga *knowledge of good and evil* na hindi pa nila dapat malaman o ma-access at such a young age.

Wag ka nang magpaliwanag! Powered by IOS or Android man yang smartphone na gamit mo, SUSUGATAN niyan ang utak mo. Again, sa tuwing kinakagat mo ang mansanas (using smartphones) utak mo ang naaagnas.

Paano ka nilalatayan ng iyong walang humpay na paggamit ng matalinong telepono?

GETTING STUCK IN YOUR LIMBIC SYSTEM

There's a study[24] that depressed moms have a higher chance of giving birth to kids with ADHD. Kaya naman as much as possible bago magdesisyon na mabuntis ang mag-asawa, wag kasing puro chukchakchenes (charot!), dapat maging maalaga muna sa isa't-isa.

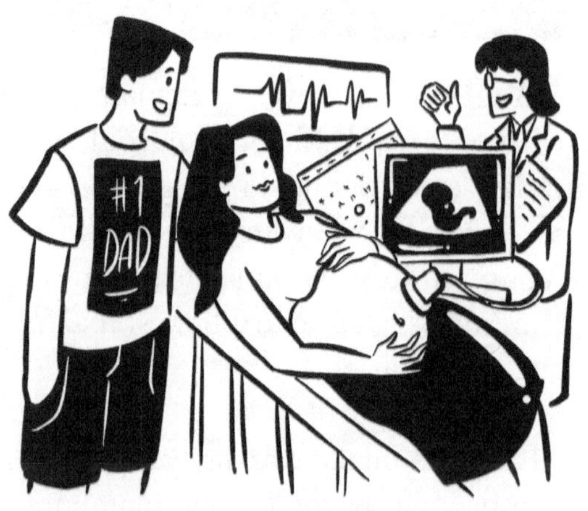

May mga couples na nagpapa due diligence ha. Pinapatingnan nila ang DNA nila kung compatible ba. Tapos yung diet at mga past issues dapat inaayos muna para less stress ang pagbubuntis. Hindi lang ito sa nanay, syempre sa tatay din. May unwanted drugs sa system ang sanggol na ipinanganak kapag drug addict or alcoholic ang ama. Kaya pati si daddy dapat clean and healthy living a year before buntisin si momshie.

Now, assuming na ang galing nyong mag-asawa kasi hindi ipinaglihi sa sama ng loob ang anak nyo. Kahit pandemic baby yarn, wala kayong anxiety, at lahat ay pinaubaya nyo kay God. Lumabas si baby na maayos ang signalling ng brain (reptilian) at very responsive sa mga tao sa paligid (mammalian). Advanced pa nga ang brain development nito kaya naman wala itong atypical markers (cognitive/PFC). Yun lang dahil ulirang magulang ka, binigyan mo agad ng sariling tablet ang iyong baby at ginawa itong yaya o kaya naman eh pinagkakakitaan mo ang sanggol mo sa social media. Lahat ng moments ng paglaki ni baby eh mapapanood ng madlang pipol. Patay kang bata ka!

Giliw na giliw ka nung una mong ipinakita sa baby mo ang gadgets (cellphone, tablet, laptop, at smart TV). Selfie dito at selfie doon kaya laging viral ang pictures ng anak mo sa social media.

Kuhang-kuha nito ang atensyon ng baby mo na babad na babad ang mga mata sa screen. Yan tuloy, walang signal na nakukuha ang anak mo sa brain niya para umiyak ito dahil gutom na o basa ang diaper. Ang tahimik at ang bait-bait ng anak mo na nasa isang sulok lang habang nakatitig sa smartphones na mas malaki pa ang screen kesa sa mukha ng baby mo.

Tapos takang-taka ka, 'ba't kaya hindi pa nagsasalita ang anak ko eh tatlong taon na? Tapos pag kinakausap mo eh walang reaksyon. Paano magsasalita eh walang taong kausap, busy ka rin kasi sa kaka-cellphone mo.

Ang saya-saya kasi tahimik ang anak mo, hindi umiiyak, at nakatutok lang sa screen buong maghapon. Hindi na nga gumagalaw kaya mukhang na-stroke. Tapos magtataka ka, "Ba't nagta-tantrums siya kapag walang cellphone?" Eh, paano hindi marunong makipaglaro at makihalubilo sa mga tao lalo at lunod sa blue lights ang limbic system nito. Dapat child abuse na maituturing ang maagang pag-expose sa babies ng mga gadgets na hinayaan ng mga caregivers #justsayin.

Tapos habang titig na titig ang anak mo sa computer screen, biglang may kumagat sa paa nito. Your child, however, can feel the pain but may not be able to process what the sensation is all about, and how to deal with it. Kailangan ng activation ng cognitive brain or prefrontal cortex (PFC) para gawin ang processing na ito.

With an active PFC, kakamutin ng bata ang parte ng katawan nyang kinagat, at kung makitang maliit na insekto ito ay pwedeng patayin agad. Eh, paano kung makamandag na ahas na pala ang kumagat sa bata? Kung naluto ang limbic system sa blue lights na galing sa screen, mabagal ang development[27] ng prefrontal cortex nito. Kumakalat na ang lason sa katawan, nanonood pa rin ng Cocomelon ang anak nyo. Di ba ang saklap nun?

Furthermore, children who grew up using gadgets as an escape from pain, would likely have higher neurotic tendencies as teens or young adults. Sila yung mga kabataang sobrang nahihirapan sa mga challenges sa buhay. Konting kibot, takot na takot. When the going gets tough, they instantly feel like dying, at doon sila nagkakapanic attack o kaya naman ay nakararamdam ng depression dahil sa overwhelming emotion or numbness. Tapos ang usual na paraan para takasan ang ganitong sitwasyon ay ang lunurin lalo ang sarili nila sa screen. Ang saklap noh? ***The very reason why we are having mental breakdowns left and right is the only solution we thought we need to survive.*** Yan tuloy, na kahon na ang anak natin sa cycle of pain at parang ang hirap ng kumawala dito.

Ikaw rin na hindi mabitawan ang cellphone, pwedeng mangyari sa iyo ito kaya maikli ang pasensya mo at masyado kang madaling maapektuhan ng mga bagay-bagay. Neuroticism[28] is your over sensitivity to react negatively when dealing with problems, o palakihin ang isang bagay na otherwise ay hindi naman dapat big deal.

Ngayon alam mo na kung bakit palagi kang na-o-overwhelm ng mga emotions mo, positive or negative man. **Your negative emotions can hijack you to the point that you cannot function normally.** Tapos na yung nangyari, pero dahil hindi na proseso ng PFC mo, hindi ka pa rin maka-move on. Likewise, your extraordinary positive emotions (like shopping or porn addiction) may leave you feeling extremely high, followed by numbing lows. Again, lahat ng ito ay dahil stuck-up ka sa limbic system mo as you continually feed your screen addiction, hampering the development of your PFC or deactivating its functions.

Tsk! Hilig kasi sa mansanas, eh. Hindi pa tapos si Lowluh, may isang latay pang sumusugat sa iyong utak sa tuwing mansanas (smartphones) ay iyong kinakagat (addiction).

INABILITY TO IDENTIFY small trauma vs. BIG TRAUMA

Hindi malaman ni Zenia (not her real name) ang gagawin sa Grade 8 na anak. Nangangatog ito at iyak nang iyak kapag nasa school. Matapos ang pandemic ay unti-unti nang bumabalik sa face-to-face ang klase, pero ang anak nito ay hindi mapakali.

"Sinundo ko na naman, Lowluh. Kasi tinawagan ako ng teacher. Iyak daw nang iyak sa klase at nangangatog. Nung kinausap ko, narinig daw niyang nagtatawanan ang mga kaklase niya at pakiramdam niya eh siya ang pinag-uusapan," kwento ni mommy sa akin. Naka-ilang lipat ng eskwela ang anak ni Zenia dahil nabubully daw ito. Kapag tinanong mo naman kung anong nangyari ay puro haka-haka ang mga kwento nito.

Grabe, noh? Nung panahon namin (OK Boomers at GenX, kaway-kaway naman dyan!), may away bata rin at asaran pero walang term na bully noon. Umuuwi ang kuya ko na duguan ang mukha pero walang reklamo. Kinabukasan kalaro na naman niya ng basketball yung nakasuntukan niya. Ngayon, "Words are violence!" ang peg ng mga tao. We become a generation of hurt people (pabiktima), and our offended hearts are now our temples (idolizing victims).

Bakit nga ganun? Lahat na lang ng bagay ay ginagawa mong traumatic kaya naman buhay ay nagiging dramatic. Kasi hindi na rin ma-recognize ng utak natin kung anong kaibahan ng maliit na trauma sa MALAKING TRAUMA.

> TRAUMA...ITAPON SI MAMA (THROW MA!) KAPAG SI PAPA ANG ITATAPON? TROPA (THROW PA!) KAYA SA LOOB NG BAHAY NYO, MALAMANG MERONG KAYONG KA–TROPA O KASAMANG NAGBIBIGAY SA INYO NG TRAUMA. SINO YUN, SI MAMA O SI PAPA (CHAROT!)

BIG TRAUMA & small trauma

Madalas na sa ospital lang natin naririnig noon ang salitang trauma dahil ang tinutukoy nito ay pisikal na sugat. Pero ngayon meron na tayong trauma na patungkol sa sugat ng kaluluwa na nagbubunga ng emosyong hindi kaaya-aya.

TRAUMA
term

-Ang salitang TRAUMA ay hango sa wikang Greek na ibig sabihin ay SUGAT.

Pag nasugatan tayo in any part of our body, ang pag galing nito ay nag-iiwan ng peklat. Sa oras na ito ay muling mag naknak, impeksyon sa dugo ay tiyak. Kapag ang trauma naman ay tumatak sa memorya, paglimot sa nangyari ang paraan para sakit ay hindi madama.

In other words, hindi na lang physical sugat ang trauma. Sa panahon ngayon, halos lahat eh ikina-truma na natin. "Nakita ko ang sexy bikini ni kumare sa FB, na-trauma ako.", "Narinig kong pinagtawanan nyo ako, na-trauma ako.", "Naamoy ko ang utot mo, na-trauma ako." Grabe! Lahat na lang ininda at inireklamo, juicemiyo! Marimar! Kailan ba gagaling ang mga sugat mo?!

TURNING YOUR TRAUMA INTO A BEAUTIFUL SCAR

Kapag nasugatan tayo ng malalim, matic na mamamaga ang bahaging may hiwa. Inflammation ang tawag dito. Mabuti ang inflammation[29] dahil minamarkahan nito ang balat o laman natin na magnanana. Ibig sabihin ay ipinapaalam ng ating sugatang katawan (inflammation is a signal that something is wrong with the body) sa ating immune system na, "Oi, may dapat kang labanang bacteria or infection, kumilos ka, dali!"

After nito ay mangyayari ang proliferation process para marepair ang mga nasirang blood vessels at magkaroon ng angiogenesis[30]. Yung balat or laman natin, after ng sugat, will not be as blemish-free or smooth to touch. Remodelling[31] naman ang tawag dito. Yung iba ay umaangat ang balat at nagkakaroon ng keloid formation. Sa wakas ang sugat ay naging peklat, pangit man ang iniwang bakat, pwede mo naman itong bigyan ng magandang kwentong may aral na kaakibat.

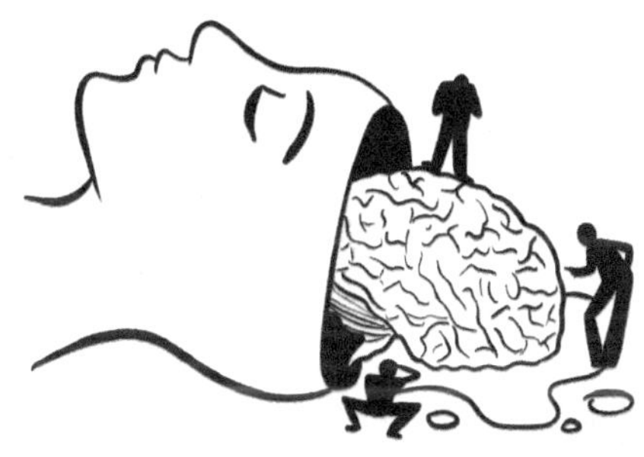

Ganun din ang trauma. According to Dr. Gabor Mate – kilalang doctor na ine-explore ang healing through connecting emotional trauma to physical disease – may small t na trauma at capital T na TRAUMA.

Ang small t na trauma ay yung mga good experiences na deserve mong maranasan pero hindi ka pinalad na pagdaanan.

7th birthday ni Jude (not his real name) gusto niya sanang makasama ang papa niya pero sundalo kasi ito at naka-duty sa malayong probinsya. Naghanda na lang ang mama niya ng maraming pagkain at nag-video call naman sila ng papa niya. **Deserve niyang makumpleto ang pamilya sa kanyang kaarawan pero hindi binigay sa kanya.** May sugat pero maliit lang kaya hindi grabe ang lamat.

Lahat naman tayo merong mga ganitong gusto na hindi natin nakuha noong maliit pa tayo. Kahit nga ngayon ay marami pa rin tayong frustrations sa buhay.

Unless mataas ang level ng neuroticism mo or mababa ang iyong adversary quotient na tinatawag, konting bagay talaga ay malaking TRAUMA na sa iyo.

Ang capital T for TRAUMA ang traydor. Tumatatak ito sa temporal lobe natin (storage of our long term memories) tapos ay pwedeng manahimik nang matagal. Pero once na ma-trigger tayo (in the present), dito na tayo makadarama ng matinding paghihiganti ng ating sistema dahil nga marami tayong itinago (from the past) na trauma.

Habang kausap (video call) ni Jude ang papa niya ay may bumaril dito. Kita pa ni Jude ang pagsabog ng utak ng tatay niyang tumalsik sa screen ng tablet nito.

SA MALAKING TRAUMA NA NARANASAN NI JUDE, HE WOULD SURELY SUFFER FROM POST TRAUMATIC STRESS DISORDER (PTSD). KAPAG KASI HINDI SIYA NAKATANGGAP NG TULONG PARA I-PROSESO ANG NANGYARI, THERE CAN BE A REWIRING OF HIS NERVOUS SYSTEM.

Mag-iiba ang tingin niya sa mundo, kaya yung internal signaling ng utak niya ay hindi na gagana kagaya nung inosenteng bata pa siya. Typical ito sa mga taong nakaranas o naka-witness ng life and death situations, inabuso, o ginawan ng paulit-ulit na pagmamaltrato. Posibleng makaranas si Jude ng bangungot, takot na hindi maipaliwanag, at galit na sumasabog. Kung hindi kulungan o kamatayan, adiksyon sa droga, alak, sugal, pambababae, paggawa ng krimen, atbp. ang pwedeng kauwian ni Jude sa kanyang paglaki.

Now you might say, "Eh, grabe naman kasi yung dinanas ni Jude, hindi naman ako ganon." Talaga lang? Ba't hanggang ngayon hindi mo pa rin matanggap na hindi ka favorite ng magulang mo, o may nasabi sila noon sa iyo na hanggang ngayon ang lalim ng hinanakit mo?

Para sa mga nakaranas ng small trauma, **_Developmental Trauma Disorder_** naman ang posibleng mayroon ka. Common kasi ito sa mga bata ngayon, na pinalala pa ng pagka-adik sa smartphones.

Narining ni Muning na sinabi ng tatay niya, "Ang malas ni Muning,

nang ipinanganak siya eh nakulong ang nanay ko." Tumanim sa batang puso ni Muning ang sinabi ng ama na naging dahilan kung bakit mailap siya dito. "Malas ako, malas ako, malas ako sabi ni Papa," ito ang paulit-ulit na karga ni Muning sa kanyang kunsensya.

Because Muning felt that she didn't get what she deserved – the love of her father - this caused a small trauma that brought disorder in the development of her relationship with her father. Lumayo ang loob ni Muning sa ama, bagay na binalewala naman ng tatay niya.

Surprisingly, si Muning ang nag-alaga sa ama nung naratay ito sa kama. Nagkaroon si Muning ng tinatawag na **reaction formation**[32]. Kung sino pa yung taong alam mong malupit sa iyo, sobrang kabutihan ang ipinapakita mo dito just to cover up the pain from such rejection. The opposite of this is **disinhibition**. Ito naman yung, kung sino pang tao ang sobrang minamahal ka, sinasabotahe mo ang relasyon nyo sa takot na iwan at saktan ka (ulit) in the future.

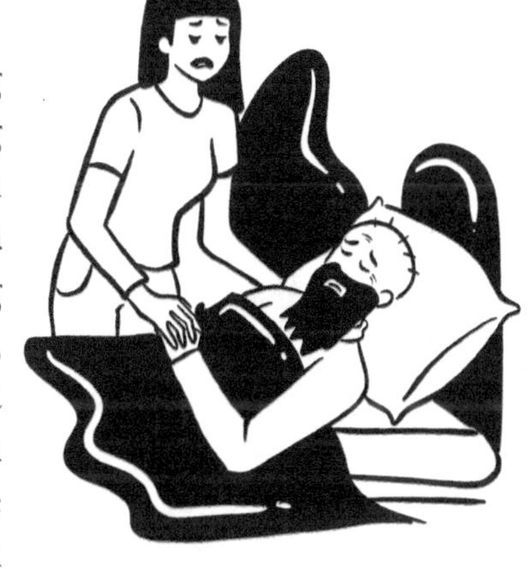

ONE COMMON COPING MECHANISM FOR TRAUMA IS KNOWN AS THE REACTION FORMATION OR ACTING THE OPPOSITE OF HOW YOU TRULY FEEL.

Ang dami kong kausap na ganito. One audience during my brain health webinar saw a monster in an inkblot drawing that I showed them. When I commented about a possible trauma that she experienced, she PMed me after the webinar. Yung nanay nya grabe ang pambubugbog sa kanya nung bata pa silang magkakapatid. Pero ngayong malalaki na sila, kapag nanghingi ng pera ang nanay nya at nakarinig sya ng masasakit na salita, natataranta syang mangutang kung kani-kanino mabigay lang sa nanay ang gusto nito. It's like she's still a terrified child begging for love and acceptance. Sabi ni Dr. Gabor Mate, "Please love me syndrome" ang tawag dito. Yung uhaw na uhaw ka sa pagmamahal ng taong pinagmalupitan ka, pero pinagsisiksikan mo pa rin ang sarili mo sa kanya. Ouch, di ba? Truth hurts, but it will definitely set you free.

Despite everything, si Muning ang nag-alaga sa tatay niya nung malapit na itong mamatay. During that time, I learned about Muning's issue with her dad. Kinausap ko ang kuya ko tungkol dito (Muning's dad was my brother) "Bakit mo naman sinabing malas si Muning?" Nakupo! Ang sagot ng tatay niya, "Eh totoo naman. Malas si Muning dahil noong ipinanganak siya, nakulong si inay. Hindi tuloy niya naranasan ang maluhong buhay kagaya nung kay Binoe (Kuya ni Muning)."

Napanganga si Muning na nakikinig sa usapan namin. All her life, bitbit nya ang sinabi ng ama, mali naman pala ang intindi nya. Parehong sentence ha, pero magkaiba ng dating sa dalawang pusong nagsabi at nakarinig. "Ang malas ni muning, nang ipinanganak siya, nakulong si inay." Ang ibig sabihin ng tatay nya – kawawa (unfortunate) si Muning dahil wala na itong lola na mang-i-spoiled sa kanya kagaya sa kuya niya na ipinanganak noong yayamin pa ang kanilang lola (yung nanay kong ex-convict).

Ang interpretasyon naman ni Muning – may malas (curse) syang dala sa pamilya dahil nang ipinanganak siya ay noon nakulong ang lola nya. Nyak! Kahit saang anggulo mo tingnan, pareho silang tama at pareho silang mali, noh? Sugat na matagal kinimkim, wasak na relasyon ang sasapitin. Dahil sa small trauma, nawala ang autheticity ni Muning sa harap ng tatay nya. Gusto ni Muning ng attachment sa ama pero puro galit ang kanyang nadama.

Isa sa matinding sinira ng smartphones ay yung abilidad nating makipag-usap, mata sa mata. Nakatingin kasi tayo palagi sa screen kaya mga importanteng tao sa paligid natin ay hindi mapansin.

Sa huli, hindi tayo attuned sa mga kasama natin sa bahay o sa mga mahal natin sa buhay. Gusto nating maging malapit (attachment) pero parang may mga nakaharang na sampay. Konting kibot pa ay palaging may mga negatibong pagpuna, hanggang sa umaakto na tayo sa harapan nila ng paiba-iba.

Which is more important, attachment or authenticity? How can we balance both? Kasi kapag nagpakatotoo tayo, posible tayong mawalan ng koneksyon sa ibang tao. On the other hand, if we value attachment too much, we might lose our authentic self.

Kapag ganito, ang pangatlong latay sa atin ng adiksyon sa matalinong telepono (screen addiction) ay…

AUTHENTICITY OR ATTACHMENT, PANIRA NG MOMENT

Sayang! Sayang! Sayang dahil ang daming oras na natapon dahil lang hindi nag-usap sina Muning at ang tatay niya tungkol sa misunderstanding na ito. Hanggang sa namatay na ang ama ni Muning na hindi man lang nakapag-iwan ng masayang memorya.

AUTHENTICITY VS. ATTACHMENT

Ang Developmental Trauma Disorder (DTD)[33] ay wala sa DSM-5[34], ang libro na naglalaman ng mga diagnostic criteria for mental illnesses. Ang naandoon ay post-traumatic stress disorder (PTSD). Ang isa sa rason kung bakit wala ang DTD sa DSM-5 ay dahil mali ang "blaming game". Baka kasi mauwi ang isyu sa paninisi ng mga tao sa caregivers or magulang nila. "Kaya ako suicidal ngayon dahil sa Mama ko.", posible kasi na ma-stuck up tayo sa ganitong thought-processing kapag binalikan natin ang ating nakaraan.

DTD talks about mapping the pain of your childhood and subsequently identifying those who inflicted the pain in your young brain. Usually, sa prosesong ito eh natutumbok palagi ang nagpalaki sa atin (pwedeng magulang, kamag-anak, foster institution, yaya. atbp.). Agree naman ako dun na dapat eh hindi mauuwi ang lahat sa paninisi tapos eh biglang wala ka nang responsibility sa mga nangyari. Yet, I cannot help but think, "Eh ang una namang nagturo sa atin about authenticity, attachment, or lack of one or both ay mga caregivers natin, di ba?"

> "NOT ALL WHO EXPERIENCED DEVELOPMENTAL TRAUMA DISORDER GREW UP TO HAVE MENTAL ILLNESSES, BUT THOSE WHO DO HAVE MENTAL ILLNESSES ARE MORE LIKELY TO HAVE SUFFERED SOME FORMS OF TRAUMA." – DR. GABOR MATE, IN THE REALM OF THE HUNGRY GHOST
>
> WALANG PINAG-IBA YAN SA, HINDI LAHAT NG NANONOOD NG PORN AY NAGIGING MANYAK, PERO 100% NG MANYAKIS AY ADDICT SA PORN OR SOME FORM OF IT.

Di ba kapag reptilian brain ang ginagamit natin, hindi tayo fake sa ibang tao. We are very authentic even to a point na nakakasakit tayo ng ibang tao. Kaya ang bata sa classic story na, **The Emperor's New Clothes** ay nakita agad na walang damit ang

emperor. Matabil ang dila ng mga bata na nagsasabi ng totoo. "Mommy, ang baho ng bibig mo," sasabihin ng bata yan kahit maraming tao sa paligid na makakarinig nito. Ganun ang mga bata eh, prangka at honest.

Growing up, syempre mapapalo na ang bata kapag gumawa ng kahihiyan sa pamilya. "Sssh! Pagdating natin sa tindahan, wag mong sasabihing pangit si Mang Kulas, hindi tayo makakautang niyan!" Tapos tinatakot pa natin sila palagi na, "Sige maglikot ka, kukunin ka ng moomoo or iiwan kita." Eh di nati-trigger ang takot ng bata kasi baka mawala ang attachment o pagmamahal ng caregiver niya. Susunod ito sa gusto ng caregiver na maging mabait, quiet, wag malikot, at magbehave na opposite sa authentic nature ng isang bata. Pag naglaban ang authenticity and attachment, as adults, dito na lalabas ang lahat ng mental turmoil na nakatago sa memory natin.

KAYA MARAMING TAONG DEPRESSED, ANXIOUS, AT GALIT KASI THEY WANT TO PLEASE PEOPLE AT THE EXPENSE OF FAKING IT. GAMIT ANG SMARTPHONES, MAS LALONG LUMALA ANG GIYERA NG AUTHENTICITY AND ATTACHMENT SA LOOB NG MGA UTAK AT PUSO NATIN.

Yung mga influencers lang ay lungkot na lungkot mawalan ng likes o bumaba ang views. Minsan hindi na para sa pera (monetization) ang labanan kundi para masabing maraming nagmamahal sa kanila, kahit hindi rin naman authentic ang mga followers. Isang pagkakamali lang ng influencers, ang loyal followers ay pwedeng maging vicious bashers.

Obvious ba na sinisisi ko ang lahat sa smartphones at interconnectivity considering na gamit ko rin sila para kumita ng pera? Ang punto ko lang naman kasi eh be aware or BEWARE! Be very aware of how our brains are designed to protect us, pero maraming internal and external factors that can prevent us from doing that. At lahat yan ay nakadepende sa kung paano ka mamuhay araw-araw. **Your daily habits can make or break you.**

This can give us proclivity to become neurotic, interpreting all our negative experiences as trauma. As such, we may end up isolating ourselves, fighting the authenticity and attachment war that's wreaking havoc inside us.

Pero alam mo, capital Trauma o small trauma man ang pinagdaanan o pinagdaraanan mo ngayon na siyang naging dahilan kung bakit ka nagkaroon ng rewiring sa iyong limbic system and prefrontal cortex brought about by PTSD or DTD, laging may silverlining sa kwento ng buhay mo gaano man ito kapait. Di ba nga, treasure hunter mode ka? Hahanapin mo ang tinagong regalo ni God sa dilim ng iyong trauma. Afterall, hindi mo rin naman deserve ang grasya ng Diyos pero binigay pa rin sayo, di ba? Oo, hirap ka pa ring maging authentic at may attachment issues ka pa rin dahil sa trauma mo, pero bahagi yan ng journey mo bilang tao. Hindi ka naman nag-iisa, marami tayo.

Paano? Well nagkaroon din si Jesus ng maraming trauma sa katawan, remember? Mula ulo hanggang paa ang sugat ni Jesus bago siya ipako sa Krus. Yet, nung magpakita Siya sa mga disciples at taong naniniwala sa Kanya, dala Niya ang sugat bilang patotoo.

Kasi isipin natin mabuti, nung nabuhay si Jesus after niyang mamatay sa krus ng kalbaryo, dapat may power na SIYA to heal His wounds, right? May power nga Siya to heal other people's wounds bago siya ipako sa krus, eh.

Sa paniniwala ko, Diyos na SIYA nung nabuhay Siya muli, wala na ang katawang tao NIYA. Yet, nung sinabi ni doubting Thomas (one of the apostles) na, "Maniniwala lang ako kung mahahawakan ko ang sugat ni Jesus." sa John 20:25, ganun nga ang ginawa ni God. Nagpakita kay Thomas para mahawakan nito ang Kanyang mga sugat. Bakit hindi pinagaling ni JESUS ang mga sugat NIYA considering na DIYOS na SIYA ulit at hindi na tao? ***Kasi may PURPOSE ang mga SUGAT ni JESUS, at IKAW yun! Binigyan ka Nya ng grasya na HINDI MO DESERVE.***

We are so worth the pain and suffering that JESUS even carried HIS wounds all the way to heaven. Ako na lang ito ha, paniniwala ko ito. Choice mo kung maniniwala ka rin. This personal belief gives me so much comfort. Ganun tayo ka-valuable kay GOD. Ganun din ang mga trauma na pinagdaanan natin.

Bakit nainda ni Jesus ang mga sugat ng katawang tao niya? Dahil may purpose ang sugat NIYA at ito ay ang iligtas tayo. Madalas  yun ang nakalimutan ng mga taong nagpapanic dahil takot silang mamatay. Bakit? Diyos ka ba para malaman mo kung sa paanong paraan ka mamamatay at kung kailan ka kukunin ni God? Ang masamang damo, matagal mamatay, charot! Tsaka, kung mamatay ka, hindi ba mabuti yun? Sabi nga sa Philippians 1:21, to live is Christ and to die is gain. Either way, pag may God tayo, buhay ay panalo! Ang tanong, may God ka ba talaga?

Ang mga taong dapat matakot mamatay ay yung walang personal na relasyon kay Jesus na namatay sa Krus kapalit ng buhay na walang hanggang naghihintay sa ating kamatayan. Ang tanong, alin ka ba dito sa tuwing nagpapanic attack ka, yung malaki ang Diyos kesa sa takot o yung takot dahil walang totoong paniniwala sa Diyos?

Kaya from now on, lagi mong isiping wala kang dapat sisihin sa mga masasakit na pinagdaanan mo sa buhay. Walang aksidente sa pagkakaroon mo ng sandamakmak na trauma. Lahat yan kailangan mong maranasan for a higher purpose above and beyond your human understanding. Kapag nakita mo ang treasures na itinago ni God sa likod ng iyong trauma, babasagin ng brain kalasag mo ang lahat ng sakit at pait na itinago ng iyong kaluluwa.

Yun ay kung titigilan mo na ang pagkagat ng mansanas na bigay ng ahas. Wala na tayo sa Garden of Eden, feeling mo si Eba o Adan ka pa rin. Ang ginagawa kasi ng smartphone addiction, bukod sa mga latay nito sa ating utak, mga trauma ay pilit nitong sa memorya ay itatak. Kasi nga naman, sa dami ng kung anu-anong pwede nating gawin sa ating mga telepono (watch, play, and goof around), pansamantalang nakalimot tayo.

Nakalilimot nga ba talaga o sa ibang anyo natin ibinubuga ang memorya ng trauma? Iba na ang wiring ng ating brain signalling system (FIGHT, FLIGHT, or FREEZE) kaya sa halip na proteksyon ng utak, sarili natin ay nalalagay sa pahamak.

BEWARE: YOUR MESSED UP BRAIN'S PROTECTIVE SIGNAL MAY TURN YOU INTO A FIGHTING COWARD, A FLEEING WARRIOR, OR A DEADLY FROZEN MUTE.

THE BRAIN THAT PROTECTS MUST BE PROTECTED

Fight, flight, and freeze protective[35] signaling of our brain are important physiological tools for our survival. These are our normal reactions when thinking about or experiencing anything – maganda man o hindi. Kung nakakita ka ng maliit na askal tapos ay nagsusungit, aba… aba…pwede kang mag fight mode. Girian at akmang sisipain mo ito, siguradong matatakot sa iyo. Your brain tells you to protect yourself this way. Kapag asong ulol naman ang nakasagupa mo at kayang pitasin ang binti mo sa isang kagat nito, aba'y teka muna. Bilisan mo ang karipas ng takbo, flight mode ka na for your safety. Pero kapag super cute ang mamahaling aso at napakabait na nilalandi ka pa nito, aba'y malamang na you will be frozen by its charm kaya gugustuhin mong kidnapin na ito (Charot!). You just want to stay in that moment of cuteness and pleasure forever, kung pwede lang.

SEE, OUR BRAIN PROTECTS US. SINASABI NITO KUNG NASA KAPAHAMAKAN TAYO AT MABILIS ITONG GAGAWA NG PARAAN PARA MAPROTEKTAHAN TAYO THROUGH PAGLABAN, PAG—ATRAS, O PAGSUKO. ANG KAILANGAN MO LANG AY MAGING ATTUNED KA SA SINASABI NG IYONG ISIP. WAG MONG KOKONTRAHIN ANG PAGPROSESO NG IYONG UTAK PARA HINDI KA MAPAHAMAK.

Kailan nagkakaroon ng damage sa signaling ng fight, flight, or freeze reaction? Kapag nasa fight (palaban) mode ka sa panahong dapat kang mag-flee (let go), nasa takas mode ka sa panahong dapat kang lumaban, or hindi ka makapag-freeze (savor the moment) sa panahong dapat kang mag-slow down.

Yung nawindang ang laban-bawi signal ng iyong utak dahil hindi ka nakikinig sa warning nito para hindi ka mapahamak. Pwede rin namang tama ang naging stress-response mo sa isang pangyayari. Nasunugan kayo ng bahay, wala kayong naisalbang gamit pero nakatakbo (flight) kayong mag-anak kaya naman ligtas kayong lahat.

Yun lang, tapos na ang sunog at nasa bagong bahay na kayo, sobrang tensyonado ka pa rin na anytime ay ready kumaripas ng takbo. Na-stuck-up ka sa iisang stress-response mode at hindi ka na makaalis dun kahit nagbago o naging safe na ang sitwasyon. Ibig sabihin, hindi naproseso ng utak mo ang nangyari kaya itinago niya lang ito sa iyong memory. Para itong sugat na hindi gumagaling, makanti nang konte, sa sakit ay mapapa-tambling. Isisigaw ngayon ng utak mo ang nadarama, pero dahil pinoprotektahan ka, iba ang magiging interpretasyon niya.

Kaya between mental health and brain health, importanteng protektahan ang utak na pumoprotekta sa atin. Afterall, utak naman ang naglalabas ng enerhiya para isipan natin ay hindi pumalya. Utak din ang naka konekta sa ating katawan (nervous system) na siyang gagalaw para sundin ang dikta ng ating isipan.

BALIKAN NATIN ITONG BRAIN DESIGN NA PINAG–USAPAN NATIN KANINA HA.

From reptilian brain (authentic but selfish) to mammalian brain (attachment, even to toxic relationships), buo na ang ating limbic system (emotional brain). Once na magsalita na ang bata, online na ang cognitive brain (connection of left and right hemispheres) at mag-dedevelop na ang PFC (Prefrontal Cortex) hanggang magmature tayo sa edad na 25. Sana lang mature ka na talaga, baka senior citizen ka na eh may tantrums pa. Kaka cellphone mo kasi yarn! Haist!

For parents reading this, lagot talaga tayo kapag sobrang exposed ang anak natin sa gadgets when they were growing up. Kailangan nating bumawi to push our kids to be independent since posible na napabagal ng screen addiction ang development ng PFC[36] nila. Para sa atin namang GEN X at millennials, our challenge is to make our PFC work in harmony with our LIMBIC SYSTEM para mabalanse ang authenticity at attachment.

We often call this discernment, gut feel, sixth sense, or simply logical thought processing with compassion and consideration. Ibig sabihin, your brain trifecta is doing its job to protect you. Reptilian brain sends the danger or safe signal to your visceral organs (lamang loob). They will gladly receive it (good or bad sensations), but soon connect with the cognitive brain to process your emotions (limbic system), then eventually conclude if your reaction should bc of fight, flight, or freeze mode.

Tinangay ng rumaragasang tubig ang bahay nila Fidel (not his real name). Bitbit ang mag-ina ay pinilit nilang kumapit sa puno ng niyog para hindi sila maagos ng baha. Magdamag nilang ininda ang lamig ng hangin at ulan na dala ng super typhoon, Yolanda.

Pilit nag-isip si Fidel ng paraan para makatakas sa sitwasyon nila (FLIGHT). Dahil wala ng paraan, itinali ni Fidel ang sarili sa puno kasama

ang mag-ina niya (FIGHT). Buong magdamag silang sumisigaw at humihingi ng tulong, pero walang dumating. Nang madaling araw na, isang malaking alon ang tumama sa kanila na naging dahilan para lumuwag ang lubid. Napatulala (FREEZE) na lang si Fidel nang makitang inanod ng baha palayo ang mag-ina niya. Dahil nakatali pa rin ang isang bahagi ng lubid sa baywang ni Fidel, gustuhin man nyang sumama na sa mag-ina ay hindi niya magawa. Ilang oras ang nakalipas, na-rescue si Fidel, pero ibang tao na siya. Binago ng mapait na karanasan niya ang pagproseso ng kanyang utak (rewiring of the nervous system because of a traumatic experience). Binigyan ito ng mapanakit na sugat.

While in the process of experiencing a traumatic event, Fidel's brain worked well. Palpak man ang mga desisyon nya, he tried his best with good intentions. The question is anong nangyari kay Fidel after ng pangyayaring iyon sa kanyang pamilya? Ano ang trauma (sugat) na iniwan nito sa kanyang kaluluwa?

Fidel's world turned upside down (sino ba namang hindi?). The trauma changed his nervous system and the way his brain works.

Naging lasenggerong palaboy si Fidel. Tapos na ang traumatic experience, pinoprotektahan pa rin si Fidel ng utak niya sa pamamagitan ng pilit na paglimot. Pero nakalilimot nga bang talaga ang utak mula sa malalim na sugat?

Paulit-ulit na nire-relive (FREEZE) ni Fidel ang gabi ng bagyo, gusto niyang ibahin ang ending ng kanyang kwento. Kapag narealize niyang wala na siyang magagawa, alak ang ginagamit niya para makalimot at mamanhid ang utak (FLIGHT). Sa mga araw na wala siyang pambili ng alak, noon niya nararamdaman ang matinding kabog ng dibdib at hirap na paghinga, saka siya maghuhurumentado, hinahamon ng patayan ang lahat ng makasalamuhang tao (FIGHT).

Ano ang dapat gawin? Kailangang makalaya si Fidel sa trauma na nakatago sa kanyang memorya. Kapag nakawala ang masasamang alaala, nakaharap ang sakit nito sa kanyang kaluluwa, at nakita ang purpose nito sa kanyang istorya, muling magkakaroon ng espasyo ang utak para sa bagong umagang puno ng pag-asa.

> HINDI SAPAT NA MAALALA MO LANG ANG MGA TRAUMA MO AT MAISABOSES ITO. KAILANGANG MAKITA MO ANG TREASURES NA ITINAGO NI GOD SA DILIM NG BUHAY MO. PAANO? BREATHE IN THE BREATH OF GOD. ANG SAGOT AY PWEDENG NASA HOLY SPIRIT POSSESSING YOUR BRAIN (BODY).

As I discussed in the previous chapters, our brain has a fail safe button using the breath of God inside us. Nagbago man ang wiring ng brain ni Fidel dahil sa trauma, may paraan pa para ma-rescue sya. We will discuss the healing or trauma integrating process in the succeeding chapters. With our trauma, God is powerful to transform us for the better. Sabi nga ng isang song lyrics, "God took what the enemy meant for evil and He turned it for good. He turned it for good..." Sa ngayon mahirap pang makita ang treasures sa dilim ng ating trauma, pero si God ang liwanag ng ating nabubulagang kaluluwa.

> **Don't copy the behavior and customs of this world, but let God transform you into a new person by changing the way you think.**
>
> ROMANS 12:2

WHEN WE FAIL TO PROTECT OUR BRAIN

Dr. Van Der Kolk conducted a study using neuro-imaging to see the reaction of the brain while experiencing flashbacks from past traumatic experiences.

AMONG THE FIGHT, FLIGHT, AND FREEZE REACTIONS, PWEDE KONG MASABING EXPERT AKO SA ISA. I WAS CRYING WHEN I REALIZED WHAT TRAUMA HAD DONE TO ME. IT WAS A BITTERSWEET INTEGRATION OF MY WOUNDED SELF TO MY BODY AND PSYCHE. IT WAS PAINFUL TO ACCEPT HOW TRAUMA DAMAGED ME, BUT AWARENESS GAVE ME CLARITY.

MAS LALO KONG NAKITA ANG TREASURES NA ITINAGO NI GOD SA LIKOD NG AKING MGA TRAUMA. KAYA KAPAG NATI-TRIGGER KA HABANG NAGBABASA, WAG KANG MAG-GIVE UP, HA. KUNG KINAYA KO, MAS KAKAYANIN MO KAYA SABAY NATING ISARADO ANG TRAUMA SA LIKOD NG IYONG KWENTO.

FIGHT

Tatlong beses na naka-experience si Margo (not her real name) ng krimen. Noong una ay nahablutan siya ng kwintas. Nang sumunod ay na-corner siya ng dalawang lalaking naka-motor at nakuha ang bagong cellphone. Ilang linggo lang, habang nakasakay sa jeep ay nag-declare ng holdap ang katabi niya. Hindi na kinaya ni Margo ang trauma.

"HINTOOOOO! Mga VWAKANGINA nyo! Ayoko na, ayoko na! Mamang driver ihinto mo itong jeep o tatalon ako!" Sa sobrang hysterical ay napa-preno ang mamang driver,

saka napakabilis na bumaba si Margo. Habang naglalakad ay mura siya ng mura at talagang galit na galit, "Lagi na lang ako! Nyemas na buhay ito! AYOKO NA! AYOKO NA!"

Nang malayo-layo na si Margo ay bigla itong nanigas. Noon niya naramdaman ang mabilis na tibok ng puso to the point na hinahabol niya ang hininga. Noon niya naisip na posibleng pag lingon niya sa likuran ay nakasunod ang holdaper at handang gripuhan siya sa tagiliran o barilin ng walang kalaban-laban.

Ang alam ni Margo ay katapusan na niya. Awa ng Diyos ay hindi naman siya hinabol, at sa pangatlong beses ay walang nakuha sa dala niyang P38.00 na barya at dalawang pirasong talong. Nung narealize lang ni Margo na sinugal niya ang buhay niya kapalit ng talong, lalo siyang napamura (sana man lang may kasamang itlog, haha!). Simula noon ay may kaba si Margo sa tuwing sumasakay sa jeep at alerto sa mga nakakasalamuhang estranghero. Kinalaunan, nalimitahan ang kanyang paglabas ng bahay at tuluyan na siyang nag resign sa trabaho.

Kapag naka-experience tayo ng isang pangyayaring nagpa bugso ng ating emosyon, painful trauma man yan o exhilarating event, the brain will register the situation and decide whether to keep it as either a long term or a short term memory[37]. Depende ito kung gaano katindi ang reaction (sensation memory) natin sa stimulus na nagdulot sa atin ng pain, terror, or joy.

If napagalitan ka ng boss mo, dapat the pain will not linger. Pagpag lang, okay ka na ulit. Fine! Tatlong araw, sige mag-emo-emo ka. Syempre, kapag namatayan ka ng mahal sa buhay, ibang usapan yun. You will remember the pain of losing your loved ones for as long as you live. Occasionally, babalik sa iyo ang sakit ng pagkawala ng mahal mo sa buhay, pero napaka-rare na maalala mo pa na tenyears ago eh napagalitan ka ng boss mo dahil na late ka sa trabaho. There are memories worth keeping, but there are those that must go through serious purging.

Nalunod ang sanggol ni Tresh (hindi totoong pangalan) nang lumubog ang bangkang sinasakyan nila paluwas ng probinsya. Ilang taon na ang nakararaan ay nati-trigger pa rin ang luha at lungkot ni Tresh sa tuwing nakaririnig siya ng iyak ng bata.

We remember painful memories in fragments[38]. Kasi binabasag ng utak yung events tapos itinatago sa alaala mo in the form of your senses – sight, smell, sound, touch, etc. Sa kaso ni Tresh, she could not remember the details of what happened, but she could still hear the sound of her baby crying. Kapag na-trigger siya, nagsisikip ang puso niya sa sama ng loob at pagdurusa.

Unless the trauma is processed, hindi kayang idetalye ang bawat pangyayari in a cohesive and chronological order. Kahit ako kapag nagkukwento ng mapait kong karanasan ay naiyak pa rin, kasi hindi madaling balikan ang nakaraan. Ang kaibahan lang, hindi na ako nadedevastate sa bugso ng aking damdamin (sensation memory). My tears are actually comforting and therapeutic for me. Kapag hindi naman naproseso ang trauma, sa tuwing ikukwento ito ng isang taong nakaranas ng sakit, literal siyang bumabalik sa crime scene (kumbaga) na parang nararanasan niya ulit ang lahat sa kasalukuyan. Kaya hindi madaling basta maglabas ng trauma sa iba, lalo kung hindi naman marunong magsarado nito ang kausap mo.

Minsan naman, nagdududa ako sa mga taong dina-downplay (masyadong kalmante) ang emosyon kung magkwento ng very detailed traumatic experiences. Kahit nga umiiyak sa akin pero buong-buo ang kwento, alam kong may itinatago pa rin ito. Now alam nyo na kung bakit journal therapy ang style ko kapag kausap kayo. Bawat sentence nyo ay inaanalyze ko. Not because I'm out to get you, but because I'm here to help you truly express your trauma para ma-unbox natin ang healing and integrating process na deserve nyong makuha.

Yang sama ng loob mo (gaya nung kay Tresh) ay pwedeng dahil sa tinatawag na visceral sensation.

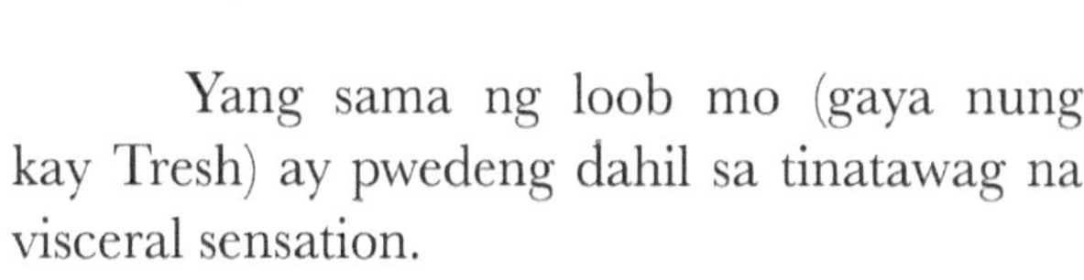

When our brain registers a personal battle, our body will then prepare for war. Kapag may nakita, narinig, or nadama kang hindi maganda (senses), dadalhin yang information na yan sa thalamus[39] (HPA axis) mo na siya namang gigising sa iyong amygdala para maghanda sa fight, flight, or freeze situation. Dito na mamimili ang sistema mo kung sympathetic or parasympathetic nervous system ba ang magiging aktibo sa iyo.

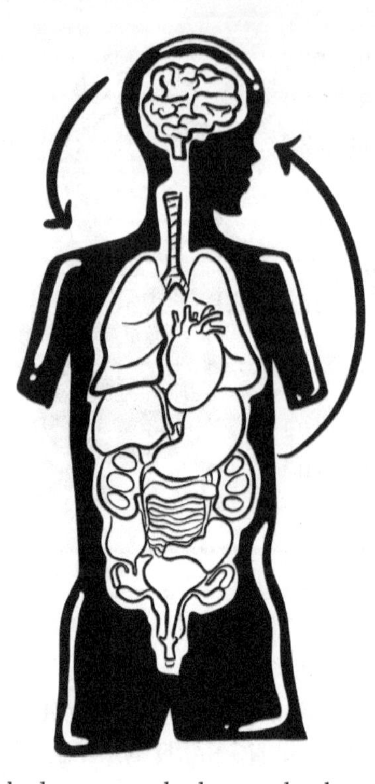

Your brain will then send signals to your visceral organs – heart, lungs, stomach, and intestines - informing them of the incoming discomfort or excitement. All of these are your brain's way of protecting you. Inihahanda ka kung may susuungin kang gyera ng buhay o wala.

Kaya kapag pinagsalita ka sa harap ng mga tao, para kang natatae na ewan. Ganun din kapag ang lakas ng kabog ng dibdib mo dahil napasubo ka sa away na naging sigawan. Pwede ring nawalan ka bigla ng ganang kumain dahil sa narinig mong bad news. Ang malala ay yung biglang makadarama ka nang hindi maipaliwanag na takot habang naghuhugas ka lang naman ng pinggan o kahit nasa gitna ng kasiyahan.

Yet, despite all these, tatapusin mo ang pagkanta mo sa harap ng maraming tao kahit hiyang-hiya ka o kabado. Ganun din kapag magsisisigaw ka sa away na alam mong hindi ka naman manalo-nalo. We fight because our body releases cortisol[40] (stress hormones) that helps us react accordingly to the discomfort that we are facing at the moment.

> FUNNY NA ANG MGA NAGPAPANIC ATTACK AY MAY PAKIRAMDAM NA MAMAMATAY SILA DAHIL MAY MALUBHA SILANG SAKIT, WHEN IN FACT THEIR BODIES ARE FIGHTING TO LIVE, NOT TO DIE. THE MERE FACT NA RAMDAM MO ANG GALAWAN NG IYONG ORGANS, IT MEANS THAT YOUR BRAIN IS WORKING DOUBLY HARD TO PROTECT YOU IN THE MIDST OF ANY TRAUMATIC SITUATION. PERO SUMISIGAW DIN ANG UTAK MO NA PROTEKTAHAN MO SYA.

My daughter, @kaliwetemaarte, is my business partner sa paggawa ng mga libro at pag-po-promote ng Lolakwentosera brand. She bleeds and speaks art. Creativity is her passion. Ako naman, I live for words. Ibig sabihin ikamamatay ko kapag hindi ako nakapagbunganga, haha! as in! Kailangang makasalita ako ng 25,000 words[41] per day para mabuhay ako nang maayos at mapayapa (charot!) dahil sa daldalan kailangan kong kumita. My daughter, on the other hand, is a woman of few words. Ang hindi ma-express ng kanyang nguso, ikasasakit ng kanyang puso. Kaya prone ang anak ko sa panic attack. The design of her brain is to protect her from pain by bringing down the fight to her visceral organs. We will discuss this more in the succeeding chapters.

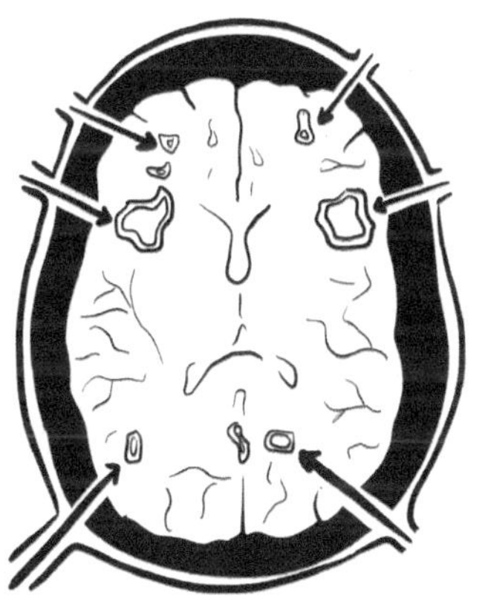

Under neuro-imaging, people remembering their traumatic experience may activate their right brain which is responsible for smelling, tasting, and visual sensation[42]. Kaya tuloy kahit sampung taon nang nakalipas ang traumatic experience, damang-dama pa rin nila – as if it is happening at the moment - yung terror, pain, at horror. The left brain, on the other hand, would remain dark as per neuro-imaging scan. Namamatay ang activity nito kapag may matinding trauma flashback. Eh, sa left brain pinoproseso ang speech activity, kung walang activation ng neurons sa bahaging ito ng utak, hindi maisasaboses ng nakaaalala ang takot at pait na nararamdaman nila. Walang boses pero kita mo sa butil-butil na malamig na pawis, nangangatog na katawan, at hiningang hinahabol ang pinagdaraanang terror.

Looking back, when my mother passed away, wala ang daughter ko sa burol kasi nagkasakit siya. Nung high school, nagbubutlig siya for some reason na akala ko eh infested ng surot ang

upuan nila sa school. Yun pala, stressed siya sa dami ng assignments at mga naka-line up na exams. Pag nag-aaway silang magkapatid na nauuwi sa serious bardagulan, my son always wins the verbal arguments. Madaldal kasi si bunso, isang salita mo lang eh mala-armalite na pagtatalak ang ibabalik sa iyo. Daig pa ang babaeng putak ng putak sa kalye. Kapag nangyari ito, paniguradong kinabukasan may sakit ang daughter ko. One time, nag-away sila ng daddy niya. Syempre nakatatakot magalit ang tatay. Hindi naman kikibo ang anak ko, daddy nya yun, eh. Ayun, nagkasakit na naman the following morning. When she presented her thesis before the panel, sumuka sya ilang minuto bago ang schedule nila.

Matagal bago ko narealize na psychosomatic ang anak ko. Under extreme stress, nawiwindang ang chemical processing ng neurons niya kaya may issue siya sa production ng iba't-ibang neurotransmitters. Iniisip ng utak ng anak ko that her body is in pain, pero ang totoo her brain is in pain. Kapag merong matinding pressure o discomfort na nararamdaman, hindi maisaboses ng daughter ko ang totoong feelings niya. She can't verbalize her pain or fear. Her only coping mechanism is to write in her diary or draw doodle arts.

May bahagi ang bawat neurons ng utak natin na tinatawag na soma. Ito ang nagbibigay ng pakiramdam sa ating katawan na may malubha tayong sakit at malapit na tayong mamatay kahit hindi naman totoo.

When I finally realized how my daughter's brain works, I had a serious talk with her.

"Ate, you should learn how to express yourself in words kasi kawawa naman ang body mo. Kaya tuloy hindi ka maka-absorb ng nutrients sa mga pagkain kasi lagi kang heightened alert sa mga bagay na naba-bother ka pero hindi mo naman isinasaboses," sabi ko.

"Ang hirap kasi eh. One time gusto ko ngang lumayas kasi ang sakit-sakit sa loob kapag meron akong hindi masabi. Lalo sayo, kasi sina-psychoanalyze mo ako, eh," sagot nito.

Nyak! Suri naman! Sa dulo ako pa pala ang may kasalanan, enyebeyen. Fine! Ayaw magsalita eh wag nating pilitin. Kaya lang may mga taong dekada ng tapos yung traumatic events, yung katawan ay lumalaban pa rin. Hindi naregulate ng brain nila na pababain ang cortisol (stress hormones) sa katawan na posibleng magpahina sa immune system na panlaban sa totoong sakit na nararanasan. Kaya tingnan mo ikaw, two years nang tapos ang away nyong mag-asawa dahil sa pambababae niya, kimkim mo pa ang galit na sa utak mo ay nakasantabi lang muna. Bakit? Kasi walang totoong pagpapatawad na naganap. Pinilit mong isiping walang nangyari at ibalik ang dati nyong pagsasama, pero ang totoo nag-ibang tao ka na after ng matinding pagsubok na pinagdaanan nyong mag-asawa. Iba na ang wiring ng iyong nervous system. You can embrace the changes in you for the better or for the bitter, it's your call.

In a study made about meditation, it was accidentally discovered that people who were susceptible to panic attacks were hypervigilant with their bodies. They can count their pulses, hear their heartbeats, and some even feel the blood surging to their veins[44]. Hanep! Members ng Avengers, merong super powers! They are too much into themselves that the whole world revolves around them. Konteng may maramdaman sila sa katawan nila, dahilan na ito para isiping, "There's something wrong with my body. I think I'm sick and dying. Ayoko pang mamatay, waaaaah!" PATAY agad! Agad-agad!?!

When I asked my daughter about it, she confirmed it without batting an eyelash. Kaya pala kapag nabusog siya, aba'y biglang baluktot maglakad na akala mo eh kuba. Yun pala eh ramdam daw niyang nagbe-bend ang bituka niya sa kabusugan. HUWHAAAAT, kapeng MAALAT?!?

Tapos when I asked my kids tungkol sa kanilang core values (pinaka importanteng possession or beliefs nila), my son said FAITH while my daughter claimed FAMILY.

"Family? Eh paano kung mamatay kami? Kunin kami ni God sa iyo para…" tanong ko.

"AYOKO! Blah…blah…blahh… let's not talk about death please!" tinakpan nito ang tenga niya. End of discussion. Basta usapang kamatayan, no! Ayaw ng mga taong prone sa panic attacks ang maiwang mag-isa o magkaroon ng malubhang sakit. Plus na-trauma ang anak ko nung na-operahan ako sa myoma at inakala nyang mawawalan siya ng ina. Dahil dito, I wrote a Christian teen romance for her entitled, *Princess Tala And Prince Uncharming*. Grab a copy, now! Oh, di ba? Nakapag-promote pa, hihi!

Kaya, kaway-kaway ang mga classmates ng anak kong si KaliweteMaARTe na takot mamatay pero binibigyan naman ang katawan ng kakaibang sakit na gawa-gawa lang. Ngayon alam nyo na ha. Ang bad news, ikamamatay nyo ang pagiging negatibo at overthinker dahil lahat ng sakit nyo ay magkakatotoo. Ang good news, YOU ARE A FIGHTER! Dapat lang eh lumaban kayo ng patas para sa kalusugan ng inyong katawan. Listen to your brain, not just your body. Baka naka-focus ka masyado sa sintomas ng katawan pero yung trauma na nakatago sa iyong utak ay hindi pinakikinggan.

Though overthinking and panicking are your Waterloo, your strength lies in your aim to be perfect, organized, and safe. Kaya naman despite the issue of panic attacks, you are highly reliable and responsible. Only when you take too many responsibilities, dun na nati-trigger ang pagiging worrier and fearful mo, leading to panic and somatic issues.

Nonetheless, mas okay ka pa rin kesa sa mga kagaya kong FLEE'R (takasera). Yung hinahanap sa kamatayan ang solusyon sa traumang naranasan at gustong takasan (FLIGHT).

FLIGHT

Madalas kapag narinig ng mga tao ang kwento ko, lagi nilang sinasabi sa aking, "You're such a brave woman po." Nyak! Dun may mali. Hindi ako matapang. I'm not a fighter! I thought so too before I studied trauma and realized na yung tapang ko ay facade lang pala.

Bakit hindi ako fighter? Kinakabahan ako, pero never kong naranasan mag-isip na may malala akong sakit at malapit na akong mamatay. Yung nararamdaman ng mga nagpapanic attack na hindi makahinga at masakit ang puso, I have that too pero akala ko normal lang na kaba yun. Sometimes, it even excites me to have such physical discomfort. Kaya nga mahilig ako sa extreme sports. Gustong-gusto ko yung dagundong ng puso ko kapag parang nakikipaglaro ako kay kamatayan. Kaya akala ko noon, sign iyon ng pagiging matapang -- yung wala akong takot. Nyak! Hindi lang pala ako takot, kundi takot na takot! Kaya lang mukha akong matapang ay dahil wala akong pakiramdam. Manhid pala ako. Minanhid ng sarili kong itinagong sakit.

I don't stay at home when my kids are sick. Masama na kung masamang ina, hindi ko kaya. Hindi naman ako doctor, basta binilhan ko sila ng gamot, sapat na yun. Buti na lang may mama sila, *yung nanay ni Muning*, na nagpalaki sa mga junakis ko right after lumabas sila sa aking puer… (basta yun na yun!). Aalis akong inaapoy ng lagnat ang anak ko. Pag-uwi ko mababa na ang sinat, kasi may magic na ginagawa si mama sa pag-aalaga sa kanila.

When my son got hospitalized once, I was there kasi hindi naman lagnat, may na-stretch na ugat sa singit. Ayos! Malayo sa bituka. When their mama came to visit, my son wailed, "Mama… palagi akong kinukuhanan ng dugo huhuhu…" HUWHAAAT, TIGYAWAT?!? Kanina pa ako andoon hindi man lang naglambing ng ganun ang anak ko sa akin. Iba talaga ang mama nila sa mommy nila, haist!

Maybe they felt my energy downplaying their sickness. Hindi kasi ako tarantahin, but when I can't tolerate the discomfort, lalayasan kita! Kaya kapag may nagpapaalam sa akin na hindi papasok sa work kasi may sakit ang anak o asawa, to be honest hindi ako maka-relate. Ang sama ko, noh? In my head, "di ba dapat ka ngang mag-work kasi papa-ospital mo yun para gumaling, so need mo lalo ng pera. Eh, ba't aabsent ka?" Yun pala, there's nothing wrong with them na mataranta pag mayroong mahal sa buhay na may sakit, ako pala ang may mali sa wiring ng brain. Suri naman!

As opposed to my daughter na konting kibot ay nadaing sa sakit, mataas ang pain tolerance ko. For sure nagpapanic ako pero walang manifestation sa katawan. I could feel my heart beating or my stomach grumbling, pero gora lang! Kaya naman I can work under a lot of pressure. Mabilis akong magtrabaho, madali akong magpagpag ng sama ng loob, at madiskarte ako. Akala ko eh superwoman ako – Darna! Este Lowluh! Yun pala eh sanhi iyon ng aking trauma.

You see, when my father did something to me for the first time – hawak-hawak, piga-piga – I dismissed it na parang walang nangyari. I was bothered but…tatay ko yun eh, love ko yun. Then it happened again, and again, and again. Until one night, it was a full blown sexual assault, pero walang sigawan o palagang nangyari. Nasa tabi pa namin ang nanay ko na natutulog kasama ang baby sister ko. All I could remember were his moving hands and the heavy breathing na parang hininga ng halimaw. See, my brain stored the memory of my trauma in fragments, for easy retrieval ata (Haist ka talaga brain, tsk!)

Back then, at the heights of my father's sexual advances, surprisingly wala akong madamang pain or fear. I froze, in confusion sa tuwing ginagawan niya ako ng masama, tapos parang nalipad ang isip ko para humiwalay sa aking katawan. I tuned out of my body, convincing myself, "Hindi, walang masamang nangyayari sa akin, hindi ako ginaganun ni itay, imposible! No way!" My brain – unlike my daughter's na naka-focus sa katawan niya kapag nagpapapanic attack – took an escape route away from my body. I was there but I was not really there. Pinanonood ko from above the ceiling ang ginagawa sa akin ng tatay ko nung gabing yun.

Fortunately, nahimasmasan ang tatay ko. God protected me that night, sigurado ako. My father suddenly stopped what he was about to do. Medyo matagal bago ko napagalaw ang katawan ko para gumapang at mag-iba ng pwesto sa higaan.

In the days that followed, naging mailap ako sa tatay ko, pero walang drama gaya ng napapanood natin sa pelikula. May moment na bumabalik ang lambing ko sa kanya, as if walang nangyari. May punto sa buhay ko na naiinis ako sa sarili ko at nandidiri kapag na-realize kong, "Shocks! Ginagawan niya ako ng masama tapos para akong masochist (sige pa saktan mo pa ako) na balik ng balik sa scene of the crime." There was a time, when I was still messed up, that I thought it was my fault. Malambing ako sa tatay ko, therefore I seduced him. Ako ang malandi! Buti na lang, dahil on and off ang relasyon nila ng nanay ko – may hiwalay at balikan – may break din ang pagmomolestya nya sa akin.

Interestingly, there was a study where rats were conditioned to fear a loud sound. Yung isang daga ay galing sa kulungan na masasama ang mga kasama niyang daga. Kinakagat siya at inaagawan ng pagkain. Yung isa naman ay galing sa kulungan na sagana sa pagkain at puro paglalaro ang ginagawa. Alaga rin ang dagang ito sa grooming (licking) ng nanay niya.

Surprisingly, nung nakarinig ang dalawang daga na ito ng malakas na tunog, aba'y tumakbo pa rin yung inaabusong daga sa kulungan niya. Parang ganito ang nangyari sa akin, walang learning process or pagkatuto.

Kaya hindi weird na may mga ginugulping babae na bumabalik sa asawa o inaabusong prostitute na hindi tumatakas sa bugaw niya. Ito ang reality sa buhay ng mga traumatized people. The trauma was so severe na nagkaroon na sila ng learned helplessness[46].

You just forget about what happened or you just endure the pain inflicted to you by escaping from your thoughts and living in a fantasy world. Ito ang dahilan kaya naging kwentosera ako. I read lots of books at nagpapapantasya na ako ang bida sa mga kwento para takasan ang totoong buhay ko.

My father asked me once – Adult na ako nito, I believe in an attempt to ask for forgiveness: "Naalala mo nung bata ka pa…meron akong ginawa sa iyo?" Right away sabi ko, "Wala. Wala akong naalala." Ayaw ng utak kong i-acknowledge ang trauma dahil ibig sabihin nun dapat kong maramdaman ang sakit na itinago ng aking memorya.

Yet, my body remembered in a different way than those suffering from panic attacks. Palagi akong hukot maglakad, nakatungo, at kimi magsalita. We often mistake this as mahiyain and we view this as a virtue. Humble kuno pero ang totoo, a person

with deep emotional trauma has bad body posture and coordination[44].

Kaya madaling ma-spot-an ng sexual predators ang dati nang naging biktima, they look like a walking loser. Ako yun! Madaling biktimahin ng paulit-ulit, hindi lang ng tatay ko.

In my case, naglalakad lang ako sa footbridge nang merong biglang pumiga sa suso ko. Yung isang tito ko ganun din, tapos yung mga pinsan kong makikitulog sa bahay, pag-gising ko nasa loob ng undies ko ang kamay nila. As in, walang nararamdaman ang katawan ko na sinasalbahe na pala ako habang natutulog.

Along with this numbness and uncoordinated body posture, I also developed self-loathing. Halos lahat naman tayo eh merong insecurity. Mine though was rooted in, "Madumi na ang katawan ko so you can do whatever you want with it."

Kabaligtaran ng nagpapanic attack na masyadong overfocused sa sariling katawan (health) kaya takot na takot sa kamatayan, people like me – who choose flight over fight – don't care what will happen to our bodies. In my head, mine was dirty anyway, that's why I'm prone to thoughts of self-harm and suicide. People like me over-romanticize the thoughts of dying. Death for us is a much better place than where we are at the moment. Others even imagine their funeral. Yung naka-float sila sa ere habang pinanonood ang mga nag-iiyakan at nagsisisihan sa pagkamatay nila. Ito ang "I'm OK." madalas maglaro sa isip ng mga suicidal, "Pag nawala ako, then they will know my true value." Ikaw ba ito? Natrigger ba kita? Sige, iyak ka muna. Tapos balik ka dito with a smile, ha. Remember God loves you, okie? Ngayon alam mo na, hindi ka nag-iisa.

May positive na na-contribute naman yung pagiging flee'r ko. I must say, by the grace of God, it works well in my life. Kaya hindi ko masabing, nag-heal ang trauma ko. It's more of... na-integrate ko ito sa buhay ko in a positive way, like madali akong mag-move on from pain. Hindi ako ma-hoard sa negative emotions kaya madali akong magpatawad. Mahirap ito sa kagaya ng daughter ko na prone sa panic attack at masyadong self-conscious.

Ang masaklap lang, flee'r din ako sa mga joyful moments in my life. I will enjoy things, events, and experiences at the moment, tapos ilang oras lang, limot ko na. "Move on na tayo sa bagong adventure, pababa na ang dopamine ko, eh." Ganern ako.

My daughter pointed this out to me. Ang galing namin sa house, noh? We psychoanalyze each other (hihi!). Paano napansin ng daughter ko na may issue ako in retaining happy memories or experiences? Whenever I achieved something big − book launching, contract for seminars, TV interviews, receiving big bonuses, awards, etc. − magkakaroon kami ng celebration. Syempre ang taas ng dopamine hit ko. Ang saya-saya! Daig ko pa ang naka-droga sa saya − high na high talaga! Right after nun, walang memory nung emotion na

96

yun ang matitira sa akin. Immediately after, depressed na depressed ako. Kaya I would seek new adventures to hurdle para mabuhay ulit ang pulso ko, mag-spike up ang dopamine ko, at masabing happy na ako ulit.

Sa tuwing nagbabakasyon kami, I don't like kain at pasyal lang… BORIIIIIING! Gusto kong tumatalon sa bangin, lumulubog sa kailaliman ng dagat, at lumilipad sa hangin. I want to dare death, I don't care! Dito nagkakabutlig-butlig ang balat ng anak ko. Ang bakasyon sa kanya, pag ako ang gumawa ng itinerary, ay ikamamatay niya sa stress. The more siya na-i-stress, tuwang-tuwa naman ako. Ang sama ko, noh? May impulsive brain ako, di ba? Issue ito sa PFC na dala ng aking trauma. Yung anak ko BG at ACG naman ang issue, kaya matatakutin. It pays well talaga kapag aware kayong buong pamilya sa kanya-kanya nyong topak.

Usually pagkatapos ng isang big project namin, sasabihin ko sa anak ko, "Ano na next? May papagawa akong bago sa iyo. I have a crazy idea na…"

"Miiiiii, ano ka ba?!?" kulang na lang pukpukin ako ng anak ko. "Katatapos mo lang manalo sa speech contest, enjoyin' mo muna ang pagiging champion mo, please. Savor the moments bago ka maghanap na naman ng ibang dopamine hit. Adik ka talaga!"

ARAY KO! True enough, I have a highly addicted brain, kaya I don't usually savor the moment. Motivational addiction ang ibang term sa issue ko. FYI, prone sa ganito ang mga preachers, corporate leaders, and motivational speakers. Kaya, ingat!

Buti na lang, awareness is the key. When I started teaching my brain to narrate my trauma – isiniwalat ko nga sa buong Pilipinas, di ba? – that's when I reconciled with my pain. In doing so, natuto

akong huminto sa paghahanap ng thrill sa buhay and savor the moment trying to remember how it feels to truly be joyful in my own skin. Yung mga moments na nararamdaman kong bored na bored ako, dun ako na-re-remind ni God na, "May makikita kang treasures, anak, sa mga simpleng ginagawa mo."

> OUR TRAUMATIC MEMORIES ARE NOT MEANT TO BE FORGOTTEN. EVEN IF WE SUPPRESS THEM, OUR BODY WILL SCREAM THE PAIN IN THE FORM OF PANIC ATTACKS, NUMBNESS, AND AUTOIMMUNE DISEASES, AMONG ALL OTHERS.

Dahil palaging binabangungot si Ace (not his real name), binigyan siya ng gamot to cure his sleep disorders. Nagsimula ang problema niya sa pagtulog ng namatay sa aksidente ang fiancee niya. Siya ang driver ng gabing nakainom siya at bumangga sa poste matapos makipag-unahan sa traffic lights. Ito ang paulit-ulit na panaginip ni Ace.

"Bakit hindi mo ininom ang gamot?" tanong ng doctor ni Ace nang bumalik siya dito.

"Natatakot akong makalimutan ko siya. I want to stop the nightmares, but I still want to remember the pain of losing her," paliwanag ni Ace.

Ang kailangan ni Ace ay makipagbati sa memorya ng kanyang trauma para kahit maalala niya ang sakit na resulta ng kasalanan niya, matatagpuan niya ang kapatawaran at healing ng kaluluwa.

That's why in between psychopharmacological (gamot) means, talk and other forms of cognitive behavioral therapy are what I prefer the most. Ayaw kong burahin ng gamot ang trauma. Gusto kong maisaboses ang sakit at pait dahil alam kong doon ko mahahanap ang kaGAANang gustong makamit.

Makipag-away ka sa painful memories mo kung kinakailangan - pero sa huli, gawin mo silang kakampi at kaibigan. Ayan ha, ngayon alam mo na kung bakit may suicidal ideation ka. You don't really want to die, meron ka lang ayaw gawin o harapin sa iyong nakaraan at kasalukuyan. Yes, facing them is painful and horrifying but it is very rewarding. Trust me. Trust God's plan in your life. I've been there. Kung kinaya ko, mas kakayanin mo!

Kung hindi ka naman fighter na kagaya ng anak ko o isang flee'r na kagaya ko, malamang you are frozen in your trauma. Kapag ganito, mas delikado ang kalagayan ng mental health mo.

ANG MGA FIGHTER NA PRONE SA PANIC ATTACK – THEY ALWAYS HAVE THIS FEELING OF DANGER EVEN WHEN THERE'S NO THREAT OR PROOF OF IT. ANG MGA FLEE'R NA PRONE SA DEPRESSION – THEY ARE UNABLE TO FEEL THE DANGER EVEN IF IT'S STARING THEM IN THE FACE. ANG MGA FROZEN IN THE FACE OF THEIR TRAUMATIC PAST – THEY ARE PRONE TO PSYCHOSIS – THEY ARE ALWAYS FIGHTING A WAR ON A DAILY BASIS.

Going in circles. Catching your own tail. Catatonic state. Ganito ang pakiramdam ng taong nakakulong sa loob ng kanilang traumatic experiences na parang walang katapusan ang kwento. Frozen in time, walang pagbabago, ganito ang taong na-FREEZE sa nakaraan as if nangyayari pa rin ang lahat sa kasalukuyan.

Biktima ng bullying si Noli (not his real name) sa kanilang paaralan. Dahil dito ay naospital siya nang minsang bugbugin ng mga siga na nanghihingi sa kanya ng lunch money.

Para wala na lang gulo ay lumipat ng school si Noli. So far, walang nambubully kay Noli sa bagong school nito, pero isang araw ay ipinatawag ang mga magulang niya sa Guidance Office dahil nasuntok niya ang isang kaklase na naka-away dahil sa school project. Paanong ang dating binubully ay naging bully na?

The natural assumption for us, who know a situation similar to Noli, is that he is in a state of fight. Naging war freak kumbaga, pero mali. Si Noli ay nasa state of analysis paralysis. He was frozen in his trauma. HAAAA?!?

People like Noli whose natural reaction to traumatic experience is neither fighting nor fleeing, are having a timestamp issue. Ang utak ni Noli ay confused o nag-uulyanin, kumbaga. The traumatic experience that happened days or years before, when

100

remembered by his brain, triggers the body to react as if the event was happening at the very moment. People like Noli are frozen in time and reliving the pain, humiliation, and anger over and over and over again.

Hindi makaalis si Noli sa memory ng traumatic experience dahil gusto nyang makaganti. Hindi niya mapatawad ang mga taong gumawa sa kanya ng masama at lalong hindi niya mapatawad ang sarili niya for not reacting in a retaliatory way. "Dapat lumaban ako! Dapat hindi ako nagpabugbog!" In his mind, paulit-ulit niyang inaalala ang traumatic scenes at binibigyan ito ng iba't-ibang ending – ang mga bullies ang napunta sa ospital o may superpowers siya to annihilate them. Galit na galit siya, at kapag may nakatrigger na iba, doon bumubuhos ang pagka-tiger niya.

Likewise… Feliz (not her real name) has anger outburst issues. Yung masaya sya pero mainis mo lang saglit parang dragon kung magalit. Ang masama, yung 6-year old daughter nya ang madalas magulpi ni Feliz. Tuloy nangangatog ang bata sa takot at kung kumilos sa harapan ng nanay niya ay parang nangangapa sa dilim. "Maglalaro ba kami? Masaya ba si Mama ngayon? Naku, nagagalit na si Mama. Sorry, Mama…sorry po hindi na ako uulit," ang lalaki ng luha ng bata sa tuwing hindi nya matimpla ang mood ng Mama niya.

Our children's brains are malleable and can be molded by any stimuli. Bombahin mo ng blue lights ang brain nila simula pagkapanganak hanggang bago pumasok sa school, mababago ang nervous system nila. Sabi ko nga sa previous chapter, the limbic system (LS) will be hyperactive and forcibly developed, while their Prefrontal cortex (PFC) will mature at its slowest pace.

Dapat by 25 years old, your child is independent, may career na, may diskarte, at may sarili nang buhay pati sana bahay. Kaso nagkaroon ang maraming mga kabataan ngayon ng Peter-Pan (the boy who doesn't want to grow up) syndrome. Trenta na ay asal teenager pa na laging naka, "Mommy ang damit ko asan? Mommy anong ulam? Mommy! Mommy! Mommy!" Kung makasigaw akala mo ay pasusuhing sanggol. Despite being abused by parents, kids who don't want to grow up will still stay in their parents' house because they have nowhere else to go and they don't want to become an independent adult. Forever na silang nasa state of learned helplessness, all because their parents are suffering from confused fight, flight, or freeze reaction brought about by their traumas.

When Feliz came to me for help sa nangyayari sa kanilang mag-ina, inugat namin ang problema. Sa huli, hindi sya maka-move on sa pambababae ng mister niya noon. Tapos nag-OFW pa, eh di napapraning sya dahil hindi nya alam kung anong ginagawa ng asawa sa ibang bansa.

Dahil madalas na sila lang mag-ina sa bahay, sa anak niya nabubunton o nabubuhos yung galit na naipon sa asawa. Pakiramdam nya, sa bawat sigaw, hagupit ng palo, at kurot sa bata eh sa asawa niya ang latay. Ang hindi alam ni Feliz, she is conditioning her kid to hate her or learn to be helpless all the time. Paglaki ng anak nya na bugbog sa trauma, that kid will be a vindictive adult hurting her own kids as well. The cycle of trauma will endlessly start and continue all over again, and again, and again. Hurt people hurt people, remember? Hangga't hindi maisaboses ni Feliz ang galit nya at maisara niya ang kwento ng pambabae ng asawa, through sincere forgiveness and repentance (on her husband's side), patuloy si Feliz na maninirahan sa nakaraan na parang niloloko pa rin siya ng asawa niya sa kasalukuyan.

> SA CASE NAMAN NI NOLI, WHEN HIS BRAIN CAN'T HOLD IT (THE TRAUMA) TOGETHER ANYMORE, THE MIND CAN BECOME OUT-OF-TUNE OR MISALIGNED WITH HIS BODY, LEADING TO A PSYCHOTIC BREAKDOWN. FEELING INVINCIBLE AND JUSTIFIED, DITO NA PAPASOK ANG MGA SCHOOL SHOOTINGS NA GAYA SA IBANG BANSA, MURDER-SUICIDE SA PAMILYA, AT ROAD RAGE NA KIKITIL SA BUHAY NG IBA. LAHAT NG ITO AY DAHIL HINDI NAPROSESO MAIGI NG UTAK ANG NAGING TRAUMA NG KALULUWA.

Ayan ha, kung may isang traumatic experience na almost two years nang natapos, pero sinasaktan ka pa rin sa tuwing maaalala mo, baka panahon na para makipag-reconcile ka sa memorya nito. Once and for all kailangang protektahan mo ang utak laban sa lason na lumalamon sa iyong kinabukasan dahil hindi ito makaalis sa pagkakakulong sa nakaraan.

Kung ang mga namatay nating mahal sa buhay ay merong pa-siyam, 40 days, at babang luksa, dapat may ganun din sa galit at sakit na iyong nadarama. May time limit talaga to heal and move on from it. Hindi ko sinasabing kalimutan mo, ang punto lang makipagbati ka na sa masakit na memoryang ito kahit ba hindi mo na kausapin ang taong ugat ng pait na nadarama mo.

Our goal is to rewire your brain back to its original signaling system in order to protect you. Changing your behavior (fight, flight, or freeze reaction) is a good start, pero in the end, kailangan talaga natin ugatin (cognitively) at kutkutin ang inyong sugat.

> # TRAUMA IS TRANSFORMATIVE.
> WHEN YOU EXPERIENCE A TRAUMATIZING EVENT, YOU WILL COME OUT OF IT A DIFFERENT PERSON WITH A REWIRED NERVOUS SYSTEM. YOU WILL SEE THE WORLD WITH A DIFFERENT SET OF EYES AND PERSPECTIVE. WITHOUT FINDING THE PURPOSE BEHIND YOUR TRAUMA, YOU WILL BECOME A BITTER PERSON IN THE PROCESS.

Triggered ka ba ulit? Hold on lang, ha. Bibigyan natin ng context ang pinagdaraanan mo ngayon dahil malamang ito ang nasa inyong isipan. "Hindi ganoon kadaling mag-move on!", "Nasasabi mo lang yan dahil tapos na ang issues mo, ako ongoing pa.", "Easier said than done.", "I don't want to open wounds that have already been closed. Tapos na yun wag na nating pag-usapan pa." Pwedeng lumalaban ang utak nyo sa mga inilalapag ko sa librong ito, pero remind ko lang ulit kayo. I'm here to trigger and offend you. I will not apologize for that. Kung kinakailangan eh guguluhin ko talaga ang mundo nyo. Pero walang pilitan, desisyon mo pa rin kung tutuloy tayo sa ating kwentuhan.

Ito lang ang gusto kong ilapag tungkol sa trauma o sugat ng inyong kaluluwa dulot ng mga problema o pagsubok na madalas sa Diyos natin isinisisi kaya labis ang ating pagdududa sa Kanya.

Exhausting all possible problems or traumatic experiences that you encountered all your lives, if you have a chance to talk to God at sabihin Niya sa iyong, "Anak, pili ka ng dalawang problema dito sa listahan na kaya mong maresolba, alin dito yun?"

P atay, abandonment and rejection

A ksidente (Emergency)

G ahasa, Bugbog, at abuso

S ugal, alak, drugs, pambababae/lalake

U bos Pera, Utang, Hirap sa Buhay

B aha, lindol, pagputok ng bulkan, kalamidad, delubyo

O spital (Laging may sakit)

K rimen (Biktima or witness)

2 EASY PROBLEMS FOR YOU

1._______________________________

2._______________________________

Wag mong sabihing wala kang pipiliin. Ang taong walang problema eh malamang sa sementeryo ang punta. Now, what if, ikaw naman ang magsasabi kay God na, "Lord, lahat ng problem pwede sa akin except these two things." Alin naman ang dalawang problema sa listahan na ayaw mo sanang ma-experience.

2 DIFFICULT PROBLEMS FOR YOU

1._______________________________

2._______________________________

Now, reflect on your answers. Kamusta ang mga problemang pinagdaanan mo na. Di ba lahat naman eh iyong kinaya? Remember, inside your brain is the breath of God. Bago ka pa sumabak sa gitna ng giyera ng problema, binigyan ka na ni God ng kalasag at sandata.

Meron lang talagang mga taong initsapwera si God kaya yung utak ginawa itong paraan para manumbat. Kaya may mga taong balik ng balik (reenactment) sa routine ng problema, hindi kasi matuto ang utak nilang direksyon o solusyon ay maiba. You can't keep doing the same thing over and over again, expecting a different result. Sa huli, iisipin mo na lang na "Hanggang ganito lang ako.", "Hindi ako mahal ni God.", o "Hindi ko na kaya." Wag! Hindi unique ang pagsubok mo, hindi ka especial that way. Gaya mo, maraming tao rin ang dumaranas ng mga pagsubok sa buhay. Ang unique ay kung paano mo tatapusin ang iyong kwento na magiging blessing sa mga tao, lalo sa mga magiging salinlahi mo.

Problems are not the meaning of your life. You have to find the meaning in your problems. Wag mong enjoyin ang maging biktima. Binuksan na ni God ang pintuan ng kulungan mo, kaya malaya ka na.

Sabi nga nung singer ng AGT na si Nightbirde, "You are not the summation of what happened to you. Hindi mo kailangang masolve ang problema bago mo piliing maging masaya." Naks, galing mag-tagalog ni Nightbirder, hihi! Tama eh, pwede kang kumanta o sumayaw in the middle of the storms in your life. Wag mong hintayin na matapos ang bagyo ng buhay mo bago mo ma-enjoy ang dalang cleansing water nito.

Madalas kong tanungin ang audience ko, "Ang rape ba ay trauma?" To which they would answer, "YES!" Sisigaw naman ako ng "NO!" Kaya triggered na triggered ang mga bashers ko, haha! Klaruhin lang natin, *rape is a traumatizing event.* Isang pangyayari na nakaka-trauma. Depende sa BRAIN KALASAG mo, you can turn rape into trauma or a powerful mantra that **"Bad things happened to me, but that's not who I am.** I will be who God wants me to be because of this traumatizing event."

Rape victim si Trinidad (Not her real name). Bukod sa hindi nahuli ang gumahasa sa kanya, nabuntis pa siya. Nang ipinanganak ang kambal, nangako si Trinidad sa sarili na babangon siya sa lusak na kinasadlakan niya alang-alang sa dalawang anak na wala namang kasalanan sa nangyari. Mula sa kambal na lumaking minahal at inalagaan ng mabuti ay nagkaroon ng salinlahi si Trinidad na doktor, abogado, teacher, sundalo, negosyante, at isang naging bise-presidente. Looking back, nung tinanong si Trinidad on her 101st birthday kung meron ba siyang babaguhin sa buhay niya kapag binigyan siya ng chance na mag-time travel sa past, sinabi niyang, "Wala akong babaguhin. Everything happens for a reason, including the rape."

Remember, tatlo lang naman ang core na iniikutan ng pagsubok natin sa buhay at lahat naman yan ay may solusyon na naghihintay.

"Lord, galit ka ba sa akin? Kaya hindi Mo sinasagot ang aking mga panalangin? Ako rin naman, masama ang loob sa Iyo, pakiramdam ko lahat ng pagsubok sa buhay ay sa akin Mo ibinato." Do you ever feel like this? I did. Nung mga panahong akala ko ay Santa Claus si God na hingian ng biyaya, pero 'hu u?' na si God sa akin kapag buhay ay sagana at payapa.

During the pandemic, I had a very insightful conversation with my then 16-year old son. Sabi niya, minsan may doubts siya kung totoo bang may God. Yung mga ganitong conversation, naku iiwan ko talaga ang tambak kong labada o Korean teledrama na lumamon kay Lowluh (charot!), at makikinig ako sa anak kong maraming pagdududa.

"Bakit naman?" I asked.

"Kasi kung may power si God, bakit hindi niya alisin ang COVID19?" I later found out that in their group chat, some of his classmates were expressing the same sentiments and he couldn't find a counter argument to their claims.

"Well, baka kasi COVID19 is here for a reason," sabi ko na lang.

"And what reason is that? Ang magkaroon ng maraming taong naghihirap at namamatay?" Tabil ng dila ng anak ko, kalalaking tao.

"I don't know. Hindi ako God para malaman ang mga plano Niya sa mundo. Basta ang alam ko, everything happens for a reason, and most of the time beneficial ito sa mga taong naniniwala kay God kahit sa unang tingin ay parang hindi. Sabi yun sa Romans 8:28."

"So I'm supposed to just accept a Bible verse na isinulat lang naman ng tao?" Ang anghang ng dila ha, pingutin ko kaya ang ilong, noh?

"At least tao ang sumulat ng Bible, hindi kabayo," sagot ko. Nagtawanan kami despite the seriousness of our conversation. "Why do you believe your Science and History books eh isinulat lang naman sila ng tao? Kung yun nga pinaniniwalaan mo, bakit hindi ang Bible? Besides, the Bible is like a blueprint of how you may live your life. Andoon ang stories ng failure, great love, adventure, pain, and even doubts. Nasa iyo kung paano mo i-a-apply ang Bibliya sa buhay mo," patuloy ko pa.

"Like how?"

"Like knowing na may iisang pattern lang naman ang mga pagsubok na binigay ni God sa atin. Ang dapat lang nating gawin ay hanapin ang treasures na itinago ni God sa dilim ng buhay nating nilamon ng lagim."

"Pattern sa pagsubok? Meron ba nun?" kita ang curiosity sa itsura ng anak ko, kaya ayun humaba ang aking kwento.

Opo, merong pattern sa pagsubok ng buhay natin, at huhulaan ko kahit paikot-ikutin nyo ang kwento ng mga problema nyo, hindi kayo lalabas sa pattern na ito. Pustahan? Nagsugal pa si Lowluh (haha), suri naman.

If you know your Bible, Job is the go-to guy or the poster boy of suffering. Whenever we feel that God is unfair in the way He treats us, si Job ang laging pang-gaslight, ika nga, sa mga drama natin sa buhay, lalo ng mga devoted Christians. "Si Job nga eh, super follower ni God pero nakaranas pa rin ng matinding pagsubok, kinaya at hindi pinabayaan ni God, ikaw pa kaya?" Ganern ang mga hugoat sa tuwing tayo ay naghihimutok. "Lagi na lang si Job!

Si Job! Si Job! Na walang malay!"
(Charot! Fans lang ni Vilma
Santos ang makaka-gets nyarn).

As per the story, God
mentioned Job to satan, parang
#proudfather lang ang peg.
"Tingnan mo si Job, sobrang loyal
sa akin," puna ni God. Tapos nang
minsang nagkakape sina God at
satan sa Starbucks (naks!), sabi ni
satan, "Eh, binigay Nyo kasi lahat
kaya mabait sa Inyo. Alisin Nyo
yang biyaya at susumpain Kayo
ni Job."

"Hindi rin. Kilala ko ang puso ni Job, meron o wala... sa
Akin yan," confident na sabi ni God. Sana ganyan kataas ang bilib
sa atin ni God, noh?

"Dare?" hamon ni ka taning.
"Call!" Si God pa ang ide-dare
ni satan, huh! Dare pa more!

As the story progressed, may
ultimate condition lang si God
kay taning. "Kunin mo lahat kay
Job except ang buhay niya. Akin
yun," kabilin-bilinan ni God.
"Fine!"

Doon na nga nagsimula ang masalimuot na kwento ni Job,
dahil sa chocolate macchiato at cappuccino, kaya bawal sa akin ang
kape eh. Kahit miss na miss ko na sya (waaaahhhh!).

Syempre to make the long story longer eh nagtagumpay si Job
sa pagsubok at ibinalik sa kanya ni God ang lahat ng nawala - siksik,
liglig, at umaapaw pa nga! Medyo pinagaan ko lang ang kwento ha
pero check out the book of JOB sa Bible para malaman nyo yung

buong story. Wala namang Starbucks doon, baka ma-aning-aning na naman kayo sa version ni Lowluh at isiping isa akong bulaang propeta, haha!

Anyway, silipin natin kung anong treasures ang makukuha natin sa madilim na pinagdaanan ni Job. As usual gagamit tayo ng acrostic. JOB naman para mas lalo niyong maalala ang ating kwentuhan.

Madalas kapag may kausap ako na tinotopak, isinisingit ko talaga sa kwentuhan si God. Kaya tuloy ang tsismis sa akin eh I pray the anxiety and depression away daw. Totoo naman, effective kasi, pramis!

"Kamusta naman ang relasyon mo kay God?" madalas kong tanong sa nagmemessage sa akin.

"Okay naman po. Lagi nga po akong nagdadasal eh."

"Fine, nagdadasal ka. Ang tanong, obedient ka ba?" Sabi kasi sa Bible, obedience is better than sacrifice[47]. Sige madasalin ka, perfect attendance sa church, nagpapapapako ka pa nga sa krus tuwing semana santa, at lumalakad nang paluhod sa munggo papasok ng simbahan, pero ang tanong ni God, "Sinunod mo ba ang purpose at utos ko sayo?" Dito kasi papasok yung sinabi ni Jesus sa Matthew 7:21 na, "Maraming tumatawag sa Akin na Lord...Lord... pero hindi sila karapat-dapat sa kaharian Ko dahil pasaway naman kasi."

Sabi ko nga kanina, even satan communicates with God. We kinda assume that when satan rebelled against God, eh na-ghosting si God ni satan or vice versa. Hindi, ah! Maraming citations sa Bible

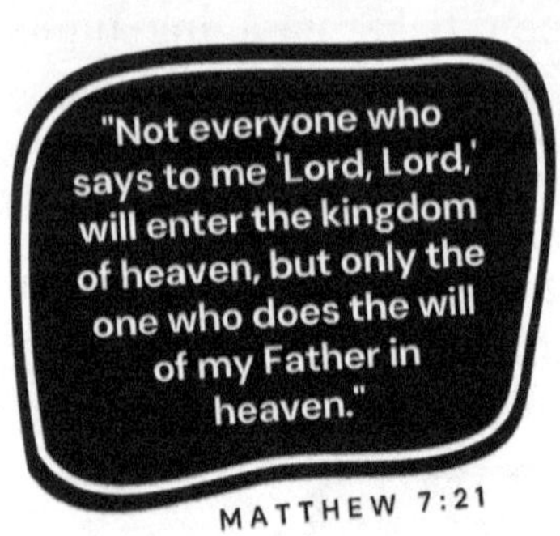

na nag-uusap sila. Di ba nga tinukso[48] pa ni satan si Jesus nung nagfa-fasting ito? Hindi sila berks pero they are in speaking terms, naks! Yan ha, kaya wag kayong masyadong kampante na dahil feeling mo eh kinakausap mo si God through prayer eh team God ka. Baka mamaya dun ka pala sa team ni ka taning nakasali, hindi ka lang aware. (Charot!)

The benefit of this kind of relationship between God and satan is, laging nag mamarites si satan kay God tungkol sa ating mga tao. As if hindi naman alam ni God ang nangyayari sa mundo. Hellerrr! Si God yun, noh! Omnipotent, Omniscient, and Omnipresent, kaya alam Nun ang lahat-lahat. Tapos, after ni satan mag tsismis kay God ay magpapaalam ito ng gagawin sa atin bilang pagsubok sa ating pananampalataya.

I could just imagine the conversations that may have taken place between them, "Panginoon, pwede ko bang bigyan ng problemang cancer si Juan? Subukan ko lang ang tatag nya," tanong ni taning. "Wag muna, may ibang plano ako kay Juan. Pigsa lang muna ang ibigay mo," sagot ni God. Oi, may sense of humor din si God, ayiii!

Kaya kung anuman ang pinagdaraanan mo ngayon, kahit yang topak at self-diagnosed mental illness mo, lahat yan pinayagan ni God mangyari sa iyo. Kaya chillax ka lang. Kasama mo pa rin si God kahit madalas manirahan si taning dyan sa utak mo.

ONLY WITHIN THE BOUNDARY

May isang viral meme na nagpapakita ng kulambo na sa ibabaw ay may nalaglag na ahas. Pag-gising ng may-ari, kinuhanan nya ng picture ang ahas na nakapatong sa kulambo at nilagyan ng caption na, "Akala ko lamok, ahas lang pala." Nyak! Oh, di ba? Think outside the kulambo ka. Nakakatakot na, nagawa pa ng pinoy magpatawa. Only in the Filifins, yarn!

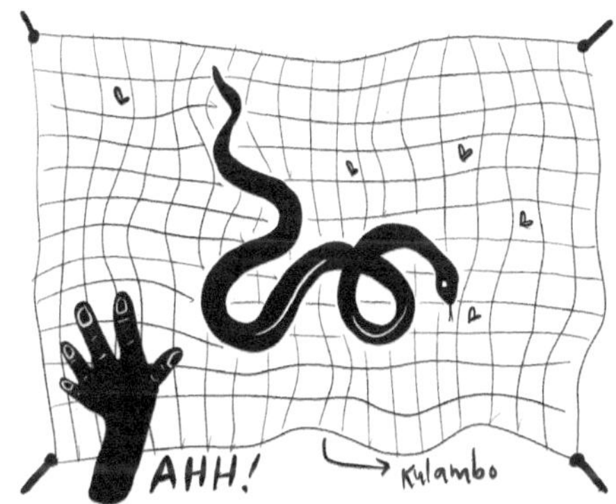

Ang galing lang, kasi that's how God also works in giving us trials. It should be within the boundary that He sets for us to be tested. After payagan ni God si taning sa plano nitong bugbugin tayo ng mga problema, sasabihin ni God, "Sige…gawin mo ang lahat ng gusto mo sa nagbabasa ng librong ito (charot!) basta wag mo lang siyang 1.) condition A 2.) condition B, and 3.) condition C. Hindi para sa kanya ang mga pagsubok na yan."

Astig talaga ni God, noh? Kaya pala may mga taong walang problema sa health pero may problema sa asawa, merong may problema sa pera pero sobrang intact naman ang pamilya, at merong successful sa buhay pero sinubok sa mga anak. God knows kung anong limitasyon natin. Kaya satan needs to work ONLY on the boundary of his evilness, beyond that ay hindi na papayag si God.

Ilang taon kong pinanghhawakan ang verse (1st Cor. 10:13) na ito, grabe! Wag nyong kalilimutan yan, no matter how painful, God has your back, ALL THE TIME!

GOD IS FAITHFUL

*HE WILL NOT LET YOU BE TEMPTED **BEYOND WHAT YOU CAN BEAR**;*

1 CORINTHIANS 10:13

BEST OF THREE

Interestingly, sa tatlong malalaking problema lang umikot ang pagsubok ni taning kay Job. I'm sure, sa tatlong ito rin posibleng umiikot ang problema nyo ngayon. Isa-isahin natin ha.

ANG ATING MGA PROBLEMA

P era o pangarap

P amilya at relasyon

P ansiring isyu

PERA O PANGARAP

Pera, kabuhayan, yaman, physical na ari-arian, at kung ano-ano pang materialistic na issues. Dito ka unang titirahin ni taning. I-te-test niya kung paano ka nya gagawing praning. Kagaya ni Job na ang unang nawala ay mga alagang hayop at buong kabuhayan, pwedeng ito rin ang iyong pinagdaraanan.

Baon sa utang si Claire (not her real name). Napasubo sya sa online lending at nang hindi makabayad ay siniraan siya ng collector sa lahat ng contacts nya online. Gusto na ni Claire mamatay dahil sa kahihiyan, considering na kumakanta pa naman siya sa kanilang choir at kilalang elders ang mga magulang niya sa simbahan.

When I talked to her — syempre dumaan si Lowluh sa ganyan - sabi ko lang sa kanya, "Pera ang pinakamadaling problema dahil ang solusyon diyan ay ibaba ang pride." Ang purpose ng collectors ay ipahiya ka, lunukin mo ang yabang at yakapin ang kahihiyan dahil may malaking aral ka sa buhay na matututunan.

Ngayon naman ay buhay pa siya, kahit araw-araw niya akong mine-message na gusto na niyang mamatay. Inamin nya sa lahat ng kaibigan niya at pamilya ang naging problema. Nang naubos ang kahihiyan, doon niya naayos ang lahat para maghanda sa mas utang-free na kinabukasan.

I remember the first time I printed my books, yung bahay namin ang ginawa kong warehouse. Pag aalis kaming lahat, biglang may saltik ang utak ko na, "Baka masunog o mabaha ang bahay, paano yung stocks ko na libro? Daang libo ang lugi ko nun pag nagkataon." Tapos  sasawayin ko ang sarili ko, titirisin ang langgam na nananakot na parang walang Diyos sa puso ko. Magpe-pray ako na, "Lord, ikaw nga pala ang Chairman of The Board ng Lolakwentosera Book Publishing. Kung sunugin mo man lahat yan kasama pati ang bahay ko at mauwi ako sa milyong utang, okay po. Magtitiwala akong may plano ka sa pagbibigay sa akin ng matinding pagsubok. Amen." Yun! Pag-uwi ko, andoon pa naman ang stocks ng mga libro, ready for delivery sa inyo.

Ikaw? Anong materyal na bagay o source of income ang takot na takot kang mawala? Anong problema sa pera ang nagbibigay sa iyo ng gabing hindi ka makapagpahinga kahit matagal nang nakahilata sa kama? Isuko mo yan kay God, kaibigan. Sinusubok ka lang ni satan. Pagdating sa dulo, may kulambo si God na naka-boundary bilang protection mo, para kamandag ng mapanuksong ahas ay hindi tuluyang makapasok sa utak na nag-iisip ng negatibo.

Kung hindi ka naman sa pera may isyu, possible na sa relasyon mo sa pamilya, kaibigan, kamag-anak, katrabaho, at isama na natin ang ex, pati kapitbahay mo.

Zeny (not her real name) was hospitalized after her break-up with a live-in partner. Dun sya sa pamilya ng lalaki tumira at naging kapamilya na ang turing sa kamag-anak ng kinakasama. Eventually, hindi rin natapos sa maganda ang pagsasama nila. Dito nagkasakit si Zeny at nag-agaw buhay. As expected, mga kadugo nya ang sumalba sa kanya, kasama ang gastos sa hospital at matiyaga na pag-aalaga.

Habang kausap ko si Zeny, ang bukang bibig nya ay, "Balang araw mahahanap ko ang totoong taong magmamahal sa akin." Sabay sabing, "Hulog ka ng langit sa akin, Lowluh. Feeling ko ikaw ang magsasalba sa lahat kong problema." Aguy! Ordinaryong tao lang po ako na pwede i-disappoint kayo. Ito ang pansin kong sakit ng maraming tao, yung inaasa ang saya sa iba tapos sa huli mabibigo rin pala. Again, love me syndrome, di ba? Sakit ng mga taong uhaw na uhaw sa pagmamahal at attachment kaya halos magmakaawa at mamalimos wag lang iwan na parang busabos.

Sa case ni Job, namatay ang lahat niyang anak. Tinanggap nya pa rin. Sabi nya sa Job 1:21, "God giveth, God can take them away." Eh ang iba nga sa inyong nagbabasa nitong book na ito, yung buong identity nyo ay naka-anchor sa pagiging magulang, anak, o asawa nyo. Kaya naman kapag hindi umabot sa standard nyo ang ginawa ng mga mahal nyo sa buhay eh durog ang buong mundong binuo nyo para sa iba, habang ang sarili nyong pangarap ay kinalimutan na.

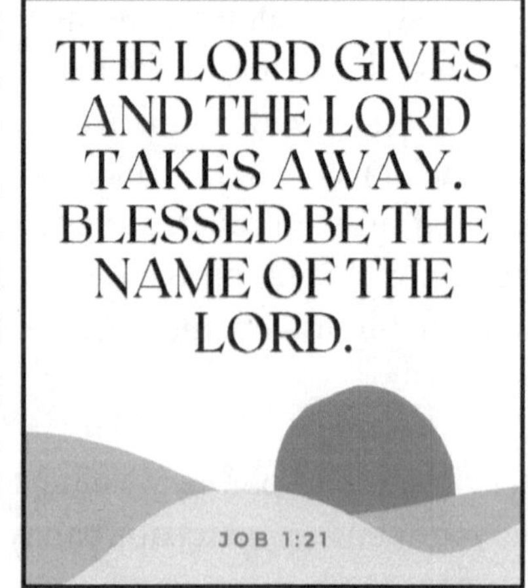

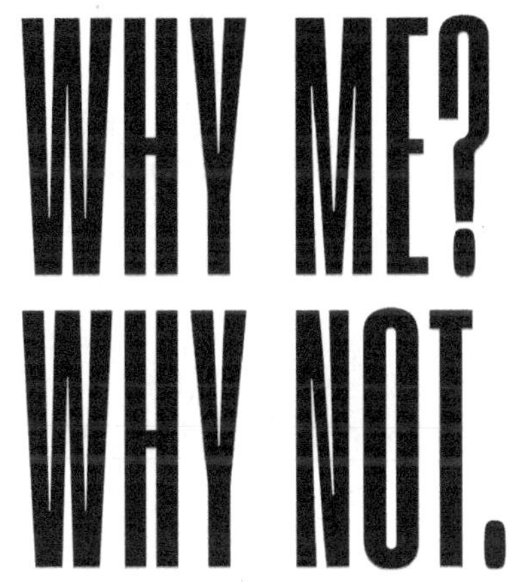

Losing the love of your loved ones through death or separation, ito ang pinakamasakit na pagsubok para sa marami. Yung agawan, i-reject, mamatayan, hiwalayan, at abandonahin ng taong minahal mo nang husto, sobrang ARAY SAKIT yun, AWIT! Betrayal of a loved one is also one of the most difficult pains to forgive. Kapag binalot na ng galit ang puso natin dahil nawalan tayo ng minamahal o sinaktan tayo ng taong pinagkakatiwalaan natin, dito na mag-uumpisa yung mga tanong natin sa Diyos. "Bakit? Bakit Nya hinayaang mangyari ito sa akin? Wala naman akong inagrabyadong tao."

> YET, GOD ALLOWED THIS PAIN TO THE BEST OF HIS CHOSEN PEOPLE. KAHIT SI JESUS AY MAY JUDAS WHO BETRAYED HIM AT MAY SIMON PETER WHO DENIED HIM. IN THE END, THE ROAD TO HEALING IS TO LOOK UPON GOD'S EYES AND SAY, "LORD, KUNIN MO NA ANG LAHAT SA AKIN, WAG MO LANG AKONG BIBITIWAN SA ERE, DAHIL SA IYO KO MAKUKUHA ANG KALAKASAN TO SURVIVE THIS."

Ikaw? Kanino ka galit? Sino ang pakiramdam mo ay kinuha sa iyo ni God? Kalma ka lang. Kasama sa journey natin ang mga taong nakakasalamuha natin along the way. May mabuti, masama, masaya, at masarap kasama, pero sa huli mamamatay tayong mag-isa at haharap sa Diyos para piliing Siya lang ang makasama.

Ayan ha, isuko mo kay God yung mga taong pinakamamahal mo. Si God lang dapat ang buo mong sentro. Kung parang buhangin na ikukulong mo sila sa iyong naka kuyom na palad, mauubos sila habang nagpupumiglas. Pero kapag ibinukas mo ang iyong kamay para kay God ang lahat ay i-alay, mga tamang relasyon ay kusang loob na sayo ibibigay.

Tinapat na kami ng doktor tungkol kay Muning (my niece), may liver cancer ito, tapos sumabay pa ang pneumonia at tuberculosis. "Buwan na lang ang hinihintay nya. Hindi sya pwedeng bigyan ng matapang na gamot kasi bibigay ang liver nya. Ganun din ang ending."

She messaged me, "Tita, ang lupet ng Diyos sa akin. Hindi ako binigyan ng gamot ng doktor." Hindi na namin sinabi sa kanya ang tungkol sa taning ng buhay niya. Looking at her mom (yung tumayong mama ng mga anak ko), I could sense her pain due to the impending loss of a loved one. Looking at my niece, ubo ito ng ubo at hindi makahinga. Sariling katawan at lakas ang unti-unting bumibigay tungo sa kamatayang naghihintay.

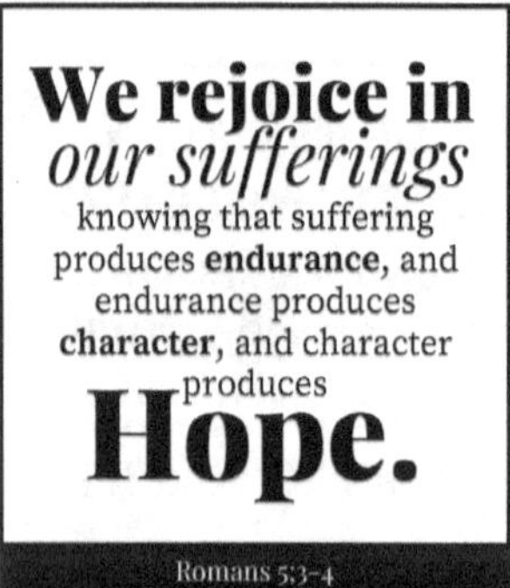

When satan failed to make Job denounce his faith in God, binigyan ito ng ultimate test – SAKIT. Nagbukol-bukol ang katawan niya at inuuod pa nga, di ba? Tapos na praning na rin siya kay God at sinabing, "Kunin mo na ako, hindi ko na kaya." Hindi mo masisisi si Job kasi ang hirap naman talaga kapag sakit na ang iniinda. Sa lense ng Psychology, sa daming pinagdaanang problema ni Job, nagkaroon siya ng psychosomatic issues, lumabas sa katawan ang mga sakit ng puso at isipan. Tapos naging suicidal pa sya dahil mas gusto na lang niyang mamatay. Anyone who can relate?

In our case, pwedeng struggle with our own sanity ang nagpapahirap sa atin. Wala ka mang physical na sakit, nilalagnat na utak naman ang bumubulong para panghinaan ka ng isip. "Walang nagmamahal sa akin.", "Wala akong mararating.", "I'm ugly and alone.", at kung ano-ano pang negative thoughts na hindi nagpapatulog sa atin sa gabi, ang pwedeng iniinda ng puso nating hindi mapakali. It's like you are alive but already living in hell.

One time naman, my nephew asked me, "Tita, if God loves us unconditionally, why does He send us to hell if we don't believe or obey Him? It's no longer unconditional love. It's conditional... I will not send you to hell if..."

Ang daming nuances sa tanong ng pamangkin ko, like what do you mean hell? "Define hell," tanong ko sa kanya.

"Ahmmm, a bad place. Endless heat where you cannot escape," sagot ng pamangkin ko.

"What is the opposite of that place?" tanong ko ulit.

"Heaven, where you will be with God?"

"What makes you think that God is the one sending disobedient people to hell? Posible rin namang, these people choose to live a life away from God and His rules." patuloy ko pa.

"Yun na nga, tita. Ang daming rules kapag pinili si God,"

"Okay, picture this. You invited your classmates in your apartment. Can they do anything inside it? Trash the place? Have sex on your bed? Do drugs and remove a ceiling, or worse, kill each other inside your house?"

"No way, lagot ako sa parents ko. Our house, our rules. Limited lang ang mga pwede nilang gawin, otherwise they have to leave," sagot niya.

"Exactly, this universe, created by God, has rules too. Merong pwede mong suwayin because of your free will, merong hindi mo pwedeng suwayin kagaya ng law of gravity, yet never agad pinaalis ni God ang mga tao sa mundong ito. In fact, pinadala pa nga Nya ang sariling ANAK to pay for our sins so we can be with Him in eternity. Tayo lang itong tumatanggi sa gift of grace which is SALVATION."

Kita kong nalilito ang pamangkin ko pero may glimpse of understanding din sa kanyang mga mata.

"What if hell is a place where there is no God. What if hell is simply the absence of heaven. You see, sobrang mahal tayo ni

God na ang gusto Nya piliin natin Siya. He is so powerful that He can trick us into loving Him, pero ang gusto ni God walang pilitan. He wants us to be in heaven with Him, pero He will not meddle if we choose not to. Baka yung sinasabi mong hell, isang place o sitwasyon na miserable ka dahil parang impyerno ang buhay mo, God does not put people there. We have a choice to live a life of hell or a life with God by our side whenever we experience hell on this earth."

Malamang gaya ng pamangkin ko, nalilito rin kayo. Basta ang punto lang, there is no such thing as darkness. Darkness[49] is the absence of light. There is no such thing as evil. Evil is the absence of God. Maybe in this context, hell is the absence of heaven.

Pag may God ka sa puso mo, kahit napakasakit ng personal struggles mo, palaging may hope. Pag binitiwan mo ang kapit kay God, hope ang unang tatanggalin ng kalaban. Sa oras na mawalan tayo ng pag-asa – na gumaling, na ma-overcome ang lahat, na may magandang bukas matapos ang mabagyong kahapon – kahit anong magandang balita ni God o pangako Nya, hindi na tayo maniniwala pa.

Sa isang TV interview, tinanong ang isang forest ranger kung anong usual na dahilan kaya namamatay ang mga hikers na naliligaw sa kagubatan.

"Is it hunger?" tanong ng interviewer.

"No. Maraming makakain sa kagubatan, hindi sila magugutom dun. The usual reason for their death is hopelessness. When hope is lost, kapag pinaniwala mo ang sarili mong hindi ka na mare-rescue, doon na unti-unting tinatakasan ng lakas ang tao para lumaban at mabuhay pa. Kaya sa mga nawawalang hikers, don't lose hope, we will find

you," sabi ng ranger.

Ang galing, noh? Parang sa mga nawawalang tupa[50] rin ng pastol. Wag kang mawalan ng pag-asa, mahahanap ka ni Jesus sa gitna ng personal sufferings na iyong iniinda.

Ang hirap lang talagang paglabanan ang negative thinking at yung habit of focusing on the worst case scenario. May pinagdaraanan kang sakit, Oo na! Isa kang biktima. Ang problema, tapos na ang issue, gumaling ka na, pero hindi ka pa rin maka-move on. Patay na nga yung taong sa iyo'y nang-agrabyado, buhay na buhay pa sya sa iyo. Again, hindi ka susubukan kung hindi alam ni God ang limitasyon ng iyong kakayahan. In other words, kaya mo yarn!

The ultimate treasures in the dark na nakuha ko sa kwento ni Job ay yung palaging sinasabi ng mga tao sa kanya, "Sumpain mo na si God kasi ang mean-mean niya sa iyo!"

Job would simply reply, "Ang lahat nang ito ay binigay ni God, kaya pwede Nya ito kunin sa akin anytime." This includes pera at success mo, mga mahal mo sa buhay, at sarili mong kalusugan, lahat yan eh hindi sa iyo. Itinalagang steward ka lang ni God para alagaan ang mga ito.

Minsan kasi ang entitled natin eh. Isa lang tayong insekto na nakasakay sa likod ng kalabaw, feeling natin kalabaw na rin tayo. We always play God in controlling our situation and destiny, pero ang need mo pala ay isuko kay God ang mga bagay na hindi naman sayo in the first place. Yang yaman mo, success, at tinatamasang mga materyal na bagay, hindi sa iyo yan! Ibigay mo yan kay God dahil ipinahiram Niya lang yan sa iyo. Kasama na ang asawa mo, pamilya mo, at mga taong hinuhugutan

mo ng lakas, hindi yan sa iyo. Pahiram lang ni God yan. Lalo yung mga kaaway mo, bakit mo sila papatirahing rent-free sa utak mo para praningin ka? Ano sila sinuswerte? Seiko-Seiko wallet, ang wallet na maswerte (charot!). Pati buhay mo, hiram lang kay God. Kaya sa bawat araw na healthy ka at humihinga pa, mag-thank you ka naman madalas, hindi lang paminsan-minsan.

Basta tandaan mo ang Diyos na pinaglilingkuran natin ay God of oxymoron o Diyos ng kabaligtaran. Babaliktarin nya ang pangyayari sa buhay mo na ang tingin ng mundo ay parusa sa iyo, yun pala meron lang Syang napakagandang plano.

> **KAYA ANG PRINCIPLES PALAGI NI GOD IS, YOU WIN BY SURRENDERING; YOU LEAD BY SERVING, ANG YOU LOVE BY DYING TO YOURSELF.**

In other words, anumang problema o pagsubok na sumugat (trauma) ng iyong kaluluwa, kaya ang paglaban ay ginawang takot (FIGHT - PANIC ATTACK), ang pagtakas ay ginawang tapang (FLIGHT - DEPRESSION), at ang pag tahimik ay ginawang galit (FREEZE - PSYCHOSIS), wag kang susuko kahit buhay ay napuno ng pait. Andyan si God na gagawing transformative ang iyong trauma. From a bitter person, magiging better ka.

> THEREFORE, IF ANYONE IS IN CHRIST, THE NEW CREATION HAS COME: THE OLD HAS GONE, *The new is here!*
>
> 2 CORINTHIANS 5:17

PROTEKTAHAN KITA, PROTEKTAHAN MO AKO HA

3 WAYS TO DEAL WITH TRAUMA

Ngayong alam mo na kung bakit ka may utak, hindi ka dapat nito ipinapahamak. Ang trabaho ng iyong utak ay protektahan ka, kaya dapat protektahan mo rin siya, okie?

Paano? Brief review lang ng mga nabasa nyo na sa previous chapters tungkol sa brain ha.

Think of your brain as an inverted triangle. Yung pinakamaliit at patusok na parte ang authentic brain mo, yung gitna ang attachment, at yung pinakamalapit sa ibaba ang iyong enlightened brain (seat of logic and cognition).

Knowing these parts and functions of your brain will help you deal with traumatic experiences that may or may not give you trauma, baka nga patibayin ka pa.

Again, small t and BIG T, **trauma can either be developmental**, yung na-sustain mo wounds while growing up or for a period of time or **shock**[51] **trauma** na one-time, big time eh naranasan mo.

1

If you are familiar with the K-drama na Atty. Woo Young Woo, parang ganito ang top-bottom approach. Very logical kasi ang utak ni Atty. Woo, so kapag may problema sya na kinakaharap na nagbibigay sa kanya ng discomfort, lumalabas ang isip niya sa sitwasyon para mag-imagine ng whale. 'Going to your happy place' ang peg nya, doon siya narerelax at nakakakuha ng solusyon sa mga problema.

Dito na yung sinabi kong helpful disassociation (mentioned in the first part of this book). Ito ang approach ko dahil nga I'm a flee'r, di ba? Lumalabas ang kaluluwa ko (charot!) sa katawan ko when I'm in pain. I do this to numb myself and be logical, shutting off my emotions while dealing with problems in life. Ito pa rin ang ginagamit kong technique hanggang ngayon in addressing personal issues. Syempre, tao lang si Lowluh, meron pa rin akong samu't-saring problema. Ang binabantayan ko lang eh yung wag kong gawin ang technique na ito sa mga happy moments ng buhay ko.

Kapag may nararamdaman akong weird sa emosyon (masungit, mabilis mainis, o impatient) at aksyon (kaba, di mapakali, di makatulog, GERD, etc), my approach would be, "Okay anong ginawa ko that led to this?". Instead na i-judge ko ang sarili ko, meron na akong compassionate curiosity na tinatawag. Dito ko na rin ginagawa yung biopsychosicialspiritualtrauma approach na nadiscuss ko sa SADSATNB? May nakain? Rereglahin? Sign of old age? (Aray ko!), sinong nag-trigger? Recently, I discovered na kapag natulog ako ng past 11pm na, gumigising ako after 7 to 8 hours (complete ang tulog, di ba?) pero may numbing feeling sa kanang kamay ko na parang rayuma.

E.D.A.D

Sabi ko, "Old age, matanda ka na talaga, Lowluh." It bothered me, thinking that I have an autoimmune issue because of my childhood trauma. I was ready to accept it until nakatulog ako ng 9pm consistently for a week nung nakapag bakasyon ako sa probinsya. Then ang gising ko eh around 5am or 6am for my quiet time. My goodness! My skin became softer and smoother, tapos nawala yung sakit sa buto-buto ko. Pati yung feeling na overwhelmed ako sa dami ng gagawin, nawala din. I realized na biological pala lahat ng idinaraing ko. My brain wasn't dumping garbage sa tamang oras kasi late ako matulog.

Autophagy[52] pala ang tawag dito. Yung proseso ng katawan natin, specifically our brain, to clean out and eliminate free radicals na dapat nating ilabas sa katawan through our excretory system (ihi, tae, iyak, pawis, etc). Kaso pagbalik ko sa Maynila, bumalik ako sa late matulog, kaya ayun, bumalik din lahat ng inflammation issues ko (huhu!). When I discovered the power of sleeping before 10pm, dumalang ang topak ko.

Super nice lang, kasi yung coping mechanism ko dati na takasera, nagagamit ko pa rin ngayon with so much awareness. Hindi na ako clueless or numb na gaya ng dati. Pag para sayo itong technique na ito, labas ka sa katawan mo and see the big picture of what your problem is trying to tell or teach you. Wag kang maging too emotional sa pag harap mo sa mga bagay-bagay. Valid ang emotion mo, pero posibleng hindi makatutulong sa iyo because you need your logical brain (PFC) to hamper and tone down your emotional brain (LS).

Sa tuwing aatakihin ng panic attack si Amry (not her real name), she was taught to pray for other people. In the midst of feeling the tightening of her chest, body shaking, and cold sweats, isa-isa nyang binabanggit ang pangalan ng mga mahal niya sa buhay para ipagdasal. "Lord, si Anton po, kanina nabasa ng ulan, wag po siya magkasakit. Si Stella naman po nakipag-away na naman sa kapatid niya, sana po maging okay na sila. Ikaw po ang bahala kay Lola Memang na may sakit…" Ganito ang paulit-ulit niyang dasal hanggang kumalma siya. Ibig sabihin, lumabas siya sa sarili niyang pain at dinama ang sakit ng ibang tao.

Ang focus ng mga taong kagaya ni Army ay nasa sarili nilang sakit kaya nawala ang empathy nila sa damdamin ng ibang tao sa paligid. The top to bottom approach teaches them to think outside of themselves to break the cycle of overthinking about their psychosomatic pain. Nakaka-challenge di ba? Pero worth i-try, noh?

BOTTOM-UP APPROACH

Another approach in integrating or dealing with trauma is the bottom-up approach. Ito naman eh medyo mahirap gawin ng isang kagaya kong may suicidal ideation pero sobrang dali sa mga nagpapanic attacks. Ito ngayon ang pinag-aaralan ko na kung tawagin ay somatic sensation. Habang nasasaktan ka, wag kang lalabas sa katawan mo, i-feel mo lahat. Note to self ko ito, araw-araw.

Ito ang kinatatakutan palagi ng mga nagpapanic attacks. Yung somatic sensations na parang mamamatay sila. This is an effective healing process through physical pain exposure therapy. Meaning, you will expose yourself fully to the painful sensations until you get used to them so they will no longer hijack your emotions when they attack you out of nowhere. Physical pain exposure therapy in a sense na kabahan ka na bago pa dumating yung totoong magpapakaba sa iyo. I-feel mo na yang locked jaws and frozen shoulders mo, without being too anxious about them. This way, familiar na sa iyo ang sensations bago ka pa nito gulatin.

Takot ka sa banyo dahil nasusufocate ka? Dito ka kasi madalas atakihin ng kaba. Imagine yourself inside that place. Feel all the scary sensations habang wala ka pa sa banyo. All the while, you can practice breathing and eye movement exercises to desensitize yourself from the pain of imagining that

something bad will happen. Then, pumasok ka sa banyo and actually compare your feelings while inside the comfort room vs. your imagination. Unlike top-bottom approach na lumalabas ka sa katawan mo, bottom-up approach is going inside your body and allowing your mind to feel all the discomfort of its sensations. All the while talking to yourself that it will pass and you will not die.

In doing this may mapapansin kang anger, rise of anger that might make you give up trying. Wag! Pag lumabas yang anger na yan, ibig sabihin malapit ka nang maging okay.

Normal ito, just give yourself time to calm down. Naglalabas ka lang ng excess energy na hindi mo na shake-it-off (ika nga) sa tuwing nagiging defensive ang katawan mo kada may sakit-sakit kang nararamdaman.

Yung pagpapapanic mo is not a weakness, remember you are a fighter! As you feel painful body sensations, talk to your brain. "What happened? Did I not protect you today? What can I do to make you feel better?" If you need to cry, do so, kasi therapeutic yan. Crying is a form of cathartic release which is good for you.

Also, kung posible, sabihan mo ang mga tao sa paligid mo na may atake ka ng panic at magmo-moment ka lang saglit. Kamo, wag silang makipanic sa iyo. Ang kailangan mo lang ay pang-unawa nila. Maging kalmante kamo sila habang nakikipaglaban ka. Naks! Warrior lang ang peg.

Assuming na inatake ka during a meeting, a gathering, or even while riding (driving) a car, or alam mo nang aatakihin ka. Mag excuse ka lang sandali. Take a moment. Magdala ka ng bag na hihipan mo (it can also be a rubber band or stress ball). Yung iba eh ice-cube na tinutunaw

sa nakakuyom na palad). Go to a safe space where you can freely feel the negative sensations. Take your time so your brain can finish sending its alert signal, assuring your body that you are listening to it.

Will the sensation stop? Definitely! Kakalma ka pa rin, palagi naman. Ang usapan na lang dito ay gaano ka kabilis makaka-recover. Will your panic attacks be with you all your life? Maybe. Pero who cares! Ang importante, maramdaman mo man ito eh hindi ka na i-ha-hijack ng unpleasant sensations na dulot nito. Marunong ka lang mag-moment to welcome and listen to your body while your brain is organizing and making sense of your sensations.

For someone like me naman na walang paki sa nangyayari sa katawan ko (sensation wise), I need to go inside my body na palagi kong tinatakasan kapag nakararamdam ako ng pain. Kaya for me, medyo mahirap gawin itong bottom-up approach, pero hindi imposible.

One case became a breakthrough of this approach when Che-Che (not her real name) was overworking her body to death. One time, her therapist asked her to undergo a relaxing massage. Hirap si Che-Che kapag hinahawakan ang katawan niya ng ibang tao. Being a rape victim, mahirap sa kanya ang magtiwala. Slowly, kumalma siya habang minamasahe. Then bigla siyang nagpanic dahil pakiramdam niya ay mag-isa na lang siya sa kwarto at iniwan na siya ng massage therapist niya.

"Asan ka? Asan ka na?!?" Sigaw ni Che-Che saka inalis ang takip sa mata. Takang-taka sila dahil minamasahe ng therapist ang binti niya. She discovered that she felt nothing when touched by others from the waist down to her feet. As a child, nung nire-rape siya ng stepdad niya, she purposely got out of her brain to not feel anything down there. Upon learning this, her therapist changed her approach in integrating her trauma by getting all Che-Che's physical sensations back na nawala dahil sa minanhid niya ang katawan niya. Kaya hindi si Che-Che nakararamdam ng panic attack through visceral sensations dahil manhid na ang buong pagkatao niya para makaramdam ng sakit. Pareho kami ng kwento, noh?

Pasensya na ha, alam ko nakaka-trigger pero kailangan nating pag-usapan eh. Again, awareness is the key, so I hope you are learning a lot despite the discomfort of reading this book.

Finally, another approach is…tyaran! Ang favorite nyo…

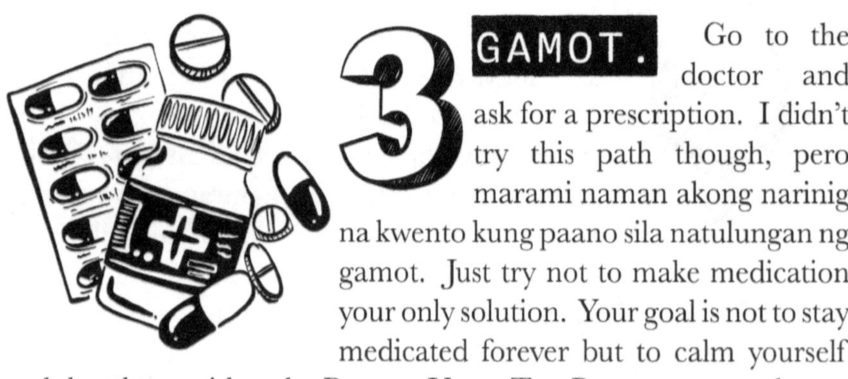

GAMOT. Go to the doctor and ask for a prescription. I didn't try this path though, pero marami naman akong narinig na kwento kung paano sila natulungan ng gamot. Just try not to make medication your only solution. Your goal is not to stay medicated forever but to calm yourself and then learn either the Bottom-Up or Top-Bottom approach.

We will have detailed discussions of these approaches in the succeeding parts of the book.

Nag-ipon ka (mula pagkabata) ng mga negative emotions (galit, lungkot, etc.) sa utak mo kaya hindi basta-basta madaling makapag-withdraw sa banko (memory bank). Time is on your side naman kaya wag kang magmadali, lalo at kasama mo naman si Lowluh at si God sa laban na ito hanggang ikaw ay magwagi.

Bago natin ilapag ang detalye ng trauma healing or integration process, maging klaro muna ulit tayo sa pagharap sa TRUTH. Kasi di ba sinungaling nga ang UTAK. Kaya dapat baguhin natin ang mindset at harapin ang hubad na katotohanan kahit napakahirap. Ito ang starting point natin towards having a BRAIN KALASAG.

CHAPTER V:
ANG UTAK NA NAGPAKATOTOO HINDI NA MALILITO

HANAPIN ANG KATOTOHANANG MAGPAPALAYA SA ATING NAGUGULUHANG ISIPAN.

In order to craft and activate your BRAIN KALASAG, you need to believe in five (5) foundational TRUTHS that will smash the LIES that have been reigning over your thoughts. Gumawa tayo ng acrostic ng salitang TRUTH para katotohanan ang inyong panghawakan, hindi puro kasinungalingan.

T raumang sapilitang kinalimutan, katawan ang pagmamalupitan

R esetang pill for every ill ay pwedeng gawing skill

U galing i-diagnose ang sarili ay hindi nakabubuti

T anda na may digmaan sa iyong kalooban, kaya pagod na pagod sa paglaban.

H indi mental illness ang isyu, baka may masamang habit lang ang brain mo

Traumang sapilitang kinalimutan, katawan ang pagmamalupitan

WHEN YOUR BRAIN REFUSES TO ACKNOWLEDGE THE PAIN, A WAR AGAINST YOUR BODY WILL REIGN.

44 year-old Beth (not her real name) went to several doctors hoping to cure her alopecia and psoriasis. Actually, hindi pa rin sure ang mga doctors kung anong sanhi ng paglalagas ng buhok nya at pamumula ng kanyang tuyong-tuyong balat. Ang sabi ay dahil sa stress kaya nagkaroon siya ng autoimmune issues. Dahil episodic ang kanyang symptoms, hindi makapag-rule out ang mga doktor kung ano ba talaga ang totoong sakit niya.

Lalong nati-trigger ang sakit ni Beth habang papalapit ang pag-uwi ng asawa niyang si Tim (not his real name) na isang OFW sa Middle East. Sa higit dalawampung taon nilang pagiging mag-asawa, nagkaroon sila ng tatlong anak na puro mga babae. Ang panganay nila ay Cum Laude sa isang kilalang university. Hindi

halata na tatlong beses na itong nag-attempt mag-suicide. The third attempt put her in hospital confinement for almost a month. Ang pangalawa naman ay huminto ng pag-aaral nang ma-diagnose with bipolar disorder. Nananakit ito kapag may manic episode. Kung hindi si Beth, ay ang bunsong kapatid ang pinagbubuntunan nito ng galit. As a result, the youngest rarely speaks, nakatutok lang palagi ito sa TikTok at nagsasasayaw.

133

Nang umuwi si Tim ay pilit na inihanda ni Beth ang pamilya para sa pagsalubong sa asawa. Nagkaroon pa sila ng magarbong party sa kanilang malaking bahay. Sa 45 days na bakasyon ni Tim, halos gabi-gabi ang inuman at dating ng mga bisita. Kung hindi sa bahay nila, dala ni Tim ang mga sasakyang naipundar para mamasyal kasama ang mga barkada.

"Minsan lang naman akong magsaya. Pagod na pagod ako magtrabaho sa ibang bansa, pagbigyan mo na ako, Ma," ito ang palaging dahilan ni Tim sa asawa.

"Yun na nga eh, minsan na lang tayong magsama-sama, sa iba mo pa ginugugol ang oras mo," gustong sabihin ni Beth, pero kinimkim lang niya sa isip. Grabe kasi magalit si Tim kapag nagsimula itong mainis – nagwawala at nadadamay lahat pati ang mga anak. Nagsimula na rin itong manakit ng pisikal.

Kapag ganito, sa banyo na lang iniiyak ni Beth ang hinanakit. Sinasabayan ng malalaking luha ang lagaslas ng shower faucet na umaagos sa nakakalbo niyang ulo at sobrang kating balat. Walang salitang pwedeng makapag paliwanag sa lungkot na nadarama niya sa kanyang pag-iisa. Meron syang buong pamilya at marangyang buhay, pero wala siyang nararamdamang pagmamahal mula sa kanila at maging sa kanyang sarili.

Kung BOTTOM-UP approach, bibigyan si Beth ng mga coping mechanisms para mahandle ang kanyang stress o kung ano man ang nag-ti-trigger ng kanyang sakit. Kapag umaatake ang auto-immune diseases nya, dapat maging aware si Beth na ibig sabihin, ang taas ng kanyang cortisol level. Kailangan nyang kausapin ang utak nya that everything will be alright. "Lilipas din ito, hindi ako dapat paapekto," ito dapat ang utos ni Beth sa sarili.

Pero hindi madali ito. Alam mo yan kasi expert ka….sa pag-o-overthink 😄. May nagti-trigger kay Beth. Ito ang dapat na ugatin para malaman ang dahilan ng kanyang mga physical symptoms.

Sabi ni Dr. Mate sa libro niyang, 'The Myth of Normal', we are actually reacting in the past, triggered by the present. Ang present triggers ni Beth ay ang pag-uwi ng lasenggo at mapanakit na asawa, at ang sitwasyon ng mga anak na merong mental health issues.

Dito tayo maganda mag-umpisa, sa TOP-DOWN approach. From the inside, lalabas si Beth para tingnan ang nangyari sa buhay nya, as if lumabas siya sa katawan niya at pinanood ang kanyang nakaraan. Pero magagawa lang ni Beth ito kapag kumalma siya at hindi magpadala sa pag-pa-panic sa tuwing uuwi ang asawa galing sa ibang bansa.

Analyzing the story of Beth, it seems like we have a mom in a state of constant panic that her body is attacking her through autoimmune diseases – A FIGHTER. We have an alcoholic dad bursting with uncontrollable rage - FREEZE STATE. Finally we have a suicidal eldest daughter, a violent middle child with bipolar disorder, and a screen addicted bunso – ALL IN STATE OF FLIGHT. May gustong takasan ang mga bata.

Apat na taong niligawan ni Tim – isang simple at mahirap na CHED scholar – si Beth na campus sweetheart ng kanilang batch. Nang pumayag si Beth na magpakasal sa kanya, parang nasa langit si Tim sa sobrang saya. Ipinangako niya sa sarili na hindi makararanas ng hirap si Beth at ang bubuuin nilang pamilya. Matapos manganak ni Beth sa panganay nila, nakuhang engineer si Tim sa Saudi.

"Ilang taon lang ako doon. Makaipon lang tayo eh uuwi na rin ako for good," sambit ni Tim.

Naging maayos naman ang mga unang taon ni Tim sa Saudi. Tinotoo nito ang pangako kay Beth na magkakaroon sila ng sariling bahay. Nang makauwi makalipas ang ilang taon ay agad nabuntis si Beth sa pangalawang anak nila. Nasundan ito nang halos wala pang isang taon dahil nagkaroon ng opportunity si Tim na maka-uwi kada six months.

Hirap si Beth sa biglang lobo ng pamilya nila. Kahit may katulong, si Beth ang decision-maker sa buong maghapon lalo at solo-parent pa rin ang role niya. Being a mother is draining to the point na pakiramdam ni Beth, nawala na ang ganda niya.

She felt alone, neglected, and unloved, pero tiniis nya, lalo at mabuting asawa at ama si Tim na naghihirap at nangungulila rin naman sa abroad. Ipinangako ni Beth sa sarili na puro good news lang ang pag-uusapan nila ni Tim, ayaw na niyang ipasa pa dito ang mga simpleng problema niya sa bahay nila.

Hindi niya sinabi kay Tim na nakitaan niya ang panganay na anak ng sachet ng shabu sa bag nito. Hindi niya rin binanggit na nahuli niyang nagse-send nudes ang pangalawang anak sa isang random guy na nakilala nito online. Lalong hindi niya ipinagtapat na pinatitingnan niya sa specialist ang bunso dahil naghihinala siyang may autism ito. All of these were family burdens Beth kept in her heart.

On top of that, kada uuwi si Tim ay pangit na pangit si Beth sa sarili. She felt fat, losyang, and undesirable. Yung Beth na crush ng bayan ay isang alaala na lang na nakatago sa baul.

"Hindi ko naman pansin," sabi ni Tim. Noon na- obserbahan ni Beth na madalas uminom ang asawa, naging pala barkada, at kapag pinagsasabihan niya ay extreme na bulkan ang sabog ng galit nito na kita ng mga anak nila sa tuwing mag-aaway silang mag-asawa.

Simula noon, the 45-day vacation of Tim turned into a nightmare dahil mas marami ang away nilang mag-asawa kesa sa bonding ng pamilya.

"Puro pag-iinom ko ang pinupuna mo, yang mga anak mo ang kulang sa disiplina! Paano mo ba sila pinalaki ha?" Sigaw ito ni Tim na dinig ng mga anak nila.

Nang ihatid nila sa airport si Tim para bumalik sa ibang bansa, nakahinga ng maluwag si Beth. She felt that she could be herself again. Grabe, noh? Asawa mo tapos mas masaya ka sa tuwing umaalis kesa sa tuwing umuuwi. Aminin, meron tayong kapamilya at kasama sa bahay na ganito ang ating damdamin. Mahal mo pero hindi mo gustong makasama ng matagal. Saklap, noh?

Mahirap maging ina at ama. Aminado si Beth na naging mahina siya sa pagdidisiplina. Para walang talo, ibinibigay niya sa mga anak ang lahat ng gusto. Buti na lang the eldest was a consistent honor student at kahit papaano ay proud na proud si Tim dito.

"Na-try ko lang once, kasi nagrereview ako sa finals. Para hindi ako antukin," ito ang dahilan ng panganay tungkol sa droga na nakita ni Beth sa bag nito.

"Magiging doctor ka, anak. Lahat titiisin ni papa dito sa ibang bansa, basta maabot mo lang ang mga pangarap mo," sabi ni Tim habang nag-uusap silang mag-anak sa Skype. Pangarap nga ba ng anak ni Tim o pangarap niya?

The middle child couldn't keep up with her overachiever eldest sister, and she also felt envious of her youngest sister. Bukod sa maagang dumating ito sa buhay nila kaya hindi niya na-enjoy ang pagiging bunso, kinukuha pa nito ang attention ng ina sa tuwing dinadala ang bunso sa doktor. That's when she gave up studying and just stayed in her room, messaging random guys she met online. Digital exchanges lang naman, tamad kasi siyang makipag-eyeball sa mga ito for face-to-face interactions.

"What's the big deal sa pagpapadala ng hubad na pictures? As if mabubuntis ako, duh!" Katwiran nito nang pinagalitan ni Beth. Tinitiis ni Beth ang lahat ng pambabastos ng second child niya.

Ang hindi lang niya ma-take ay ang pananakit nito sa bunsong kapatid. Noon ipinatingin ni Beth ang anak sa psychiatrist. With a diagnosis of bipolar disorder and a bunch of medicines prescribed, instead na kumalma ay parang mas lalong nag-act out ang middle child ni Beth.

The youngest withdrew from speaking to them and found solace in her gadgets. Nang sinubukang limitahan ni Beth ang pagce-cellphone nito, inuntog ng anak ang ulo sa pader, expressing her frustrations. Lahat ito bitbit ni Beth nang mag-isa. Naturingan siyang may asawa pero wala siyang partner na kasama sa hirap at ginhawa. Yung yayakap sa kanya sa mga gabing pagod na rin siyang umunawa, mag-desisyon, at magpakatatag.

> **MAKING DECISIONS ON A DAILY BASIS IS ENERGY-DRAINING. KAYA MAGANDANG SA UMAGA MAGDESISYON KAPAG MATAAS ANG LEVEL NG CORTISOL PARA I-REGULATE ANG STRESS SA MAGHAPON. THE MORE DECISIONS YOU MAKE IN A DAY, THE MORE TIRED YOU ARE IN THE EVENING.**

Kaya maganda ang sabi sa Ecclesiastes 4:9-10, "Mabuti ang dalawa kaysa sa isa, kapag nadapa ang isa ay nandoon ang pangalawa para tumulong at mag-salba."

Hindi talaga biro ang maging solo-parent. For one parent to make decisions for his/her child is a torturous task. Sa simpleng pagdedesisyon nga kung ano ang uulamin sa maghapon ay nakahahapo, mas lalo sa mabibigat na problema, ang sarap magtago.

Noon na naglagas ang buhok ni Beth. Totoo pala yun, nakakakalbo ang pagiging problemado (charot!). Para siyang askal na may patse-patseng panot sa ulo. Tapos palagi siyang nanghihina at nangangati hanggang magsugat-sugat ang namumula niyang balat. Nang tumingin si Beth sa salamin para suriin ang sarili, naiyak na lang siya.

"Hindi na kita kilala… hindi ko na kaya," bulong nito sa gitna ng tahimik na pag-iyak.

Nang huling uwi ni Tim, nalamang nitong may boyfriend ang panganay na anak at ayaw nang mag-doctor. Nagwala si Tim sa galit at hindi tinapos ang bakasyon. That's when their eldest attempted suicide for the third time and got hospitalized.

When Tim finally learned all his family issues, galit na galit siya kay Beth. Nagpakalasing siya at saka umiyak rin nang umiyak.

"Kasalanan mo ang lahat! Kasalanan mo ang lahat!" Sigaw nito sa sarili habang sinusuntok ang ulo.

Masamang tatay ba si Tim at dapat nating kaawaan si Beth?

Masaya na malungkot ang buhay OFW, pero tiniis ni Tim lahat iyon lalo at nakikita niyang nagbubunga ang mga

pagsasakripisyo niya. Nang maging tatlo ang anak nila ni Beth, lalong nagsumidhi ang damdamin ni Tim na umunlad sa buhay.

"Gawin nating lima. Pagbalik ko dyan, aanakan kita ng kambal na lalaki," biro ni Tim habang nakikipag-Skype sa asawa. Hahagikhik si Beth sa sobrang kilig, "Puro ka kalokohan. Umuwi ka na, nahihirapan akong mag-isang magpalaki sa mga anak natin. May ipon naman na tayo."

"Yes, boss!" sumaludo pa si Tim sa asawa.

Dahil ang plano ni Tim ay huling kontrata na niya sa Saudi, naging very lax na siya sa kilos at galaw doon. Isang gabing lumabas si Tim kasama ng naging bestfriend nito sa trabaho, nahuli sila ng mga pulis at nakulong ng tatlong buwan dahil sa paglabag sa curfew.

Hindi nalaman ni Beth ang nangyari. Nagtulong-tulong ang mga kasamahan ni Tim na magpadala ng pera sa pamilya nito. Ginawan na lang ng paraan ng mga kasamahan ni Tim na magdahilan kay Beth kung bakit hindi ito pwedeng makipag-usap sa Skype.

Nang sa wakas ay naayos ang kaso, nakalabas sina Tim at ang bestfriend nito sa kulungan, pero ibang Tim na ang umuwi ng Pilipinas. Nagpakamatay sa Saudi ang bestfriend ni Tim kaya naiwan sa kanya ang pagtatago ng kanilang lihim.

Ang lihim na ito ang lumamon sa pagkatao ni Tim. Alak lang at trabaho ang naging paraan niya para itago ang trauma ng kaluluwa.

Gabi-gabi palang gina-gang rape sina Tim sa kulungan, binubugbog pa at pinagmamalupitan. Walang mapagsumbungan si Tim kahit sino. Hindi kakayanin ng puso niyang malaman ng iba ang totoo, lalo si Beth. Hindi niya kakayaning mag-iba ang tingin sa kanya ng

pinakamamahal na asawa. Tiniis ni Tim ang lahat kahit gustong-gusto na rin niyang magpakamatay, pero iniisip niya ang pamilya niya. Kakayanin nya ang lahat para sa kanila.

Uwing-uwi na si Tim ilang buwan matapos siyang makulong, kaya grabe ang hagulgol niya nang yakapin si Beth sa airport. Nagkaroon ng party at kasiyahan, pero sa gitna nito walang saya na maramdaman si Tim. Ni ang makatabi si Beth sa kama ay hindi niya kinaya. Dito nagsimula ang insecurities ni Beth na pangit na sya. Noon nagsimulang uminom at bumarkada si Tim, hanggang naging matindi ang away nilang mag-asawa nang nagdesisyon si Tim na magtrabaho sa UAE.

"Sabi mo last na byahe mo na ito? Anong nangyari sa pangako mo?" sumbat ni Beth.

"Kailangan, kasi sayang ang opportunity. Para naman sa pamilya natin ito," desidido sabi ni Tim.

Kaya ang ilang taon ay naging higit bente at sa gitna ng mga panahong iyon, galit na galit si Tim sa sarili dahil sa tuwing mati-trigger sya ng masakit na alaala ay gusto niyang pumatay sa galit na nadarama. Gusto niyang gumanti sa mga gumawa sa kanya ng masama, pero wala siyang magawa. Wala siyang mapagsabihan ng kanyang lihim kaya sa pag-inom ng alak niya dinadaan ang paglimot sa pinagdaanang lagim.

Sa mata ng outside world, panalo ang pamilya nila – mayaman, buo, at matataas ang ambisyon sa buhay – pero ang totoo, unti-unting nilalamon ang mga utak nila ng trauma kaya isip nila'y nilanggam na. Lahat ng ito ay nangyari dahil walang gustong magsaboses ng trauma. Ang memoryang napuno ng sakit ay gustong makalimot, pero pakikipagbati sa trauma ang dapat na sagot.

During one of may face-to-face brain health workshops, I was asked, "Bakit kasi kailangan pang pag-usapan ang trauma. Tapos na yun! Baka naman… May God na, so okay na yun, di ba?" Again, pwedeng hindi pag-usapan basta obserbahan kung walang epekto sa katawan. We all have our own healing process naman. Ulit ha, may mga taong dumanas ng traumatizing events pero hindi nasugatan (natrauma), kaya ke pag-usapan o hindi, keri lang nila yan. Ang punto lang naman eh baka parang pinipigil na utot ang traumang sa utak ay bumabalot. May baho pa ring umaalingasaw na sa katawan ay nangingibabaw.

Ang hirap ng pamilyang hindi open mag-communicate sa isa't-isa. But then again, ginagawa kang pipi ng iyong trauma. Paano makipagbati sa memoryang may taglay na lupit, na ipinapasa sa katawan ang hagupit? Baka ito ang dahilan kung bakit mo hawak ang librong ito. Gusto ni God na tapusin na ang pagmamalupit sa sarili mo.

Interestingly, the family went through IFS (internal family system) therapy. Naging malaking tulong ito para mabuksan ang mga sugat, maproseso ng maayos ang trauma, at muling mabuo ang nawasak na pamilya.

Again, ang traumang sapilitang kinalimutan, katawan natin ang pahihirapan. Kaya whenever your body is acting out, lagi mong iisipin, anong dinidikta ng utak mo sa iyong katawan na dahilan kung bakit 1.) may mga sakit kang walang kapaliwanagan 2.) sarili mo ay sinasaktan o 3.) mapanakit ka sa iba dahil galit mo'y abot sukdulan.

Mahirap pero kailangan mong i-mapa ang iyong pain mula sa umpisa. Remember, hindi ka nagkaganyan nang overnight. Something big happened to you that broke your signalling system for brain protection kaya nasa state ka ng trauma kahit feeling mo limot mo na. It's hard na balikan ang nakaraan dahil gusto mong makalimot. Pero your brain is not meant to forget, otherwise ikaw lang ang mahihirapan, hindi lang isipan, kundi pati katawan.

R esetang pill for every ill ay pwedeng gawing skill

"Gumaling ba ang mga nagbasa ng libro?" Ilang beses na akong natanong ng ganyan. "Hindi naman po gamot yung libro," sagot ko. Wish ko lang magic pill ang librong isinulat ko na pwede nyong higupin ang lahat ng letra para tumatak talaga sa inyong isipan na baka wala ka namang mental illness, meron lang talagang bad habits ang brain mo.

I'm not demeriting those who are clinically diagnosed and in need of medical intervention, especially if they are already harming themselves or endangering others around them. Kailangan talaga nila ng gamutan muna bago ang therapy. Ang punto ko lang, yung iba sa atin eh ni-romanticize na lang talaga yung mass hysteria na dala ng bumahang social media hype tungkol sa mental health. Yung tipong, nakakita ka lang ng meme o kaya ng vlog na nag-a-outline ng nararamdaman ng isang kilalang Youtuber na may mental health issues, biglang naki, "ako rin relate much… ako yung sinasabi nya… pareho kami… waaaaah… may depression ako…gamutin nyo ako or else gusto ko nang mamatay." Grabe ka naman, teh! Saglit lang muna! Ang dami mo pang labada at hugasing pinggan, wag ka munang mag-isip ng tungkol sa kamatayan, juicemiyomarimar!

Prior to the explosion of psychopharmacological means to address mental health or behavioral issues, Psychology practitioners advocated for talk therapy, cognitive behavioral therapy (CBT), body movements, lifestyle changes, dietary supplements, and the likes. They also lived by the concept that mental health is physical health. Kaya naman kasama ang exercise at tamang pagkain sa gamutan ng sakit na may kinalaman sa kaisipan.

Nung early 50's may nag-experiment na mga experts para magamot ang hysteria o nervous breakdown na tinatawag. Dito nila nadiskubre ang mga gamot na pampakalma. Nung WWII kasi ang hirap gamutin ng mga sundalong sugatan tapos nanlalaban sa loob ng ER dahil sa dinaranas na shell shock or trauma na sanhi ng bakbakan sa gitna ng digmaan. PTSD or post-traumatic stress disorder na ang tawag dito ngayon. Para magamot ang sugat ng mga sundalo na may full mental breakdown, tinuturukan muna sila ng pampakalma. This resulted in utilizing the same medicine for those who were experiencing panic attacks[44].

In another medical study, experts accidentally discovered that chemical messengers in our brain could be blocked, manipulated, or activated by drugs. Habang naghahanap sila ng mabisang gamot sa tuberculosis (TB), they noticed that one drug in particular improved the depressive mood of the patients. Naging relaxed sila despite their serious ailment at naging happy silang makisalamuha sa iba pang pasyente. Dito naging psychological drugs[54] ang supposedly gamot na para sa TB.

With this, more and more pharmacological scientists made thousands and thousands of studies involving animals. In one experiment, they had a breakthrough on serotonin.

Naobserbahan sa isang study ng primates community kung paano mamili ng leader ang mga primates. Depende pala ito sa serotonin level ng pinaka astig na primate sa grupo. Paano? Is

there a way to see the level of serotonin of someone you know? Hindi mo nga sigurado minsan kung may utak ang kausap mo (charut!), serotonin level pa kaya? Well, a primate with the highest level of serotonin walks with confidence, fierceness, and charm. Kaya nitong makipag-bardagulan sa ibang primates nang walang takot. At kapag nanalo ito, titig lang sa mga mata ay tiklop na ang iba. Meron silang innate leadership and survival skills kumbaga.

Ang mga babaing primates naman ay nagkakagulo (K-pop fans lang ang datingan) para makipag-sex sa kanilang leader. Oh, da bah? Buti pa sa kanila may gustong makipag-sex, sa iyo ba meron? (Charut! Mapapa #sanaol ka na lang talaga). Ang lider na may mataas na level ng serotonin, nasa kanila ang guts, girls, and glory kaya naman lahat ng gusto nila ay palaging nasusunod habang mas lalong dumadami ang kanilang followers. Pati primates pala meron ding influencer status, noh? Astig!

The researchers also noticed na ang primate na paulit-ulit natatalo sa laban ay pababa ng pababa ang serotonin level ng utak. Kaya ayun, lulugo-lugo ang loko at laging nakatungo. Takot matingnan ng matatapang na primates at baka makalmot ng kuko.

To further their study, they experimented on the primate community by manipulating their serotonin production. Yung lider na primate, sa tuwing tatayo nang diretso at tititigan ang ibang primates, kinukuryente ito. Ka uulit-ulit ng ganitong conditioning process, hindi na tumitingin ang lider sa mga kalaban nito at naging hukot na ring maglakad. Noon napansin ng mga researchers na bumaba ang serotonin level sa utak ng mga lider na ine-expose sa traumatic situations (like physical abuse through electrifying them). Other primates smelled this sudden lack of confidence among their leaders and soon they became anti-fans. Nag-unfollow at unsubscribe sila sa kanilang lider na dating maangas. Amoy ordinaryong[56] primate na lang kasi ito na pwedeng daan-daanan at tapak-tapakan.

Hindi pa doon nagtapos ang experiment. The loser primates, yung mga natalo sa away at ni-reject ng society nila, ay in-ninjection-an naman ng serotonin. Aba'y biglang naging maangas ang mga ito at agresibo hanggang nasakop nila ang dating teritoryo ng lider na dati ay kinatakutan nila.

Dito na nakilala ang SRRIs or Selective Serotonin Reuptake Inhibitors. The 90's became a haven to the psychiatric community. Finally, hindi na sila mga puchu-puchung doktor na ang duty ay sa mga asylums at basements ng mga ospital. They were granted funds to study more about SRRIs and other forms of psychiatric drugs. Instead of just talking and conducting activities, psychology practitioners can dispense and prescribe drugs like 'real' doctors.

The psychiatric drugs were proven successful. In fact, asylums that housed over half a million patients ended up with less than a hundred thousand because immersion back into society became possible for those suffering from mental illnesses. Yun naman pala eh, effective ang gamot, why don't I personally recommend it? Well for one, I didn't take any psychiatric drugs when I was going through my mental breakdowns. It is something that I have no confidence in recommending since I lack experience from it. Also, I like Dr. Van Der Kolk's point in his book, The Body Keeps The Score, "If these drugs are effective, how come the cases of depression and other forms of mental illnesses are increasing, or if not, why are they still here?"

Nawala ang polio at smallpox dahil sa medical breakthroughs, bakit hindi ang mental illnesses eh halos bumaha na sa merkado ang mga gamot para dito?

AMERICA IS THE MOST DRUGGED/MEDICATED COUNTRY IN THE WHOLE WORLD. THEY ARE THE SOCIETY OF PILL FOR EVERY ILL[57]. KAMUSTA NAMAN NGAYON ANG WESTERN SOCIETY? SOBRANG WOKE AT PROGRESSIVE NG MGA LEADERS NILA KAYA NILALAMPASO SILA NGAYON NG CHINA AT RUSSIA. PATI MGA KABATAANG GEN. ZS NILA AY MGA KEYBOARD JIHADIS. AKALA MO MAY TOTOONG IPINAGLALABAN, PURO ANONYMOUS BASHING AT CANCEL CULTURE LANG NAMAN SA SOCIAL MEDIA ANG ALAM.

Malikot na bata si Manny (not his real name). Curious sa lahat ng bagay kahit noong bago pa ito pumasok sa school. Nang nag-enroll ito sa public school ay hindi man lang nakitaan si Manny ng takot o hiya. Excited itong makihalubilo sa mga bata at matanda.

However, the teachers found Manny to be "TOO EXCITED" that he was disrupting the class. Dahil dito sinabi ng school na hindi pwedeng pumasok si Manny kung hindi ito natingnan ng psychiatrist at naresetahan ng gamot. Nyak!

Ibang Manny ang pumasok sa school the following week. Para itong robot na litang-litang mag-isip. Nawala nga ang pagiging malikot nito, pero nawala rin ang kislap ng mga mata ng bata. Kamusta naman ang mangyayari sa utak ng isang batang nilunod sa droga habang nasa brain development stage pa ito? As adults, addicted to drugs at such a young age, how will they fare up? If experts keep on playing God by messing up with the natural laws of human development, the society as a whole will soon pay the price.

This is typical to Western society. That's why most Americans are over prescribed and are losing their minds. Imagine, sa bansa natin, si Manny ay tipikal na malikot na bata, pero sa ibang W.E.I.R.D (Western, Educated, Industrialized, Rich, and Democratic) na bansa may diagnosis na agad si Manny na ADHD/ADD at bibigyan na agad ng samu't-saring gamot na magtatanggal ng ningning sa mga mata at papatay ng creativity nya.

There is an interesting discussion regarding school shootings in America. Buti na lang sa bansa natin walang ganito, thank you, Lord! Sabi ng ibang experts, gun control issues daw ang dahilan dahil pwedeng bumili ng mga heavy-duty artilliaries at firearms ang kahit sino basta 18 years old pataas ang edad. Pero meron din namang nagsasabing mental illness ang dahilan ng mga kabataang biglang nagluwagan ang turnilyo sa utak at naisipang manakit ng kapwa mag-aaral.

The psychiatric community reacted[58], despite agreeing that there are some elements of mental health issues na naging dahilan kung bakit hindi naagapan ang kalagayan ng mga culprits sa school shootings, meron pa rin naman daw na ibang factors. Nonetheless, if the people involved in shooting incidents were given proper brain health attention, maybe there would be no more innocent victims.

Kasi kung bata pa lang eh may mental health diagnosis na ang mga suspects, tapos on and off sa psychiatric drugs dahil posibleng walang pera na pantustos sa gamot or naumay na kaiinom nito, hindi kaya naluto na ang utak nila sa dami ng synthetic chemicals sa kanilang sistema? Ang epekto tuloy eh hindi na talaga sila makapag-isip ng maayos. Maybe they could no longer tell the difference between right and wrong? They just wanted the pain or the voices to go away, so their far cry for help was to commit school shootouts. Hurt people hurt people, -- damay-damay na ito!', kumbaga. Saklap sa mayayamang bansa, buti na lang kahit mahirap ang Pinas, nakangiti pa rin tayong mga Pinoy sa hirap at ginhawa ng buhay.

This time gagamitin ko ang salitang PILL as an acrostic to drive my point. Daming acrostic, noh? May quiz tayo mamaya (charut!).

Pinoy tayo

I numpisahan pero walang maayos na katapusan

L igtas na pagkalas

L alim ng sugat, hindi maugat

Isang Amerikano na namasyal sa Romania, ang nakapansin sa mga babaeng gabi na ay gumagala pa sa kalye.

"Hindi ba sila natatakot na baka kung mapaano sila?" tanong ng American sa Romanian tour guide niya.

"Nope, Romanian men don't hurt Romanian women." Wow! #sanaol hindi nananakit ng babae. Sure ako ito ang hugoat mo 😅.

While exploring the country, naaliw lalo ang American. Family is important in Romanian culture, thus broken marriages are rare. The women grew up having their fathers as leaders. When Romanian women go out clubbing, they know their alcohol limits because they are still living with their parents, at lagot sila sa tatay nila kapag umuwi silang lasing na lasing. Home for the aged is not a big thing in Romania because families take care of their elders. Hindi rin masyadong tanggap doon ang therapists at gamot sa utak dahil anumang problema ng isang tao tungkol sa kalusugan nito, kapamilya ang bahalang mag-ayos at sumalo.

Huh! Parang kapareho ng Pinoy culture, noh? Noong unang panahong hindi pa tayo masyadong nilamon ng Western culture, family is really the pillar of the community. Sa totoo lang, nito na lang naman naging acceptable sa atin ang salitang anxiety, depression, OCD, atbp. When I was suicidal in early 2000, hindi ko nga alam na mental breakdown pala ang pinagdaanan ko. Ang alam ko eh may problema ako at solusyon dito ang hanap ko, hindi gamot na pantanggal ng suicidal thoughts ko.

Ang kultura ng pagpapagamot sa isang kagaya nating mahirap na bansa ay hindi priority. Kung matitiis ang sakit, home remedy lang yan. Tayo ang taga putok ng pigsa natin, yung food poisoning eh itinatae lang natin, at ang matataas na lagnat ay nadadaan sa

suob at pagpapahid ng Vics vaporub. Tapos biglang magsasabi ka sa magulang mo na nalulungkot ka kaya kailangan kang dalhin sa psychiatrist. Naku, batok ang sagot na makukuha mo! "Malayo sa bituka yan, wag kang maarte!", yan ang maririnig sa kanila. At least during my time ha, kasi GEN. X si Lowluh.

Again, hindi ako anti-modern medicine ha. Naoperahan ako sa matris dahil sa malaking myoma kaya super grateful ako sa makabagong gamutan sa panahon ngayon. Ang punto lang, hindi lahat ng sakit o sugat eh antibiotic agad ang katapat.

Pinoy tayo! Hindi tayo basta-basta mapapatumba ng mga problema na nagdudulot ng sakit sa isip. Sa atin, nabaha ka na't lahat – madaanan ka lang ng rescue team na may kasamang news crew – kumakaway ka pa habang nakangiti masigurado lang na makikita ka sa TV. Hanggang leeg na ang tubig baha sa bahay mo, langoy chillax ka pa rin sa instant swimming pool na dala ng bagyo. Ang lamay ay instant family reunion, at ang totoong family reunion ay nagiging instant venue para sa awayan na minsan ay muntik pang mauwi sa saksakan, pero sa huli, ang pamilya ay pamilya! Ganyarn tayong mga pinoy, di ba?

I'm just saying, we as Filipinos have our own ways of dealing with problems affecting our mental health. Nakatatak sa ating dugo ang maging palaban at masayahin kahit sandamakmak ang problema natin. Anupa't kawayan ang madalas nating gamiting simbolo ng tatag ng mga Pilipino. Umaayon tayo sa hangin ng bagyo ng buhay  at hindi agad-agad nanlulupaypay. Madadapa tayo sa bigat ng problema pero never tayong mapuputol at hihinto sa paghinga. Ang ating palaging mantra, 'habang may buhay ay may pag-asa'.

Bilang masyado tayong family oriented, bukas tayo sa kwentuhan, tsismisan, at labasan ng sama ng loob. Kaya kapag may gusto kang ilabas na isyu sa puso mo, upo ka lang sa hagdan ng bahay nyo tapos mamaya ay magkukutuhan na kayo ng mga alagad ni marites. Ang "anxiety" mo ay magiging "ang saya, teh!" Hindi man na-solve ang problema, at least sa daldalan eh naka-quota ka. Ang iba, dinadaan sa maboteng usapan ang labanan. #OnlyinthePhilippines libre ang talk therapy, tandaan mo yan!

One psychiatrist from Hong Kong had the same observation. Chinese people, especially the older generation, do not believe in mental illness. When one is acting weird, the whole family will gather together to administer help as they see fit.

He came up with the HEALTH HEXAGON[59] MODEL.

Bago magpagamot, ito muna ang inaassess ng typical Chinese family tungkol sa nangyayari sa kaanak nila. Nakatulog, nakakain, at may exercise ba? May sariwang hangin at nasisikatan ba ng natural light? Baka naman may problema sa relasyon na dapat ayusin. Inaalam din kung meron bang trabaho o pinagkakaabalahan sa buhay ang kaanak nilang nagkaproblema sa pag-iisip o pag-uugali. Ito muna ang pinagtutuunan ng buong pamilya ng atensyon bago itakbo ang kaanak sa ospital.

Asians tayo! Hindi tayo konting kibot, gamot! Kaya may sense yung sinasabi na, "Itulog mo lang yan, bukas ayos ka na."

o kaya, "Nalipasan ka na naman ng gutom kaya hinangin na naman ang utak mo at nagluwagan ang mga turnilyo." Sa WEIRD countries sasabihan ka nilang, "You are gaslighting another person's emotions instead of affirming them." Eh bakit naman tayo makikinig sa kanila? Yes, they are progressive countries, but look at their deteriorated values. Not to mention their over medicated brains, bakit tayo makikinig sa payo ng mga dayuhang nasunog ng kemikal ang utak kaya sabog mag-isip? May sarili tayong kultura kaya hindi dapat tayo sunod-sunuran sa kanila. They may not be gaslighting us, but they are definitely gas-lying to us!

Pinoy tayo, may dugong maharlika. Sabi nga ng singer na si Bamboo, 'may agimat ang dugo mo!' Bakit tayo basta-basta aasa agad-agad sa gamot at synthetic chemicals kung meron pa namang mas practical, affordable, at organic na alternatibong paraan sa gamutan ng isip na hindi nga natin maugat kung totoo bang may sakit. Pangalawa...

PILL

Inumpisahan pero walang maayos na katapusan

"Kamusta ang iniinom mong gamot? Nakakatulong naman?" Tanong ko sa isang kakilalang may anxiety disorder. "Ayun, nakakatulog ako. Kaso bagsak ang katawan ko at wala na akong maramdaman na saya o lungkot. Kaya hindi ko iniinom araw-araw. Pag sobra lang ang anxiety ko at hindi ko na kaya." Aguy! Lagot ka sa doktor mo, sa isip-isip ko.

Maraming nagme-message sa akin kung pwede daw ba akong mag reseta ng gamot. Ang iba ay sinabi sa akin ang gamot na iniinom nila at tinanong kung tama daw ba. Sa totoo lang po, wala akong experience sa pag-inom ng psychiatric drugs. Nakikinig na lang ako sa mga kwento nyo para makatulong, at ang kagandahan ay marami rin akong natutunan sa inyo.

Unlike going to a family doctor – dahil higit taltlong araw na ang lagnat mo – iba ang pagpunta sa psychiatrist. Family med will request physical lab tests for you, read the results, and if there's a presence of infection or bacteria, you'll be prescribed antibiotics. "Balik ka after one week," sasabihin ng doktor. Pero madalas pag okay na tayo hindi na tayo bumabalik.

Iba pag sa psychiatrist ka na nagpunta. Kapag binigyan ka ng gamot, may waiting time ang epekto nito. Tapos trial and error din kung anong gamot ang kasundo ng katawan mo.

Meron kasing tinatawag na pharmacodynamics at pharmacokinetics[60] Ito yung pag-aaral kung ano ang epekto ng gamot (chemical reactions) sa katawan ng pasyente VS. ano ang epekto ng katawan (biological reactions) sa gamot. Ang galing, noh? May ganun pala.

Nanginig ang mga kamay ni Thirdy (not his real name) kaya dinala ito sa pediatrician. Barely a teenager, lahat ng tests niya ay normal naman. Eventually, the doctors concluded that he may have neurological issues. Ayun binigyan ng psychiatric drugs si Thirdy. Ilang araw na naging maayos ang bagets hanggang naabutan ito ng mommy niya isang araw na naghihiwa ng

braso at iyak ng iyak. Agad na dinala ang bata sa doktor at binigyan ng ibang gamot. Ang naging resulta nga lang eh palaging lethargic si Thirdy at ayaw nang mag-aral. Nung kausap ko ang nanay, eh nakinig lang ako. Hindi ako pwedeng mangialam sa proseso ng gamutan nila. Naumpisahan na ang gamot kaya hindi na pwedeng umepal si Lowluh. Tinanong ko lang, 'What happened – something big or out of normal – na nangyari prior sa panginginig niya ng kamay?'. "Wala naman po… ay wait… nahulog kasi ako sa hagdan at naoperahan. Nag bed rest ako ng isang buwan sa bahay. Yun lang naman," sabi ng mommy ni Thirdy. YUN LANG NAMAN!?! Tinanong ko kung nasaan ang daddy nung bata. Wala daw, bumili ng gatas tapos hindi na bumalik (lam na dis!).

Ang analysis ko…ako lang naman ito ha, pwedeng mali ako. Like any typical child, nung naaksidente si mommy, posible na inisip ni Thirdy, "Hala, baka mamatay ang nanay ko, wala naman akong daddy dito." Sinong hindi nakapag-isip ng ganyan nung bata pa? Kahit anong sama ng magulang natin, ayaw natin silang mamatay kasi iniisip nating wala nang mag-aalaga sa atin. Kaso dahil gumaling naman si mommy at parang no big deal ang nangyari, baka hindi na proseso kay Thirdy yung aksidente para ma-pacify ito tungkol sa kamatayan.

I have a personal experience about this because my daughter becomes triggered whenever talks of death are on the table. Yun pala, nung ten years old siya at naoperahan ako sa myoma, hindi siya makakain dahil isip sya nang isip na mamamatay ako. That fear stayed with her long after I was declared healthy. Nito lang namin naproseso ang lahat dahil nagkakasakit nga siya kapag may patay sa pamilya (like my mother, brother, and niece). Kung naagapan si Thirdy tungkol sa nangyari, baka pwedeng hindi na mag-gamot kasi sobrang bata pa nung utak niya para magkaroon ng neurochemical interventions. Ako lang naman ito ha, pwedeng mali ako.

Hindi ko na rin ito sinabi sa mommy ni Thirdy kasi hindi rin basta-basta pwedeng ihinto ang gamutan dahil lang nakigulo pa ako sa sitwasyon nila. Tsaka kung ihinto man, mahirap bumalik sa dating gamot kasi posibleng iba na ang epekto sa katawan (pharmacokinetics) ng bata.

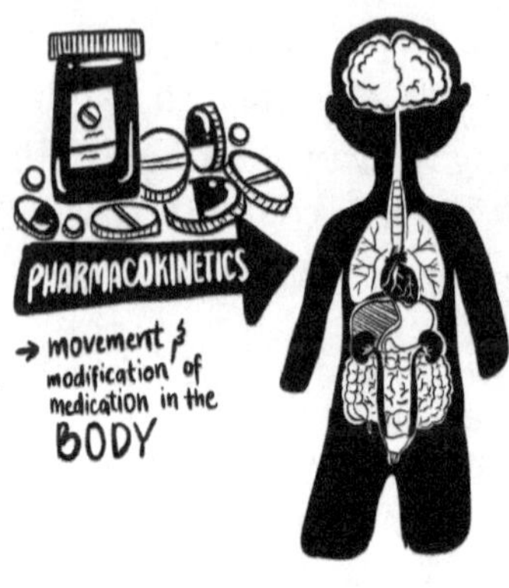

For those under medication, di ba yung proseso ng paggagamot ay pwedeng tumagal ng anim na buwan hanggang isang taon depende sa reaksyon ng katawan nyo dito? Kung gumaling ka, salamat naman. Ang kasunod ay ang pag-aalis ng gamot. Hinay-hinay ang pagbababa ng dosage kasi mahirap kapag binigla mo ang paghinto dahil may weaning period dapat.

Kaya lagi kong sinasabi sa mga nagme-message sa akin, **"Always follow your doctor's advice!"** Inumpisahan mo na ang pag-inom ng gamot, tapusin mo nang maayos hanggang dulo para walang gulo sa utak mo. Ngayon kung hindi naman sustainable sayo dahil matagal ang gamutan at mahal ang gastos, hanap ka ng alternatibo. Hindi naman 'end all and be all' ang psychopharmacological way, marami pang pwedeng gawin ang utak mo para matuto ulit itong protektahan ka. Even psychiatrists agree, kung pahinto-hinto rin lang naman ang gamutan, wag ka na lang magpatingin sa kanila, sayang lang ang effort at pera.

Sa kaso ni Thirdy, nakinig na lang ako sa mommy nya. I also prefer to engage with unmedicated brain. Kahit gulong-gulo ako minsan na kausap sila, napaka-authentic pa rin ng discussion namin, regardless.

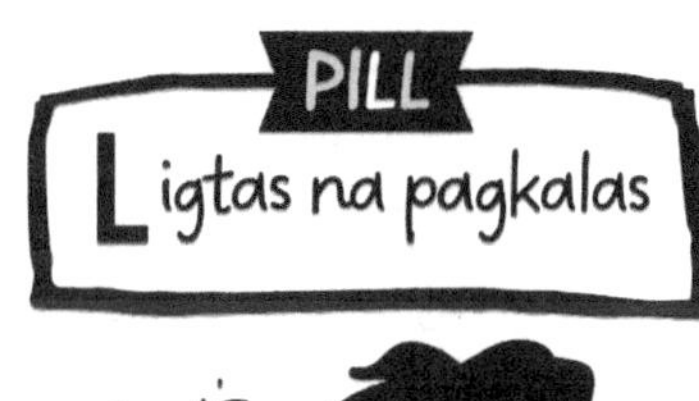

Yun lang, wala pa ring guarantee kahit inumpisahan mo ang gamutan at tinapos ito sa takdang oras ng hiwalayan. Meron pa ring hirap kumalas sa gamot, dahil sa mga problemang naging masalimuot.

Nakilala ni Raquel (hindi totoong pangalan) si Rod through online dating apps. Nagka palagayan ng loob at naging seryoso sila sa isa't-isa. Pero nung tumagal ay naging super possessive si Rod kaya nasakal si Raquel sa relasyon nila.

"Let's slow down, masyado tayong mabilis." sabi ni Raquel. Ang space na hinihingi nya para makapag-isip ay hindi ibinigay ni Rod, hanggang sa naging stalker na ito ni Raquel.

"Pag nakipag-break ka sa akin, magpapakamatay ako!", unang panakot ni Rod na sa huli ay hindi na pinapansin ni Raquel.

"Ilalabas ko ang mga hubad mong pictures sa internet para makita ng mga kamag-anak mo kung gaano ka ka hayok sa sex," ito na ang naging sunod na panakot ng lalaki.

Iyak nang iyak si Raquel. Sa huli ay hindi niya iniwan si Rod kahit labag na sa kalooban niya ang maging girlfriend nito.

Ayan, ingat sa pakikipag-eyeball at online ligawan ha. Merong mga relasyong hindi ganoon kadaling iwan, lalo kung pagkasira ng buhay mo ang kalalabasan.

Take for example the case of Dr. Jordan Peterson (JP)[61] who is a well known and equally controversial clinical psychiatrist and professor in Canada.

At the heights of his career in the late 2010's, he became viral on social media for refusing to follow a university policy mandating him to use pronouns to accommodate gender ideology[62]. Ibig sabihin kapag ang isang lalaki ay nagsabing babae siya, dapat she/her ang gagamiting pronouns sa pagtukoy sa kanya, kung hindi ay may parusa, lalo sa mga guro, kapag na-misgender sya ng mga ito. Buti na lang wala tayong ganyan sa Pinas. Hindi pa nga natin mamaster ang pagsasalita ng English, bibigyan pa tayo ng bagong batas sa paggamit ng he/she/they/it pronouns, aigoo! Masaya na ako sa pronouns natin dito sa Pinas na may kasamang nguso kapag may gustong tukuyin o ituro.

Kasabay ng biglang pagbulusok ni Dr. JP sa mundo ng social media ay nagkaroon siya ng anxiety. Ikaw ba naman ang makipag debate ng kaliwa't kanan para lang ipaglaban ang prinsipyo mo, eh talaga namang aatakihin ka ng anxiety nun. Makipagtalo ka nga lang sa jowa mo, duguan na ang ilong mo kaka paliwanag di pa rin kayo magkaintindihan, netizen pa kaya – na magaling mag-troll at mam-bash – ang banggain mo. Sakit sa bumbunan yan, haist!

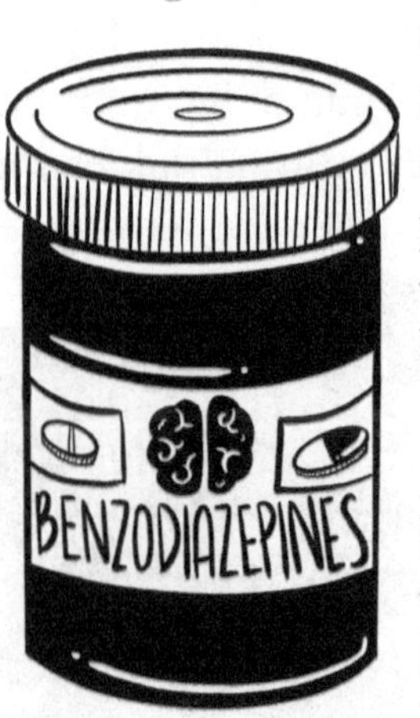

To calm his nerves in dealing with his bashers, newfound fame, and sickness of his wife and daughter, he took benzodiazepines. From weeks of not sleeping, finally he was able to rest. The medicine seemed to work – or so he thought – until he started weaning off from it. He became suicidal for almost two (2) years and went to Russia to find a hospital that could take him off psychiatric drugs[63].

Linawin ko lang ulit ha, **I am not against any medication**. I have readers who shared their success stories with medicine. So for someone who never takes anything for my mental breakdown, I am in no position to judge. Ang punto ko lang, if you want to go in this direction, at least do your due diligence. Hindi lahat ng gamot ay tailor-fit sa lahat ng sakit at sitwasyon. Some are lucky. Yung iba, gaya ni Dr. JP, ay hindi.

Kaya hangga't may ibang paraan or other alternatives in dealing with your supposed mental health issues other than psychiatric drugs, exhaust all possible means first. Otherwise, go ahead and get your medication BASTA wag kang bigla-biglang titigil sa pag-inom ng gamot nang walang gabay ng doktor mo ha. Baka bumalik yung mental health issues mo with a VENGEANCE!

Finally…

JUAN: (Umiiyak) Ma, ang sakit ng ngipin ko! Mamamatay na ata ako.

NANAY: Malayo yan sa bituka, hindi mo yan ikamamatay. Arte mo!

Ganyan ang sinasabi ng mga magulang naming mga PROUD GENXers tuwing dumadaing kami at nagrereklamo. Nadapa ka na at duguan, "Sus! Layo sa bituka. Pagpagin mo yan at maglaro ka ulit." Ang weird, noh? Tuhod ang dumudugo sa akin tapos ang konekta ng matatanda noong araw eh kung okay ka ba tyan? Anong kinalaman ng bituka sa nararanasang trauma sa tuhod? Mamaya, pag-uusapan natin yan.

Basta wag tayong gagaya sa mga WEIRD countries na adik sa gamutan, ha. Yung batang malikot lang ay may mental health brand na, at palalaklakin ng sandamakmak na gamot. Naku, welcome sa bansa natin na ang mga bata ay pasaway at malilikot!

Not unless you are harming yourself, experiencing psychosis, and endangering others, baka pwede pa nating madaan sa kutuhan at maboboteng (charot!) usapan ang iyong pinagdaraanan. Minsan kailangan lang natin ng makakatsismisan para ilabas ang bigat na nararamdaman. That's why I agree again with Dr. Van Der Kolk when he said, "My issue with psychiatric drugs is they only fix the symptoms but not the real cause of the illness."

Isang Mathematician and super genius professor si Dr. Gunderr (not his real name). Kaso lagi siyang may migraine every Sunday (may ganern?). Nang inobserbahan siya ng kanyang doktor, nakita nito ang pattern ng kanyang buhay sa isang linggo. Lunes hanggang Miyerkules, grabe ang pagiging creative at genius niya. Pagdating ng Huwebes, biglang magiging mainisin siya at mainit ang ulo. From Friday to Saturday, his cortisol level would spike up. Then as expected, he would have a migraine on Sunday, suffering from excruciating pain. But by Monday to Wednesday, he would be super productive, creative, and fine again.

Nang ginamot ng mga doktor ang migraine ni Dr. Gunderr, nawalan ito ng energy at creativity buong linggo. Wala siyang migraine pero hindi na siya genius.

"I'd rather suffer with migraine. Give me back my productive Monday to Wednesday," reklamo ni Dr. Gunderr.

Dito nagpalit ng plano ang doktor niya. Instead of treating the migraine, the doctor assisted Dr. Gunderr in dealing with his anger issues and irritability. They monitored his cortisol level through his urine and made sure that it would not spike up. Nawala nang paunti-unti ang migraine niya, pero hindi nawala ang pagiging genius niya.

See? Kung sintomas ang ginagamot, hindi mauugat ang lalim ng sugat. They discovered that Dr. Gunderr had a Thursday class that triggered memories he had with his father who forced him to play a sport. He almost failed in the same class when he was in high school because of his father. Ito ang dahilan kung bakit palaging mainit ang ulo niya kapag Huwebes. From migraine, naugat ni Dr. Gunderr na may dapat siyang ayusin sa relasyon niya sa kanyang tatay.

Kayo lang eh, palaging naka-focus sa sintomas ng depression at panic attack sa halip na ma-curious kayo sa nangyayari sa inyo beyond your symptoms.

> **INSTEAD OF BEING JUDGEMENTAL, BE CURIOUS ABOUT YOURSELF. KUNG WALA KANG INTERES MAKILALA NANG MALALIM ANG SARILI MO, SINONG MAGKAKA-INTERES NA KILALANIN KA? ITO ANG COMPASSIONATE CURIOSITY CONCEPT NA TINATAWAG.**

Nag-aaral ng Medicine si Agnes (not her real name). Sa pressure at stress, nakaka-experience siya ng panic attacks sa tuwing examination period. She was prescribed a medicine that would calm her nerves when she's triggered. Sa awa ng Diyos ay nakatapos mag-doctor si Agnes. Pero hindi pa tapos ang delubyo dahil grabe ang puyat at trabaho noong nag-intern na siya sa ospital.

One day, nasigawan siya ng isang doktor dahil sa maling pagsunod sa utos. Noon na naman natrigger ang nervous breakdown ni Agnes. When she went back to medicating herself again, the drugs didn't seem to work and her suicidal thoughts persisted.

We had an interesting talk about her fear of failure. Hindi kagaya ng iba na napilitan lang maging doktor dahil sa gusto ng pamilya, Agnes has a passion to study medicine. Gustong-gusto niya ang amoy ng ospital at ang makisalamuha sa mga pasyente. Hindi siya takot sa patay, aralin ang anatomy ng bangkay, at makakita ng maraming dugo. Ang kinatatakutan niya ay hindi maabot ang pangarap niyang maging doktor lalo at ang dami na niyang pinagdaanang hirap.

As we get to know each other, nalaman kong mahilig siyang mangolekta ng sailor moon dolls. Pampatanggal daw ng stress niya. She is very bonded with her parents that the idea of having a boyfriend scares her. She can't imagine loving others outside of her family. In other words, all is well in Agnes's life. Yung pagiging doktor nya lang talaga ang madalas makatrigger sa kanya.

When she messaged me saying, "Pinagtitinginan ako palagi ng mga doktor at walang intern na gustong makipag usap sa akin. Ayaw ko nang pumasok, pero hindi ko kayang bumagsak sa internship ko," iyak sya nang iyak. Obviously, Agnes's brain was lying to her. Panggabi kasi ang duty ni Agnes, at sa emergency room pa siya naka-assign. We talked about changing her diet, resting before she gets very tired, and her habit of collecting sailor moon dolls.

"Ganito, Agnes... kapag natitrigger ka na naman, can you recite the names of your dolls and remember the colors of their dresses. Recite them quietly in your head hanggang sa kumalma ka. Try lang natin baka it will work better than your medicine."

She did. In her last message, she thanked me and even shared that she's into meditation and healthier diet. Anxious pa rin siya, pero tolerable na. See, even as a doctor, she's also wary of too much medication.

Wala naman kasing magic PILL lalo for those mentally ill. Proseso ang pinagdaanan mo kaya ka may mental health issues, kaya proseso rin ang muli mong pagdaraanan tungo sa iyong kagalingan. Naisip ko rin dati, bakit nga ba hindi ako nagpa-doktor noong meron akong mental breakdown na nag-trigger ng aking suicidal thoughts? Maraming pumasok sa isip ko na sagot, pero ang malalim na dahilan ay, WALA AKONG PERA! Hampaslupa kasi si Lowluh. Pustahan tayo hindi ako nag-iisa. Wala ka ring pera na pampa-doktor, noh? Kaya bumili ka na lang ng librong ito. Di bale, hanap tayo ng life SKILL kapalit ng PILL para utak topak mo ay masupil!

Gamitin naman natin ang acrostic ng salitang SKILL para obsession mo sa pagte-take ng PILL ay matigill.

> **S**elf check if your brain is lying to you
>
> **K**eep your brain healthy, and your mind will follow
>
> **I**nstill purpose in everything you do
>
> **L**imit social media exposure
>
> **L**ighten your load by sharing it with God

SKILL

Self check if your brain is lying to you

Usually, kapag may kausap akong nagpapanic, pinapasulat ko sa kanila ang mga kinatatakutan o iniisip nila. Halos pare-pareho ang natatanggap kong sagot – takot akong mag-isa, takot maligo, takot lumabas ng bahay, walang nagmamahal sa akin, iniwan ako ng papa ko, masama ang nanay ko, takot akong magkasakit at mamatay, takot akong may iba na ang jowa ko, blah blah, etc.

After nilang sabihin ito sa akin, iniisa-isa namin kung totoo ba ang kinatatakutan at iniisip nila. Sa bandang huli may isa na lang silang persistent fear na constant sa halos lahat ng kausap ko – *I'm a loser, that's why no one loves and understands me.*

Kahit ikaw na nagbabasa nito, dumaan din ito sa isip mo. Most people call this insecurity, and few others consider this as lack of confidence. Susme, sino bang hindi biktima ng thoughts of self-loathing and feeling of inadequacy? Hindi ka tao kung hindi mo pinagdaanan ang ganito.

Ang isyu lang naman ay kung gaano ka katagal maniniwala sa ganitong kasinungalingan. Kailangan mo na kasing mauntog sa katotohanan na – YOU ARE LOVED! We all are.

Ayan ha, sa tuwing tinotopak ka na naman, isulat mo ang lahat ng kinatatakutan, insecurities, at eme-eme mo. Tapos i-cross out mo ang lahat ng hindi naman totoo o wala kang matibay na ebidensya ng katotohanan nito. Sabi nga ni Working Nanay, "Sampal-sampalin mo ang mga langgam sa utak mo." PAK!

SABI NGA NI GOD, "BEFORE I FORMED YOU IN THE WOMB I KNEW YOU, AND BEFORE YOU WERE BORN I CONSECRATED YOU; I APPOINTED YOU A PROPHET TO THE NATIONS." PSALM 139:16

SKILL

Keep your brain healthy, and your mind will follow

Balikan natin yung kwentuhan natin sa mga naunang chapters tungkol sa kaibahan ng utak sa isip, ha.

"Wag kang mananakit ng mga babae dito ha, hindi natin bansa ito at iba ang culture ng mga tao dito, lalo ang mga babae." Kabilin-bilinan ni Ahmad sa kababayang si Ali. Kaso wala pang isang linggo si Ali sa Madrid eh nanampal na agad ito ng babae sa isang coffee shop. Sa halip na makulong, Ali was required to go through behavioral therapy. Dapat kasing turuan si Ali na baguhin ang ugali na nananakit ng mga babae kapag hindi niya nagustuhan ang pananamit ng mga ito. Ang ginawa kay Ali ay binigyan siya ng mga larawan ng babae at itinuro kung ano ang dapat na pakikitungo sa mga ito. Kumbaga ay binigyan si Ali ng bagong MINDset. For sure, Ali could change his behavior given a new way of thinking, BUT the deeper reason behind his behavior was never addressed.

Only when Ali became a wanted serial killer did the authorities dig deeper into his belief system. Ali grew up in Afghanistan believing that women who do not cover up their bodies deserve to die. Itinuro ang paniniwalang ito ng mga ninuno ni Ali mula pagkabata hanggang lumaki siya. Ilang babae na ang napatay niya sa kanilang bansa dahil sa hindi nito pagsusuot ng hijab. He was celebrated and revered by his family for what he did. Kaya naman pala hindi umubra ang behavioral therapy, kasi MINDset ang iniba kay Ali hindi yung UTAK na na-brainwash ng maling belief system tungkol sa mga babae.

Likewise, physical health is brain health! Diet, sleep, exercise, and making love with nature are just a few of the best ways to start. Sa ganitong paraan, may kontrol ka sa healing process mo, as opposed to synthetic chemicals affecting your brain functions when forced into your system. Syempre, alam naman natin na kung abusado ka sa katawan mo, your body will hate and attack you. Utak ang una niyang bibigyan ng topak kaya palagi kang nalalagay sa pahamak.

We will discuss this further in the succeeding chapters.

Instill purpose in everything you do

Gaya nyo ay na-o-overwhelm din ako sa sandamakmak na trabaho araw-araw. There were also moments of analysis paralysis when all I wanted was to procrastinate. Kapag ganito, ramdam ko ang tila pag-iyak ng katawan kong nahingi ng saklolo. Mababaw ang tulog tapos may tila pitik (throbbing) sa aking kalamnan kapag naiisip ko ang mga tambak kong gawain at deadlines. Sounds family, este familiar? 😅.

Being impulsive, sabog ako minsan mag-trabaho. I have a habit of starting something then abandoning it in the middle to start a new task. I do this when I'm bored with routines. Kakaumpisa-abandona ko, pagdating sa dulo eh ang dami kong inumpisahan pero wala akong natapos na trabaho. Haist!

When I learned about the big stone and small stone principles from Steven Covey, the author of The Seven Habits Of Highly Effective People, I learned to structure my day based on my big-stone-small-stone to-do-list. Magsusulat ako ng mga gusto kong gawin sa isang araw na naka grupo base sa kung ano ang gawaing may mas malalim na purpose sa buhay ko. Depending on the purpose of my chores, I can determine what to prioritize and accomplish for the day. Kung may pito akong gagawin at ang natapos ko lang ay tatlo, basta nasa priority list sila, happy na ako.

MENTAL BREAKDOWN IS OFTEN THE RESULT OF BEING OVERWHELMED DUE TO MISPLACED PRIORITIES BECAUSE WE CHOOSE TO ACCOMPLISH WHAT IS PLEASURABLE AND EASY AT THE EXPENSE OF WHAT HAS A DEEPER PURPOSE IN OUR LIVES.

How will you know that you have misplaced priorities?

Ganito lang yan. Ilista mo ang lahat ng gawaing umuubos ng oras at pera mo araw-araw. Kapag ipinagpatuloy mo yan – say for a year or more – tapos ay lalo kang yayaman, sasaya, popogi o gaganda, kakalma, at makatutulong sa iba, aba'y ituloy mo lang yan. Pero kung yang ginagawa mo sa oras at pera mo ay ikasisira ng buhay mo sa mga susunod na buwan o taon, matic na mali ang purpose at priority mo sa buhay.

In my case, my ultimate mantra is guided by this wonderful promise of God in Matthew 6:33. Unahin ko muna SIYA bago ang iba!

I remember a single dad who sent me a message. Iniwan siya ng asawa niya para sumama sa ibang lalaki. Ang kunswelo niya lang eh sa kanya napunta ang tatlo nilang anak. Nung nabasa niya ang SADSATNB?, sabi niya sa akin, "Lowluh, meron kang sinabi sa book na… 'Lord, napangiti ba kita today?' It hit me po. It hit me to my core na para akong nagising sa depression ko. Oo nga, yun na lang ang pwede kong gawin sa kabila ng pag-iwan ng asawa ko sa amin, ang pangitiin si God araw-araw through the way I live my life from now on." Hindi alam nung daddy na pinaiyak niya ako sa mensahe nya. Salbaheng tatay yun! 😆.

Kahit yun lang ang BIG STONE mo everyday bago mo gawin yung ibang SMALL STONES, okay na. Pag pinangiti mo si God sa paraan mong mag-isip (at mamuhay), siguradong titibay ang iyong BRAIN KALASAG.

Admittedly, social media, internet, and gadgets are here to stay. Marami rin namang kabutihang hatid ang social media. In my case, social media helps my Lolakwentosera persona in promoting my mental health advocacy. Kailangan ko ng social media para sa ekonomiya! Daming excuses ni Lowluh 😄.

Fine! Kung hindi natin matanggal ang social media sa buhay natin, dapat kahit papaano eh meron tayong social media fasting. I thought that my gadget use was regulated, hindi pala. Umakyat kaming mag-anak sa bundok para makipag-date sa nature. Wala talagang signal, kahit text messages, grabe! Ramdam ko yung kaba ng puso ko, baka may importanteng messages

galing sa inyo, haist! Literally my body shook as if experiencing withdrawal syndromes like a typical addict. Naka-survive naman ako ng dalawang araw at nakatulong sa akin ang mababad sa amoy ng halaman, sariwang hangin, at basang lupa, kasama pa ang tae ng baka at kalabaw 😄.

Kung ako na GEN. X ay sobrang nahirapan, mas lalo ang mga anak kong GEN. Zs; internet addiction spares no one. May 64 year-old nga akong kaibigan na adik sa BTS, at self-proclaimed army pa! All because of too much interconnectivity.

Madalas tinatanong sa akin kung bakit wala akong e-book version ng librong ito at SADSATNB? Eh, ayoko nga kayong ma-expose sa screen tapos gagawa ako ng e-book? Eh, di na-defeat ang purpose nating makapahinga ang mga mata sa pagtingin sa screen para ang utak ay makahinga rin.

Grade 7 nang unang magkaroon ng smart phone si Bek-Bek (not her real name). Instagram agad ang kanyang napusuang babaran araw-araw. Hala sige! Selfie dito at selfie doon ang pinaggagawa niya. Yun lang, since social media is a public forum, everyone feels entitled to express their opinions about anything or anyone.

"Naku girl, wag ipilit ang paglalabas ng mga ganyang pictures. Kapangit mong babae eh naglalandi ka ng ganyan na akala mo maganda ang katawan at mukha mo. Go kill yourself, gurl. Mapapasaya mo pa ang mundo." Ito ay ilan lamang sa mga nabasa ni Bek-Bek na comments tungkol sa mga posts niya.

Ang lupit ng mga bashers na nagtatago sa fake profiles nila sa social media, noh? Being a teenager, Bek-Bek's brain is very malleable. With puberty hormones raging in her developing brain and body, she's ultra sensitive to negative comments and ridicules despite knowing that they are all lies. Hindi sya pinatulog ng komento na nabasa galing sa mga taong hindi naman niya kilala. She even attempted suicide because of it, hoping that when she dies, her basher would regret it. Aguy! The bashers will move on, not even an ounce of remorse, kaya hindi worth it na pag-aksayahan sila ng panahon.

GO TOUCH SOME GRASS

Buti na lang nalaman ng mga magulang niya ang lahat kaya pinagbakasyon muna si Bek-Bek sa probinsya na walang internet signal. Doon, may maliit na bukid ang tita niya at natutunan niyang mag-alaga ng mga farm animals. Without the influence of social media, Bek-Bek grew into a young lady who knew her worth and proclivity for compassion. Nung bumalik siya sa social media, naging handa na syang kaawaan na lang ang mga toxic people kesa magpa-apekto sa mga ito.

Go, gurl! Brain kalasag yarn! Kaya ikaw ha, kapag sobra na sa otso oras ang exposure mo sa screen o kaya eh walang tigil yang pag-scroll mo sa iba't-ibang socmed platforms, tama na muna.

Ganito lang yan eh, nag withdraw ka ng malaking pera sa banko. Alam mong may bitbit kang importanteng bagay, hindi ka dapat dadaan sa lugar na posibleng maholdap ka. Kagaya rin nung, alam mong nagkalat ang mga manyak, bakit ka makikitulog sa bahay ng kainuman mong naka-eyeball mo lang gamit ang social media? Not blaming the victim here, but stupid is what stupid does. The truth hurts but it's freeing. Again, I'm here to offend you, di ba? Ang punto ko lang, in order to avoid being a victim, ***don't expose your vulnerability to the vultures ready to bash you to their heart's' content.*** Nagsusuot nga tayo ng face mask laban sa coronavirus infection, dapat protektahan mo rin ang sarili mo laban sa masamang dulot

ng social media. If you know that you are vulnerable to criticism and cyberbullying, or you are gullible and easily susceptible to brainwashing, ***protect yourself through social media fasting. Even for this simple task, we have to be skilled.*** Kasi hindi na madali sa ngayon ang bumitaw sa social media, aguy!

Kung paano mag-social media fast? Later pag-uusapan natin yan.

SKILL

Lighten your load by sharing it with God

"Anong gagawin ko kung bibitiwan ko ang cellphone bago matulog? Eh, pampatulog ko ang ASMR at panonood ng funny videos o kaya porn." Haist, talaga naman kayo, oo!

Ang daming pwedeng gawin. Clean your room, have bonding moments with family and friends, exercise, walk, travel, and most especially, talk to God. Read your Bible and motivational books (yung traditional book ha, hindi e-book), write in your journal, cry your heart out, and just feel God's presence in your life. Be grateful despite the day's hardship. Just be grateful you're alive and loved by God.

"Ayaw ko nang magsalita, kinikimkim ko na lang kasi wala rin namang gustong makinig sa akin," madalas na sabihin nyo ito sa akin. Mali kasi ang goal mo. Yung may makinig sa iyo, walang kasiguraduhan yan kasi hindi naman natin makokontrol ang tainga ng mga tao. Teacher ako at minsan nga meron akong mga estudyante na tulog habang nagsasalita ako. Eh, ano ngayon? Ang trabaho ko ay magturo, ang trabaho ng estudyante ay makinig para matuto. Mind your own business (MYOB) kasi. Ang gusto mo ay mag-unload ng laman ng dibdib at utak mo, eh di magsalita ka nang magsalita. Kung may makinig o wala, hindi mo na problema yun. Ang importante you said your piece.

Kung nati-trigger ka sa reaksyon (or non-reaction) ng mga taong kinakausap mo, eh di kay God ka mag-unload. Sa Kanya ka magsumbong, lalo't available sya sa simpleng pagpikit lang ng iyong mga mata para manalangin.

> PRAYING DOESN'T MEAN GOD WILL CHANGE YOUR CIRCUMSTANCE OR THE PEOPLE AROUND YOU. IT CAN JUST SIMPLY BE COMMUNICATING WITH GOD UNTIL YOU CHANGE YOUR VIEWS ON YOUR CIRCUMSTANCES AND THE PEOPLE AROUND YOU.

Iniwan ng asawa si Lester (hindi totoong pangalan). Bilang gym instructor at PE teacher, nag-suffer ang kabuhayan ni Lester nung pandemic. Hirap ang buhay nilang mag-asawa sa Davao kaya naisipan muna ni misis na magbakasyon sa Manila, sa bahay ng kapatid na doktora na kamamatay lang ng asawa. Naaliw ang doktora sa anak ni Lester, kaya hindi na muna pinauwi ang mag-ina nya. Dahil nakaranas ng rangya sa buhay, ayaw na bumalik ni misis sa Davao. Syempre devastated si Lester. After a long talk, I encouraged him to get closer to God in the absence of his wife. Baka andoon ang sagot na hinahanap niya sa mga katanungan kung bakit nangyari yun sa pamilya nila.

Ang sabi nya, "ayaw kong magsimba, feeling ko pag uusapan ako ng mga kakilala ko sa church dahil wala ang pamilya ko. Hindi ko rin masabi sa papa ko na pastor ang pinagdaraanan ko. Ang hirap ding unawain bakit ginawa ito ni God sa buhay ko."

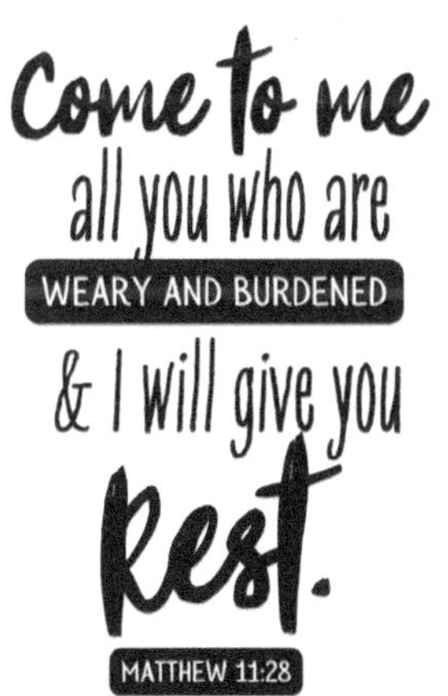

Excuses! Excuses! Excuses! Wala ka dapat pakialam sa pastor, pari, at mga churchmates mo kapag nakikipag relasyon ka kay God. Gaya ng sabi ni Jesus kay Peter nung nagtangka itong lumakad sa tubig. "Wag na wag kang titingin sa hangin at lalim ng dagat, Sa Akin ka lang tumingin para hindi ka lumubog."

Kung mas malaki ang problema mo kesa sa God na pinaniniwalaan mo, eh magkaka-mental breakdown ka nga. Speaking from experience, nung nakipag murahan ako kay God tsaka ko mas nakilala ang sarili ko at nalaman na kamahal-mahal ako sa paningin Niya kahit ang dami ko ring nagawang kasalanan.

Sasabog ka na sa bigat ng bitbit mo pero ayaw mo pa ring lumapit sa handang makinig sa iyo, talagang lulubog ka sa problemang kinatatayuan mo.

Tandaan, mas magaan bitbitin ang krus ni Jesus. Makipagpalit ka ng bitbit sa Kanya, para UTAK KALASAG ay magkaroon ka.

Ayan ha, may SKILL ka na kapalit ng PILL kaya utak topak mo ay siguradong masusupil!

Now, balik tayo sa ating TRUTH conversation.

"Lowluh, lahat ng sinabi nyo po about panic attack meron po ako nun, huhu. Grabe na po ang anxiety ko," message ng isang nakapanood ng aming dear anxiety cartoon video.

"Ano ba ang meaning ng anxiety para sayo?" tanong ko.

"Hindi po ako makahinga, tapos itinatakbo po ako sa hospital pero wala naman pong makitang dahilan bakit ang daming masakit sa akin. Tulungan nyo po ako, ano pong gagawin ko?"

"Sagutin mo muna ang tanong ko, ano ba ang meaning ng anxiety para sa iyo?" ang kulit ko rin, noh?

"Actually, hindi ko nga po maintindihan kung ano yung anxiety eh. Binabasa ko po yung meaning pero hindi po pumapasok sa utak ko ang ibig sabihin."

NYAK! #angsayateh, ako ang nagka-anxiety sa sagot mo, teh 😅. Eh bakit ni-label-an mo ang sarili mo na may anxiety ka? Hindi mo naman pala alam ang ibig sabihin nun!

One reader said, "ayoko pong makarinig ng balita o makabasa sa social media ng nagpakamatay dahil sa depression. Feeling ko po gagawin ko rin yun dahil may depression ako."

Feeling mo lang, feelings lie, sa isip-isip ko. "Talaga lang? Anong sabi ng doctor?" tanong ko.

"Eh, hindi pa po ako nagpapatingin kasi wala pa akong pera."

Haist! Lyf, bakit? Bakit mo ginagawa ito sa akin?!? May diagnosis ng depression pero hindi naman nagpatingin sa doktor?!

Dahil sa parang tsunami na bumuhos ang mental health information sa social media, hala! Halos malunod tayo sa dagsa ng information overload. Emotional and social contagion[64] ang tawag dito. Yung ang lakas ng dating nung emosyon na sinasabi ng isang tao sa iyo, feel na feel mo siya to the point na yung galit nya ay galit mo na rin at ang sakit niya ay sakit mo na rin. Okay kung dalawang tao lang kayong nag-uusap, eh sa social media, billion ang netizens. Hindi na lang emotional contagion ang anxiety at depression, isa na itong mass hysteria o yung sobrang bilis na pagkalat ng takot at panic kaya halos lahat na lang eh ginawang ER (emergency room) ang clinic. Baka naman kasi mirror neurons ang dahilan kung bakit ang lakas mong makihawa sa emosyon ng iba kahit hindi naman talaga pareho ang inyong istorya.

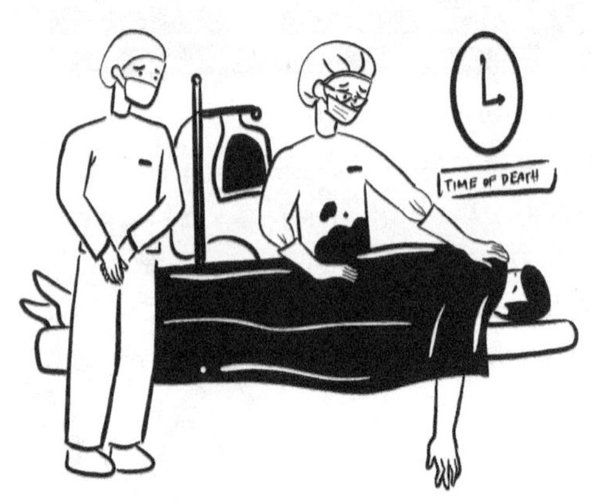

Pinulsuhan ng nurse ang pasyente, inalam kung buhay pa ito at humihinga. Nang masiguradong pumanaw na ito ay agad tumawag ng doctor ang nurse para i-announce ang time of death ng pasyente. Kahit positibo ang nurse at ang mga kaanak nitong wala na nga ang pasyente, walang ibang may karapatang ideklarang patay na ito, maliban sa mga medical health professionals gaya ng doktor.

Kung iisipin mo, totoo namang madali lang malaman kung may depression ka, lalo at wala namang kailangang physical laboratory tests, per se, na gagawin sa iyo. Emosyon mo yan eh, ikaw ang nakadarama na may mali sa iyo kaya karapatan mong sabihin kung okay ka nga o hindi.

In fact, pwede ka ngang bumili sa bookstore ng Diagnostic and Statistical Manual (DSM), yung sinabi ko in the previous chapters na bibliya ng mga psychology practitioners. Tingnan mo dun ang mga sintomas mo at ituturo ka sa sakit na tatatak sa isip mo.

However, controversial ang DSM dahil sabi ng past president ng APA (American Psychological Association) "DSM is accurate but not valid."[66] Most of the time, DSM is accurate in diagnosing the patients based on the cluster of symptoms that the doctors take

note of and what the patients are experiencing. However, there's no scientific validation to claim the objective truth behind the clustering of symptoms.

What does this mean? It means that an illness included in, say DSM - II, can become a normal behavior in the next version of DSM depending on politics, values of the experts, social construct, government agenda, and the likes.

ARE WE OVER PATHOLOGIZING MENTAL HEALTH?

It can be vice-versa. Yung normal na ugali 20 years ago na wala naman sa lumang bersyon ng DSM, pwedeng biglang gawing sintomas ng isang sakit sa bagong bersyon nito, lalo kung may kontrol ang big pharma na naka-imbento ng gamot. Halimbawa, normal lang ang magsabi ng opinyon kahit may masasaktan kasi nga meron tayong freedom of speech, eh biglang naka-imbento ng gamot na magpapaikli ng dila ng mga mahilig magsabi ng opinyon, pwede na itong maging sakit sa susunod na DSM para kumita ng malaki ang naka-imbento ng gamot. This is a sarcastic example, but you know what I mean, right?

Kung hindi mabuti ang motibo ng mga tao sa likod ng isang kaganapan, pwedeng ang tama ay maging mali at ang mali ay maging tama, kaibigan.

Let me give another example out of DSM: Depathologizing[67] Homosexuality. Then in the succeeding versions of DSM, naging gender identity disorder (GID) na ang tawag sa taong nagsasabing, "We are born in a wrong body." Sila ay mga lalaki/babae sa isip pero nabubuhay sa maling (opposite sex) katawan. Anong therapy noon? The brain goes through various therapy and counseling sessions to align its thoughts with the body. Ibig sabihin, tuturuan ng psychologist ang utak ng pasyente niya na maging komportable sa sarili nitong katawan. Love yourself and be comfortable with your own skin, ika nga.

Pero nung 2013, tinanggal ang GID at pinalitan ng gender dysphoria sa DSM-5. Noon nag-explode ang transgenderism na ngayon ay malaking isyu lalo sa WEIRD countries (particularly USA and CANADA). Dito na rin namayagpag ang mga transgender activists at kakampi nitong mga radical WOKE-MOBS na nagsasabing kapag ang isip mo ay babae at ang katawan mo ay lalaki, isa kang ganap na babae (or vice versa). Kaya ang mga lalaking preso na biglang nagsabing babae sila ay pwede nang humalo sa kulungan ng mga babae. Ang epekto? May mga nabuntis na preso at ang iba

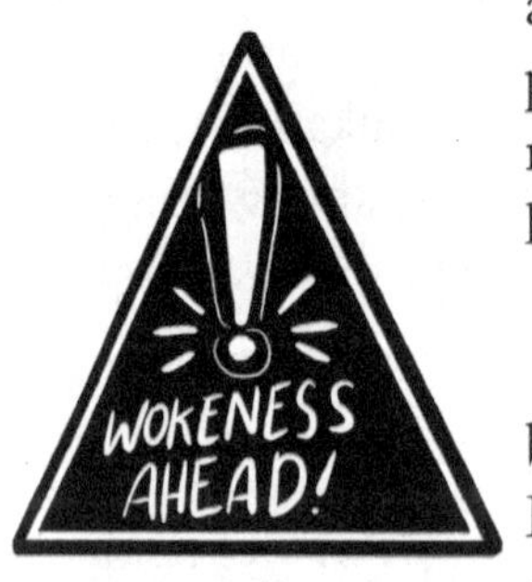

ay naabuso. Pwede na ring sumali sa sports na pambabae ang isang transgender, maki-share ng CR at locker room sa mga babae, at maging kalahok sa MISS UNIVERSE pageant.

Feelings rule above all others. This becomes the principle of gender dysphoria. Kaya ang gamutan ay nagbago din. Instead of aligning the brain to the body (conversion therapy[68] - be comfortable with the body you are born with), gender affirming therapy[69] becomes the norm. Babaguhin natin ang katawan mong lalaki, gagawin nating katawan ng babae sa pamamagitan ng invasive surgery, at viola! Isa ka ng alagad ni Eba, tunay na babae sa isip, sa salita, at sa gawa. Isang himala na ako mismo ay hindi makapaniwala. Ganun din sa mga babae na gustong maging lalaki, madugo rin ang operasyong pagdadaanan nila, grabe!

I don't want to dwell much on this issue, but as you can see, DSM has a long way to go, and the symptoms listed there right now - para pangalanan ang sakit mo – may change in a year or two. Kung sapat na ang pagtingin sa cluster of symptoms para maliwanagan ka sa nangyayari sa iyo, eh di DSM na rin ang gawin mong bibliya.

Kaso mali eh, mas mapa-praning ka kung paulit-ulit kang nag-iisip ng sintomas mo at pilit dina-diagnose ang sarili mo na may sakit ka, eh hindi ka naman doktor.

Parehong nagtangkang magpakamatay sina Loida at Regine (Not their real names). Sabay silang na confine sa ospital at kinausap ng parehong doktor. Ang sintomas ng dalawa ay parehong nagtutugma sa bipolar disorder[70]. Kung ordinaryong doktor lang si Dra. Roque, reresetahan lang niya ng gamot ang dalawa at oobserbahan, pero ayaw gawin ito ng doktora. Nagtyaga siyang kausapin ang dalawa at inalam ang history nila.

Loida's parents got separated a year ago. Dahil magulo ang pamilya, iniwan muna siya sa mga lolo at lola niya. Nabarkada si Loida at isang gabi ay napainom nang marami. Doon na siya na-gang rape ng mga kainuman niya. Wala siyang pinagsabihan sa nangyari. Madalas pa rin siyang magparty-party na parang wala lang, pero minsan naman ay nagkukulong siya sa kwarto at iyak nang iyak. Nasa kasagsagan siya ng pagpaparty nang naging hyper siya at mayabang na tumalon mula sa rooftop ng condo kung saan sila nag sasayawan.

"Watch me, I can fly!" sabi ni Loida bago ito tumalon sa tiyak na kamatayan. Mabuti na lang at sumabit ito sa terrace ng isang unit kaya hindi natuluyan.

Regine on the other hand came from a loving family. Matalino at mabait na bata ito. Nagkaroon lang ito ng minor concussion ng minsang nabangga ang sinasakyan nilang van papunta sa isang family

vacation. Matapos makalabas sa ospital, noon na nagmanifest ang kakaibang ugali ni Regine, minsan masigla, minsan malamya, at madalas ay walang gana. Pinatingnan ito sa isang psychiatrist na agad naman nagreseta ng gamot. Unbeknownst to them, hindi kasundo ng katawan ni Regine ang gamot, at ito ang naging dahilan ng kanyang suicidal thoughts.

Isang araw, hiniwa na lang ni Regine ang pulso niya dahil gusto daw niyang maramdaman kung may braso pa sya. Namamanhid pala ang katawan niya dahil sa side effect ng gamot.

Sa nalaman ay magkaibang paraan ng gamutan ang ibinigay ni Dra. Roque sa mga pasyente. Hininto niya ang gamot ni Regine at isinalang sa neuroimaging. Doon nakita na merong maliit na lesion ang brain tissue nito dahil sa aksidente. With proper rehabilitation and focus more on brain-healing food and activities, unti-unting bumalik sa dati si Regine.

Isinalang naman ni Dr. Raquel si Loida sa Cognitive Behavioral Therapy na may kasamang regular body massage. Nagfocus din ang doktora para turuan si Loida na isaboses ang pinagdaanang trauma. Just to give Loida a head start, Dra. Roque prescribed her a mild sedative to calm her nerves. Isinailalim din siya sa EMDR[71] (Eye Movement Desensitization and Reprocessing) therapy.

Suffice to say, #sanaol may doktor na kasing tiyaga ni Dra. Roque, noh? Ngayon kasi may mga doktor na paramihan ng pasyente ang peg, lugi nga naman sila kung ilang pirasong pasyente ang pag-uubusan nila ng mahabang oras na gamutan. Ang nangyayari tuloy parang fast food chain ang paraan ng paggagamot, reseta kaliwa't kanan ang labanan, haist!

Ayan ha, tigilan mo na ang pagda-diagnose sa sarili gamit ang social media o mga kwento ni marites. Hindi dahil pareho mo ng sintomas eh pareho kayo ng sakit. Ang ganitong pananaw ay hindi makabubuti sa iyong mental health, baka lalo kang ma-stress. Kahit itong pagbabasa mo ng libro na ito ha, i-proseso mo pa rin mabuti ang mga nilalapag ko sa iyo. Wag kang basta-basta maniniwala, research-research ka rin pag may time at i-validate mo kung may kwenta nga ang mga kwento ni Lowluh (char!).

"Hello, bibili po ako ng libro nyo, pero legit po ba kayo? Kasi ayokong magbigay ng information ko sa iba dahil natatakot ako. Takot ako sa maraming bagay."

Sa sobrang takot niya, ang dami niyang ipinadalang messages sa lahat ng aking contacts and social media platforms – DM, PM, Email, and comments – kulang na lang hanapin niya ang ex kong maginoo pero medyo bastos, para magpa abot ng mensahe (charot!). As expected, naki-marites na rin ako sa kanya, alam nyo naman si Lowluh may pagka tsismosa 😄.

"Kelan nagsimula ang pagiging matatakutin mo?" tanong ko.

"Hindi ko alam saan ko sisimulan. Siguro kasi hindi ko maipakita ang totoong ako dahil maraming masasabi ang mga tao," sumagot naman siya.

"Bakit sino ba ang totoong ikaw?"

"Gusto ko lang maging malayang magmahal. Yung walang ibang taong mangingialam."

"Bakit ka naman nila pakikialaman. Malaya naman tayo dito sa Pinas na mahalin kung sino ang gusto natin."

"Sa kaso ko, magagalit ang Diyos. Kasalanan ang pagiging bakla."

"Sinong nagsabi nyan?" Na-curious ako.

"The society. Everybody!"

"Society as in Philippine society, right?"

"The world, actually."

"The world? Ano namang pakialam ni Justin Bieber or Taylor Swift kung maging bakla ka. The world, as in pati ibang bansa like Russia, mangingialam sa iyo?"

"Hindi open ang Russia sa mga bakla, bawal kami doon."

"Bakit, may balak ka bang pumunta sa Russia para matakot ka nang ganyan?" Ang kulit ko, noh?

"Tama po, dito lang sa Pilipinas. Sila ang nagdidikta ng tama at mali since masyado tayong maka-Diyos."

"Okay, anong ebidensya naman ang hawak ng Philippine society na galit ang Diyos sa mga bakla at kasalanan ito?"

"To be honest, wala. Wala silang basis!"

"Eh, wala naman pala, dapat hindi ka matakot."

"Eh, walang kalayaan dito sa bansa natin. Kaya college na ako nakipagrelasyon sa jowa ko, kasi ang daming sinasabi ng ibang tao na mali ang ginagawa namin."

(#Sanaol may jowa nung college, at college na lumandi 😅.)

"Teka, wala naman tayong batas na nagbabawal o ikukulong ka kapag nakipagrelasyon ka sa same sex, ah. It's not like nasa communist country tayo gaya ng North Korea o China."

"Eh kasi bawal kami dito magpakasal."

"So, kung magiging legal ang same sex marriage sa Pilipinas, mawawala na ang takot mo? Sasaya ka na?"

Hindi na niya ako sinagot. Sumakit siguro ang ulo, pero bumili pa rin siya ng libro, wagi! (Joke lang).

Posible na ang naraaramdaman ng kausap ko ay cognitive dissonance[72]. Kumbaga may misalignment sa puso, isip, kaluluwa, at katawan ng isang tao. You are literally at war with yourself. Madalas ko itong ma-encounter sa mga nakakausap kong LGB, out or closeted man. Hindi kasama ang T atbp., kasi wala pa naman akong nakausap sa team nila. Ang mga LGB na nakausap ko, gusto nilang mamuhay base sa nararamdaman nila, pero takot silang ipakita ang pamumuhay na ito – openly – dahil takot din silang mapulaan. May stigma pa rin kasi sa bansa natin kapag taliwas sa normal ang sexual preference ng isang tao, but our society is slowly opening up to such lifestyles, lalo kung hindi naman masyadong bulgar. In fact, mainstream media embraces the likes of Vice Ganda, Ogie Diaz, and Boy Abunda, to name a few. Pati nga SOGIE Bill ay para sa kapakanan ng LGBTQIA+ community. Pero kahit ganito, hindi pa rin nga maiwasang makaranas ang mga kagaya nila ng cognitive dissonance.

Madalas ang ugat ng cognitive dissonance ng mga bakla at tomboy sa bansa natin ay dahil pinalaki tayong may takot sa Diyos. Unlike other progressive and non-religious countries, Christianity can be seen all over our tradition, way of life, and values. Anupa't naging 'only christian nation in Southeast Asia' ang bansa natin, di ba? Merong guilt at takot sa tuwing susubukan nilang magladlad ng sexual desire sa madlang people. Gusto nilang makipag-sex sa kapwa nila lalaki o babae pero may inner turmoil silang nagsasabing, "Mali, hindi yan ang design ng Diyos sayo."

If you are in this situation, to remove the cognitive dissonance so you can be harmonious with your inner and outer self, you can either live as homosexuals unapologetically or sacrifice the desire of your flesh for the sake of eternity.

Unapologetic lifestyle means, itapon mo ang isyu mo sa konsensya, paniniwala sa Diyos, at sasabihin ng ibang tao. Just live the way you want. Again, *"This is me! I have no apologies, this is me!"* sabi nga ng sikat na kanta sa pelikulang, The Greatest Showman.

Kaya kung magiging out ka, mamuhay ka ng bonggang-bongga. Wag mo nang gawing dahilan ang Diyos sa cognitive dissonance mo. Ngayon kung gusto mo namang tahakin ang landas ni God, isuko mo lahat, todo na ito! Mas ma-a-appreciate pa ni God yung either sobrang lamig ka o sobrang init sa Kanya (Revelation 3:15-18), kesa yung maligamgam kang kunyari eh palasimba, ang daming makamundong lihim sa dilim pala.

Either way, ano mang buhay ang piliin mo (sexual freedom as LGBT or God's way) hindi magiging madali. Ang madalas nga na naririnig kong kwento sa buhay na malayang gawin ang lahat ng bagay, may lungkot at kakulangan pa rin. Sexual freedom doesn't free anyone from pain, betrayal, and loneliness. I have a reader who is HIV positive. He is still trying to reconcile his past decisions with his present desire to live with no guilt and regret. Sobra ang impulsiveness niya noon dahil kaliwa't kanan ang pakikipag-ONS (one night stand) niya kung kani-kanino. Freedom nga eh, so talagang ini-enjoy nya ang paglaladlad.

Is there another way to deal with cognitive dissonance brought about by being homosexuals? Well, Ogie Diaz is the best example that I can think of. He gave up his sexual freedom to build a family of his own. Bakla pa rin siya pero hindi ko nabalitaang nakipag-relasyon siya sa kapwa niya lalaki. He settled with who he wanted to be inside-out -- a family man.

> **CHOOSING GOD'S WAY IS NOT ALSO EASY BUT KNOW THAT GOD DOES NOT HATE HOMOSEXUAL BEINGS, ANG AYAW NIYA AY HOMOSEXUAL DOINGS. MAGKAIBA ITO.**

Ang pagkakaroon mo ng same sex attraction ay iba sa pag-aksyon mong makipag-sex sa kapwa mo lalaki o babae. Also, God's disapproval is not solely attributed to homosexual activities. GOD HATES any form of sexual perversions, especially outside the sanctity of marriage. Kasama na dito ang live-in, pagiging kabit, one night stand, at premarital sex, babae sa babae man yan, lalaki sa lalaki, o between opposite sex.

God also loathes beastiality, pedophilia, orgy, rape, and other forms of sexual deviousness. Ang sex ay ginawa ni God na masarap, sagrado, at pang procreation ng dalawang taong nanumpa sa harapan Niya para magsama bilang isa at bumuo ng pamilya. Heck! Even masturbation should be frowned upon because sexual activity and the pleasures it gives us are meant to be physically shared by two people.

> *FOR THIS IS THE **WILL OF GOD-YOUR SANCTIFICATION:** TO **ABSTAIN** FROM **SEXUAL IMMORALITY...***
> 1 THESSALONIANS 4:3, 7-8

The operative word is 'physical', so sending noodz and watching sex videos on screen are also unhealthy. Sa librong Porn Detox in 31 Days to Kick Your Anxiety And Depression Away, mas naglapag si Lowluh ng detalyeng usapan tungkol sa topic na ito.

Some may argue, "So, ano yun? Susupilin ko ang totoo kong damdamin? Bakit, masama bang maging masaya, ang magpakatotoo sa sarili ko, at hanapin ang ligaya? Ayan na naman tayo sa salitang TOTOO.

Kaninong TRUTH ba kasi ang bitbit mo? Sa iyo, sa iba, o sa Diyos na nagsabing SIYA ANG KATOTOHANAN at DAAN? Pag nakapamili ka na kung kaninong KATOTOHANAN ka nakatayo, malalaman mo kung gaano katibay ang pundasyong sa iyo ay hindi magpapagupo. Sa katotohanang matibay at hindi kayang kainin ng anay o sa katotohanang pabago-bago kaya ang daling bumigay sa tuwing may bagyo?

Lahat naman tayo gustong sumaya. Sino bang gustong maging malungkot? **HAPPINESS IS OVERRATED** However, happiness is an overrated emotion. As per Dr. Jordan Peterson, "I don't pursue happiness anymore, I pursue adventure." Marriage is never about happiness because when two people come together their imperfections cause misery to each other. Yet, married couples need to stick together, for better or worse – masaya man o malungkot – because marriage is not about the pursuit of happiness, but the satisfaction of living a life filled with adventure.

Also, the feeling of happiness comes from the elevated dopamine levels[73] in your brain. Kinikiliti nito ang reward region ng iyong utak kaya ka na-e-excite. Kung sa reward region ng utak nananahan ang saya, dapat may gagawin ka para magka-reward, di ba? Ang hirap, nood ka nang nood ng k-drama o porn videos buong araw at doon ka nakuha ng saya. You are pursuing a reward without doing anything worthy to be rewarded for. Kaya yung ganyang saya ay hindi nagtatagal sa utak dahil hindi naman pinaghirapan na mahanap.

Sa kabilang banda, ang mga magulang na nag pagod sa trabaho para pag-aralin ang anak – yung tipong isusubo na lang nila ay ibibigay pa sa kanilang sanggol – tapos ay nakadama ng kasiyahan, ito yung saya na nakuha sa pagpapagal at pagsasakripisyo. Unfortunately, in this day and age, we all want to be happy without pursuing hardship, first. We all want to be safe in our bubble, waiting for the reward of happiness without exerting effort to deserve such reward.

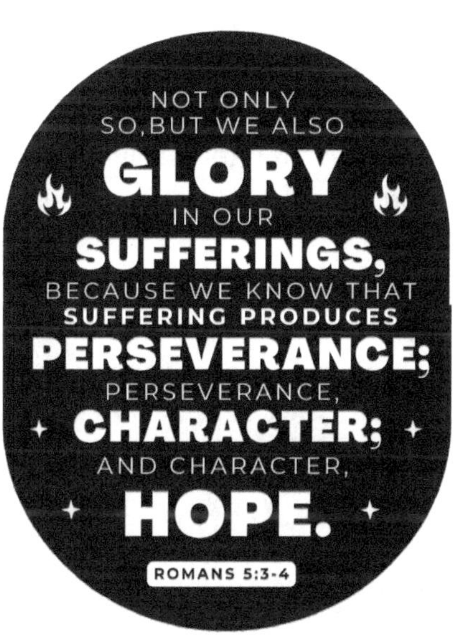

I agree with Dr. Peterson, pursue adventure. Hindi sigurado na palagi masaya ang buhay, but you can open yourself with a lot of human experiences that will make you fearless. Living a life of adventure is all about walking towards the unknown – magbigay man ito sa iyo ng saya, sakit, o lungkot.

Ang problema sa mga taong laging may digmaan sa mga gustong gawin sa buhay at sa mga kinatatakutan, madalas may bumubulong na, "Matakot ka, hindi mo deserve na sumaya, hindi mo kaya."

Kaya ikaw na nagbabasa ng librong ito, harapin mo ang digmaan sa loob at labas ng iyong pagkatao. Manalo o matalo, ang importante kumilos ka at hindi nagmukmok sa isang sulok ng mundo. ***STOP pursuing HAPPINESS and START living a life of ADVENTURE.*** Palagi kang naka-stuck up sa isiping meron kang sakit, malay mo sintomas lang yan ng mas malalim na pangyayari na dapat mong alamin. Instead of judging yourself, be curious about your life.

Hindi mental illness ang isyu, baka may masamang habit lang ang brain mo

Naghihiwa ng gulay si Claire nang aksidenteng tamaan ng matalim na kutsilyo ang daliri niya. Matapos lapatan ng first aid ay hindi na inintindi ni Claire ang sugat sa kamay.

Makalipas ang ilang araw ay nagpatakbo si Claire sa ospital. "Doc, hindi ako makahinga. Naririnig ko yung kalabog ng puso ko, parang sasabog ang dibdib ko. Mamamatay na ata ako."

Nang kumalma matapos makapagpahinga sa ER, umuwi na silang mag-asawa. Ramdam ni Claire na hindi pa rin siya okay. Noon siya nakapanood ng isang Youtuber na nagkwento tungkol sa kanyang panic disorder. Dahil pareho ng mga sinabing sintomas, pinilit ni Claire na magpa-psychiatrist. Nakakuha naman siya ng reseta para sa gamot na pampakalma. Kaso hindi binanggit ni Claire ang tungkol sa daliri niyang may infection na.

The brain registered the pain when Claire cut her finger, pero may masamang ugali ang utak nitong iligaw ang atensyon niya, lalo kung mas overwhelming ang pagpapanic niya kesa ang kirot sa daliri na nadarama.

The body is saying, 'May sugat ako, may infection na, gamutin mo ako." Kaya lang, naka-focus si Claire sa isip niyang nakadarama ng sakit kaya hindi nito napansin na yung daliri ang totoong ugat ng pait.

Again, tama yung sinabi ni Dr. Eric Berg (an M.D), "Our mental illness may be a symptom of a more serious disease." Naku, paano yan? Most psychiatrists might disagree. Depression, anxiety, and the likes are mental illnesses, right? Sakit sila na dapat gamutin. For Dr. Berg though, brain health is physical health. Wag mo lang pagtuunan ng pansin ang maling pag-iisip, ugatin mo ang bisyo ng utak kung saan nagmumula ang totoong topak. The organ (brain), when healed, will correct its function, resulting in a better thinking (mind) process.

Kaya gustong-gusto ko si Dr. Daniel Amen[74], a famous psychiatrist known for using brain imaging in his practice. Sya ang main reference ko sa librong SADSATNB?. In his recent book, The End Of Mental Illness, he said that brain imaging is a big no in the mainstream practice of Psychology when he first started tinkering with it in the late 90's and early 2000's.

Ang hugot ni Dr. Amen, "Bakit ang dentista natingin sa gilagid para makapag gamot, tapos ang ophthalmologist, may tools para tumingin sa mga mata, at syempre yung mga family doctors, may mga lab tests para ma-check kung anong sakit ng pasyente, tapos ang mga psychiatrists, though meron namang battery of testing and assessment methods, walang specific organ na tinitingnan at ini-evaluate when diagnosing a patient?" Ang galing magtaglish ni Dr. Amen, noh? 😄.

Kaya yung reputasyon ng mga psychiatrists noon sa mata ng medical community eh parang pseudo-doctor lang sila. In the hierarchy of medical programs, psychiatrists are for basements and asylums. When Dr. Amen discovered the beauty of neuro-imaging, aba'y nagkaroon ng angas ang kanyang practice. Ngayon, meron na siyang organ (utak) na tinitingnan bago niya bigyan ng gamot ang pasyente.

Nung nasa military si Dr. Amen, na-assign siya sa x-ray imaging. Nang matapos ang kanyang military duty ay nag-aral siya para maging doktor. Psychiatry ang pinili niya dahil meron siyang mahal sa buhay na dumaranas ng isyu patungkol sa mental health. Being a doctor, he still couldn't forget his short stint in the military. He remembered an incident when one of the soldiers underwent leg imaging to see the fracture in his bone. The doctor that time used a dye, making the bone image turn red. Fascinated, Dr. Amen wondered if the same could be done in the brain. Oo, pwede. In fact, neurosurgeons use a similar method to locate aneurysms. Viola! This gave Dr. Amen an idea. Gusto nya ring makita ang brain image ng isang taong merong diagnosis na anxiety, depression, OCD, PTSD, etc.

Anong ginawa ni Dr. Amen bilang psychiatrist? Nagmahal sya ng radikal! Naks! Using radioactive sugar as a dye for neuroimaging, nakapag-kolekta si Dr. Amen sa kanyang clinic ng libo-libong itsura ng utak na may mental health diagnosis at wala. Ito ang tinatawag na Single-Photon Emission Computed Tomography – SPECT[75]

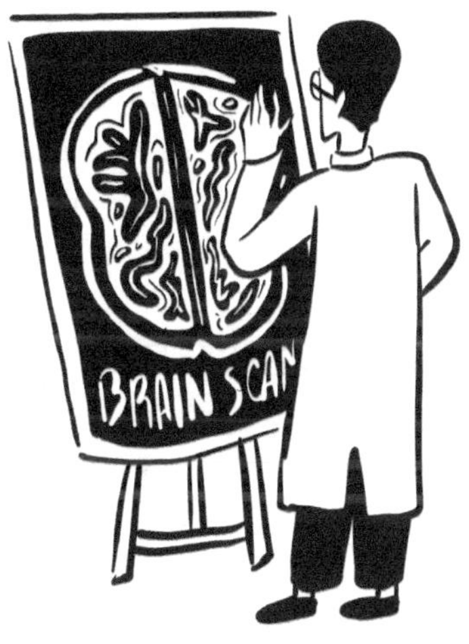

With brain imaging at his disposal, Dr. Amen studied the activities of the brain with depression, anxiety, trauma, ADD, and the likes. He also discovered various ways in addressing his patients' healing trajectory which may or may not include psychiatric drugs. Nadiskubre kasi ni Dr. Amen na minsan may masamang lifestyle o brain bad habits lang ang mga pasyente niya kaya na-diagnose na mayroong mental illness.

With this, Dr. Amen developed his 4-circle of healing (biopsychosocialspiritual) which I made into five (5), throwing trauma in the mix. Ayan ha, bago ang matinding gamutan, bad brain habits mo ay dapat munang pag-aralan.

BIOLOGICAL - Malupit ka sa iyong katawan kaya utak mo ay sugatan. Kulang sa tulog, walang galawan, puro basura ang kinakain, at hindi naaarawan. Mga gawaing ganito ay pwede mong palitan.

PSYCHOLOGICAL - Kahit anong ganda ng nangyayari sa paligid, puro negatibo lang ang iyong nababatid. Kapag may nangyari namang masasama, ang ginagawa mo lang ay matulala. Disenyo ng utak mong mareklamo ay kayang baguhin kapag ginusto mo.

SOCIAL - Nagkulong ka sa maliit mong mundo o kaya naman ay ugali mong mangolekta at makipagrelasyon sa mga toxic na tao. Babad ka sa social media, wala namang nangyayari kundi mainggit ka. Unfollow mo kasi yung iba, basta wag si Lolakwentosera ha (Charut!).

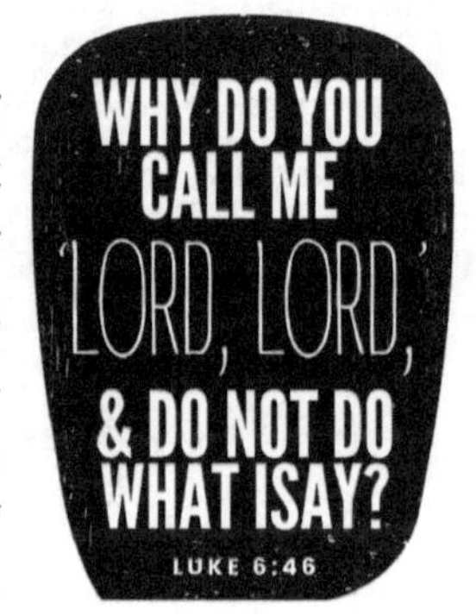

SPIRITUAL - Ginagamit mo ang Diyos pero ayaw mo namang pagamit sa Kanya. Kilala mo lang Siya pag may kailangan ka, pag maayos ang lahat eh 'Hu u? Na si God sa iyo, di ba? Sabi tuloy ni God, 'Hu u ka rin?' Allow God to abuse you, because His blessings and protections know no bounds when He allows you to abuse Him.

TRAUMA - Oo, biktima ka! Ano ngayon? It's not what happened that matters, it's what you're gonna do about it. Harapin mo ang trauma ng iyong nakaraan para makapaglakbay ka na sa iyong kinabukasan.

Ito ang paraan para maugat mo ang dahilan sa likod ng iyong utak na tinotopak. Tigilan ang gawaing masasama na nakakaapekto sa iyong utak kalusugan. Posibleng wala kang mental illness. Utak mo lang ay kailangang alagaan. We will discuss the above in great detail sa BOOK III. Yes, may pangatlong libro po na ang title ay BRAIN KALASAG: BioPsychoSocialSpiritualTrauma Analysis. Grab your copy after reading this book, ha 😄.

> TANDAAN, KAPIT KA SA TRUTH AT WAG SA KASINUNGALINGAN. OUR GREATEST SUFFERINGS COME FROM OUR BEING BULAAN. ANG KATOTOHANAN ANG MAGPAPALAYA SA PUSONG NASASAKTAN DAHIL UTAK AY SUGATAN.

Traumang sapilitang kinalimutan, katawan ang **nahihirapan.** Make peace with your past traumas and bad memories. They are not meant to be forgotten. They have treasures worth discovering. Your darkness is worth exploring. Minsan sa sobrang dilim doon mo makikita si God dahil alam Niya ang lahat mong lihim at hangad.

Resetang pill for every ill ay magandang palitan ng skill. Hindi lahat ng sakit ay ginagamot. Minsan kailangan mong tiisin ang sakit. Pampalakas ito ng iyong immune system kaya patuloy ka lang kumapit.

Ugaling i-diagnose ang sarili ay hindi nakabubuti. Hindi ka doktor para i-diagnose ang sarili mo, at lalong hindi ka Diyos para itakda ang kamatayan mo!

Tanda ng digmaan sa iyong kalooban, kaya pagod na pagod sa paglaban. Your greatest enemy lies within. Kaibiganin mo ang iyong sarili para ang buhay mo panlabas at panloob ay kawili-wili. Kung sarili mo ang kaaway mo, kahit tunay na kaibigan ay lalayo rin sayo. Hindi mo kailangang palaging maging masaya, mas importante na kahit malungkot minsan ang buhay, lumalaban ka.

Hindi mental illness ang isyu, posibleng may masamang habit ang brain mo. Wala kang sakit, ha. Hangga't hindi sinasabi ng doktor na may sakit ka… wala! Wala! Wala! Ngayon pag sinabi ng doktor na wala kang sakit base sa mga laboratory tests mo, paniwalaan mo naman sila. Magaling ka pa sa doctor, eh! Baka meron lang bad habits ang utak mo. Gaya ng pag-iisip na may sakit ka kahit wala naman, haist!

'So anong dapat kong gawin?' malamang tanong nyo. Tara, continue reading the final chapter, yay!

YOUR GREATEST ENEMY LIES WITHIN. UTAK-TOPAK MO YAN, AMININ!

I AM READY FOR THE BATTLE

Alisin ang computer sa loob ng bahay at hanapin ang nawawalang tatay. Sagot ba ito sa utak na napakaraming latay? Bumalik sa Diyos, pataasin ang testosterone, at itapon ang porn. Ito ba ang tamang sagot para hindi ka na feeling torn? Paano alisin ang emotional turmoil na dala ng utak na tinotopak, kung hindi mo kilala ang mga kaaway mong may maitim na balak?

"Lowluh, nanginginig po ako ngayon. Paano po ba matatanggal ito?" Sa dami ng mga nag-message nito nakagawa na ako ng masterclass na nasa lolakwentosera[76] Youtube channel. Habang sinusulat ko ito eh anim na masterclasses na ang nagawa ko para sa tuwing may tanong kayo na kailangan ng cohesive na sagot, eh meron akong pwedeng ibigay na lecture. Teacher na teacher talaga si Lowluh, noh? Those videos also become the foundation from which I can go over our conversations via messenger or email.

Admittedly, I sometimes intentionally push those who message me. I ask triggering questions. Hindi naman sila mahirap sagutin, yung alalahanin ang nakaraan habang hinaharap ang kasalukuyan na may pag-asa sa kinabukasan ang challenging. Dito kasi madalas posibleng makuha ang sagot sa mga katanungang binabato ko sa inyo sa tuwing nag-me-message kayo sa akin.

Questions like, 'saan galing ang pain na yan?', 'are you happy?', or 'anong gusto mong mangyari?' triggers something inside the people I chat with. Flashbacks and throwbacks are not easy, at sa therapy hindi rin sya basta-basta ginagawa ng walang tamang pag proseso para masaraduhan nang maayos ang nabuksang sugat na naungkat.

> **HINDI PWEDENG ALALAHANIN ANG NAKARAAN O ISIPIN ANG KINABUKASAN, PAGKATAPOS, EH IIWAN NA HINDI PINAG-ARALAN ANG KONEKSYON NG MGA ITO SA KASALUKUYAN.**

Mahirap gawin ang flashback at throwback, pero DAPAT, para mapangalanan natin ang kaaway ng ating utak. How can you fight your enemies if you don't even know their names? Ito ang gagawin natin ngayon. Sa ayaw at sa gusto nyo, kikilalanin natin ang mga kaaway na dapat sanggahin ng inyong BRAIN KALASAG.

I love horror movies. One of my favorites is the very first Conjuring. It's a story about a mom possessed by an evil spirit. In order to help the mom snapped out of her demon possession, her family screamed at her, "Remember… Remember who you are! Remember your name!" True enough, nag-flashback sa nanay ang mga masasayang alaala ng kanilang pamilya. She used those memories to remember who she was, and fought off the demon inside her in the process.

Ikaw? Sino ka? Kilala mo pa ba ang sarili mo? Can you go back to the very first memories when you feel the happiest? Asan ka? Sino ang kasama mo? Anong ginagawa nyo?

Nung nabaon ako sa utang at muntik makulong, dun ko naisip na wakasan ang buhay ko matapos kong wasakin ang buong kabahayan namin. Andoon ang mga anak kong natutulog nang walang kamalay-malay, ha. Yet, in the midst of my mental breakdown, I offered my life to God. When I woke up at peace after that seemingly psychotic episode, inilista ko lahat ng utang ko. Usually ang mangungutang, hindi nagkukwenta. Takot kaming harapin ang katotohanan na baon kami sa utang. When I had the amount of my kavovohan 😂, isiningit ko ang listahan sa Bible. Sabi ko, 'Lord, utang Mo siya. Wala na akong utang. From now on, susunod na ako sa Iyo. Kung makukulong ako, so be it! Ikaw na ang bahala sa mga anak ko."

Dun pa lang nagsimulang kumilos ang Diyos sa buhay ko. Slowly, steadily, and surely, God sent provisions to help me, train me, and give me what I needed. Then one day, as if on cue, someone asked me, "Magkano ba ang utang mo, Amy?" Since I memorized the amount by heart, nakasulat sa papel at nakasingit sa pahina ng

Bibliya, I was able to say the figure immediately. In a snap of a finger, nabayaran ko ang lahat ng utang ko dahil napunta ito sa isang tao na binayaran ko naman nang paunti-unti sa loob ng limang taon. This happened only because I obeyed and trusted in God's crazy plans for me. One of which was to face the demon (utang) inside me and compute the total

amount of my loan. I have another book coming out called, *Rich Ma'am, Poor Mom: Ang Patolohiya Ng Problema Sa Pera,* para naman sa mga taong may matinding problema sa pera gaya ng kahirapan at utang, na naging dahilan ng kanilang mental breakdown. Abangan nyo rin sana ang book na ito.

For the meantime, this is what we are going to do in the succeeding discussions. Balikan natin at pangalanan ang posibleng ugat ng iyong topak, para maihanda natin ang iyong BRAIN KALASAG.

Toxic na nakakapanic

History is not your destiny

Reserba ng utak at mahinang mitochondria

Over sa infection

Walang tulog at pahinga

Bukol, untog, at utak na naalog

Asukal na karumaldumal

Crisis that comes with age

Kirot, maga, at sugat na may nana

Gagamitin ko naman ang salitang **THROWBACK**, para ating mga kaaway ay mabigyan ng matinding TADYAK!

Wait lang, pag-uusapan natin ang mga toxic people sa paligid mo, pero sa ngayon, literal na toxins muna ang aking ikukwento. Baka kasi nandito ang dahilan kung bakit utak-topak ang naghahari sa iyo.

Raiza (not her real name) has a congenital heart disease. Bata pa siya ay marami nang iba't-bang gamot ang kanyang sistema. She needed them to survive, that's why taking those drugs was necessary. When puberty hit though, the change in her hormones and the effect of the drugs in her system triggered something that made her suicidal. The doctors were in a dilemma. To remove one medication in contraindication with one of her psychiatric drugs was detrimental to her health, but to retain them would put Raiza in a constant depressive mood.

Ayan ha, hilig-hilig nyong konting kibot antibiotics agad. Konting sakit, inom agad ng gamot. I'm not saying it's bad, I'm just saying may epekto sa mental health ang masyadong overdependent sa gamot, to the point of being abusive in taking antibiotics for everything.

Remember that all medicines interact with our gut bacteria (good or bad). Such interaction also affects our brain functions.

> **TOO MUCH MEDICATION CAN ALTER OUR GUT MICROBIOMES LEADING TO IMBALANCE OF GOOD AND BAD BACTERIA IN OUR GUT.**

At kapag hindi 'okay ka ba tyan?', the gut will send signals to the brain via the vagus nerve[77], affecting our mood and appetite. Dito na pwedeng magsimula ang obsession at overthinking na meron kayong sakit sa isip, yun pala eh sobra-sobra lang ang antibiotic.

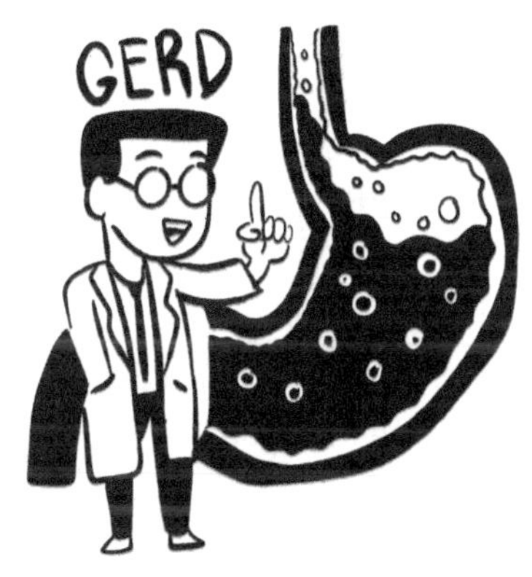

Gerd or acid reflux usually happens when we are overthinking about the pressures and stresses of life. Kapag napagod ang utak sa sagarang pag-iisip, hihingi ito ng tulong para ibaba ang sakit at bwisit nya sa iyo (pasaway ka kasi na walang tigil kakaisip ng negatibo!) sa iyong visceral organs (yung nasa loob ng tiyan kasama na ang puso mo), lalo na ang iyong sikmura.

When the stomach is upset, it means that there's an imbalance in your gut microbiomes, dahil nga hindi balanse ang good at bad bacteria sa iyong tiyan. Pag ganito, pwedeng maging acidic ang tae mo o constipated ka. Dito na nangyayari ang dighay, heartburn, at gutom na hindi mo naman malaman bakit parang walang kabusugan. Tapos, pupunta ka sa doctor para bigyan ka ng gamot sa sikmura na posibleng hindi maging epektibo dahil may kontra palagi – yang walang tigil mong pag-o-overthink! Magdadala ang overthinking brain mo ng mensahe sa iyong sikmura na pagod na pagod na ito kaya ipapasa na nito sa tiyan ang sakit. Sasabihan ka ngayon ng doctor na, "Naku, psychological na ang issue mo, magpa-psychiatrist ka na lang."

THE PSYCHIATRIST MAY GIVE YOU ANOTHER MEDICINE TARGETING YOUR BRAIN'S CHEMICAL IMBALANCE, KASO DADAAN PA RIN ANG GAMOT SA SIKMURA MONG BAGSAK NA ANG BILANG NG MGA BACTERIA – LIMITED MICROBIOMES DIVERSITY.

Dahil dito, hirap naman si tiyan ipasa ang bisa ng psychiatric drugs sa iyong utak. Nyak! Kaya meron akong kausap na kapag naggagamot sya para sa anxiety, sumasakit ang sikmura nya. Kapag ginamot nya ang sikmura, tumataas ang anxiety nya. Ano ba talaga, koya?!?

LET ME DIAGNOSE MYSELF

Ngayon alam mo na ha, bago ka mag-self diagnose na may mental illness ka, isipin mong mabuti…'may iniinom ba akong gamot (kahit supplements) na posibleng toxic sa akin?' Again, hindi ko sinasabing wag kang uminom ng antibiotics ha, kasi minsan kailangan mo ito lalo kung aggressive ang infection na tumama sa katawan mo. Ang punto lang, kung biglang nag-iba ang mood mo, ugatin mo lang kasi baka may gamot kang iniinom na hindi kasundo ng sikmura mo. Once naman natapos ka sa antibiotic, posible na matapos din yung mood swings. Again, if symptoms persist, consult your doctors.

Kim (not her real name) was bleeding for over a month. Na-diagnose siyang may PCOS kaya niresetahan ng hormonal pill. Ang laking tulong ng pills sa kanya to regulate her menstruation, kaya lang hindi adviseable ang prolonged use ng ganitong pills sa dalaga. She's been taking the pills for almost 10 years. Nagsimula siya nung 14 years old hanggang ngayong magbi-bente kwatro na. She read that one of the side-effects of over-dependent to hormonal or contraceptive pills is mental health breakdowns, na nararamdaman nya on occasion pero palala ng palala nang nagsimula siyang mag-adulting.

Instead of taking the advice to go to a psychiatrist for another prescription, she went to her ob gynecologist to wean her off her pills and give her alternative and safer methods to reverse her PCOS. True enough, after several months of low-carb diet and multivitamins instead of pills, her bouts of mental breakdown became manageable.

OVERALL, ANTIBIOTICS[78] INCREASE THE PREVALENCE OF BOTH DEPRESSION AND ANXIETY. RARELY, THEY CAN ALSO CAUSE PSYCHOTIC DISORDERS WITH A SCHIZOPHRENIA-LIKE PICTURE. KAYA ANG ADVISE NG MGA EXPERTS, MAY PROBIOTICS AT PREBIOTICS SUPPORT DAPAT ANG SIKMURA MATAPOS MAG-ANTIBIOTICS.

"Eh, Lowluh, wala naman akong iniinom na gamot." Fine. Saan ka umiinom? This is another issue that you have to look into as part of your lifestyle change.

Plastic is also another toxic material that's harming our brain. Paano mo malalaman kung ang malamig na tubig na binili mo sa tindahan ay hindi nababad sa init ng araw bago nilagay sa ref? Plastic materials that have been exposed in direct sunlight could cause chemical reactions[79] that may contaminate the food or water it contains.

Kahit yung filtered water na binibili natin ay kaduda-duda dahil tatlong araw lang ang buhay ng sustansya nila, but we sometimes stock[80] on gallons and gallons of water for more than three days.

A SEX CHANGE PHENOMENON IN FISH SUGGESTS THAT THERE IS SOMETHING IN THE WATER. A NEW STUDY PUBLISHED IN ECOTOXICOLOGY AND ENVIRONMENTAL SAFETY FINDS THAT MALE FISH ARE TURNING INTO FEMALES — A PHENOMENON KNOWN AS INTERSEX — DUE TO CHEMICAL POLLUTION, SPECIFICALLY ESTROGENIC ENDOCRINE DISRUPTING CHEMICALS or EEDCs[81]

Pati mga isda ay may gender dysphoria din? Enyebeyen. Hindi kaya nakainom ka lang ng tubig na matagal na sa plastic container kaya na-confuse ka sa iyong sexual identity? #Justsayin.

This sounds like a conspiracy theory… but what if? Pasensya na ha, guguluhin ko talaga ang utak nyo kaya iproseso nyo ang bawat inilalapag ko. Wag basta maniwala, kahit kay Lowluh. Research-research din pag may time.

Anyway, we cannot really control if our water filtration[82] system is contaminated like what's happening in America. Ang pwede nating ma-kontrol ay yung i-filter nyo ulit ang tubig nyo na galing sa gripo.

I'm not endorsing any particular water filtration system available in the market, pero gustong-gusto ko yung mga bato na nasa loob nito na dinadaanan ng tubig na iinumin ko. Alam ko na buhay ang tubig dahil may bacteria ito na hahalo sa ecosystem ng tiyan ko. Yup, it's a bit pricey to invest in this kind of technology, but in the long run, you are investing in your health. Prevention is still better than cure.

Ulit, baka naman kasi wala kang mental illness, masyado lang punong-puno ng plastic ang kusina at ref mo kung saan mo itinatago ang iyong inumin at mga pagkain.

Syempre kung merong toxins sa tubig, siguradong meron din sa hangin na pumapasok sa baga natin. Baka yung loob ng bahay mo eh kulob kaya hindi man lang makapasok ang sariwang hangin. Though the air outside our houses is equally polluted, it is still better than the air circulating around a house with no windows at all because the air conditioning[83] system is on 24/7.

As I was writing this part of the book, I just got back from Siquijor for a week's vacation. Ayaw ko pang magbakasyon kasi ang dami kong trabaho sa Manila. Pero nang maamoy ko ang sariwang hangin, makaligo sa falls at dagat, at makatulog nang mahimbing, aguy... gumanda ang kutis ko at nawala ang sakit ng aking kasukasuan. Akala ko noon may autoimmune disease ako kaya parang palaging manhid ang kanang kamay ko. Alam mo yung pagkagising eh parang goma na hindi mo maibuka ang palad mo?

Nung nasa Siquijor ako nawala ang pakiramdam na ito. Kuminis ang kutis kong puro tigyawat. Kaso pagbalik ko sa Maynila, ayun balik sa kulob na opisina. Haist, sino kayang mag-aampon sa akin na taga probinsya para magkaroon naman ako ng sarili kong bahay-bakasyunan sa lugar na liblib at sariwa ang hangin? Bekenemen 😄.

Halos lahat ng kinakausap kong may panic attacks eh ayaw lumabas ng kanilang lungga. Takot na takot sa ideya ng malayong paglalakbay. Hindi sila nag-iinarte, ha. They are really scared sh*tless. Pakiramdam nila ay ikamamatay nila ang magtagal sa loob ng eroplano, bus, at kahit nga magbanyo sa ibang lugar. Panic thrives on imprisonment and isolation. Ikinakahon mo ang sarili mo sa maliit mong mundo hanggang dumating sa puntong bahay-trabaho-eskwela na lang ang lugar na alam mo. Kung online class or work from home ka pa, patay kang bata ka! Kung lalabas ka man, baka hanggang grocery (mall) or palengke lang ang abot ng iyong mga paa. That's it! Pati nga pagsisimba eh sapilitan pa. Kaya naman kapag biglang may bagong lugar o routine, your brain turns on its panic mode button that causes you to overthink the worst case scenario. "Baka magtae ako tas walang banyo, yung budget sayang lang hindi ko rin naman ma-e-enjoy, baka mabangga ang sinasakyan ko, blah, blah, blah." The fear becomes bigger and bigger until it paralyzes you. You are stuck inside a house with no windows, no adventure, and no new stimulus. Ang kasama mo lang buong maghapon ay ang mga langgam sa utak mong puro kasinungalingan ang ibinubulong.

Para kang asong matagal na itinali sa loob ng kulungan. Hindi ka inilalabas ng amo (panic & anxiety) mo para maglakad sa kalye at makaamoy ng sariwang hangin o makihalubilo sa ibang

mga aso at tao. Kaya pansin mo yung mga ganyang aso eh masyadong agresibo at nangangagat? Hindi dahil matapang sila kundi dahil overwhelmed sila sa mga bagong sensasyong nakikita, naaamoy, at nadarama. They feel endangered, so they turn their fear into attack mode, ready to fight and tear anyone's throat. Sa kaso mo, yung takot mo sa mga bagong bagay ang nagbibigay sa iyo ng sensasyong nahihilo ka sa byahe at nangangatog. Kaya gusto mo nang bumalik sa kulungan at routine mong unti-unti kang pinapatay sa pag-iisa.

Marami pang toxins sa paligid ha. Hindi ko pa isinama ang mga junk food, canned goods, at mga patay na pagkain (yung mga walang bacteria at hindi napapanis). Kahit dito ka muna magsimula. Una, baka lunod ka na sa antibiotics o meron kang iniinom na gamot na walang reseta ng doctor, nagluluto ka sa plastic or umiinom ng tubig sa bote ng plastic na nainitan ng araw, at wala kang hangin sa paligid na maglilinis ng iyong baga.

Ilan lang ito sa mga kaaway na akala mo ay tunay na kaibigan, yun pala ay inaatake ang utak mong naguguluhan.

MAMUMUNGA BA NG SANTOL ANG PUNO NG MANGGA? NATURE OR NURTURE BA ANG SANHI NG IYONG PAGDURUSA?

Can trauma change your nervous system? Well, all our experiences (good or bad) rewire[84] our brain and may or may not dysregulate our nervous system. There was an experiment[85] done with lab rats on transferring fear to their pups. Bago kuryentehen ang daga, makaaamoy muna sya ng pabango na ii-spray sa kulungan nito. With constant conditioning, the rat shrieked and cried whenever it smelled the perfume even though it would not be electrocuted. Sa pag-aaral, napansin ng mga eksperto na nagkaroon ng chemical reaction sa utak ng daga na wala noong hindi pa ito kinukuryente.

Ang nakagugulat ay namana ng mga bubwit nito ang kaparehong nervous system design ng daga kaya naman kahit ang bubwit na naka-amoy ng pabango ay nagiging balisa at nangangatog sa takot. Hindi maipaliwanag ng mga daga kung bakit sila takot, lalo at hindi naman sila kinukuryente (at hindi rin nila kayang magpaliwanag, charot!).

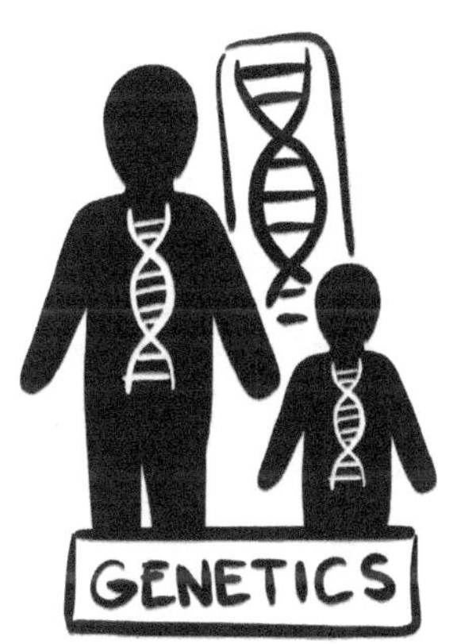

Namamana ba ang mental illness? Yup! Sa kaso nga nga mga daga, the fear of particular smell can be passed on up to the 4th generation. Grabe, noh? Baka mamaya, yang utak-topak mo eh galing sa comfort woman mong lola nung panahon ng gyera o sa PTSD ng lolo mong hukbalahap (di nyo na alam ano ito, noh?). Pero tandaan mo, *YOUR HISTORY IS NOT YOUR DESTINY*[86]. Hindi dahil may diabetes ang magulang mo, matic na ito rin ang magiging sakit mo. Again, always look at the best case scenario; at least you know how to tailor fit your lifestyle to protect yourself from such genetic predisposition. Mabuti na rin yung alam mo ang demonyo na haharapin mo dahil may pangalan na ito.

Kambal sina Liit at Conrad na iniwan sa ospital ng adik nitong ina. Inampon ng magkaibang pamilya ang kambal. Years later, Conrad was also a drug addict with a long criminal record, while Liit was a successful lawyer. Naging tapat ang mga umampon kay Liit kaya alam nito ang kwento ng totoong magulang niya. Knowing that Liit would be susceptible to addiction, he made it a point not to smoke and drink alcohol. Alam niyang kapag inumpisahan niya ito, posibleng hindi na sya makahinto. With the guidance of his adoptive family and his will power to change his destiny, hindi siya nalugmok sa kaparehong genetic history.

When I learned about this genomic imprinting, napaisip ako. Bata pa kasi ay malisyosa na ako. Wala naman akong napapanood na porn or anything, pero meron akong takot sa mga lalaking hindi ko kilala dahil iniisip kong may gagawin silang masama sa akin.

One day, naiwan ako sa isang pinsan kong lalaki. Ewan ko pero nung pinapatulog niya ako, iyak ako nang iyak, at ayaw kong pahawak sa kanya. Hindi pa ako na molestya nito ha, or at least I didn't have memory about anything sexual at that point.

The same thing happened when my brother left our house and one of his friends was left behind to watch over me. Iyak ako nang iyak, hindi dahil iniwan ako ng kuya ko kundi feel na feel ko na may gagawing masama sa akin ang lalaki kapag hinawakan niya ako.

I also remember liking a stranger in a romantic way as a 4-year old kid. Grabe, noh? Talandi si Lowluh kahit sobrang bata pa 😆. Saan galing yun? Isang araw kasi, kausap ng tatay ko ang boss niyang bumisita sa bahay. Binulong ko sa tatay ko, "Ang pogi nya." WHAAAT?!? Anong konsepto ko sa pogi, kilig, at pagkakaroon ng gusto sa lalaki nung mga panahong yun? Yet, feeling mesmerized, I couldn't take my eyes away from that man as I hanged around their meeting.

Ibig sabihin sa edad palang na yun, alam kong magtiwala sa lalaking gusto ko dahil gwapo, at kapag hindi ko gusto, ay pinag-iisipan kong gagawan ako ng masama. I didn't know anything about sex, yet, it kinda felt that way. I even thought that I was emitting an energy that made sexual predators attracted to me.

Tapos, nakarinig ako ng pahaging na kwento mula sa nanay ko. Nung bata pa raw siya, lipat siya nang lipat ng iba't-ibang bahay para makitira sa mga kapatid niyang may mga asawa na. Nabanggit niyang pinapasok siya sa kulambo ng bayaw niya o minsan eh pamangkin. Hindi malinaw pero alam mong may gustong sabihin ang nanay ko sa kwento na yun. Bunso kasi ang nanay ko kaya halos kasabay na niya lumaki ang mga pamangkin niya.

Nang nalaman ko yun, napaisip ako. Hindi kaya may sexual assault trauma ang nanay ko? Kaya nung pinanganak ako at lumaki, I freaked out whenever I was left alone with guys I didn't like? Could my mom's nervous system and her trauma get imprinted on me?

I encountered a reader who messaged me insisting that there's nothing she could do with her and her children's clinical depression diagnosis because it was hereditary.

"Chemical imbalance plagued my family. We cannot do

anything about it but accept that this is God's plan for us."

Ang galing naman dahil kahit papaano positibo pa rin sya. Yet, her diagnosis and uncontested acceptance are obviously limiting her and her kids. Yes, God usually puts us in a challenging situation, but finding the purpose behind it is the key in using such to expand our mission and hopefully help others suffering from the same situation.

Kalalabas rin lang ng isang pag-aaral debunking the chemical imbalance claim and calling it a myth[87]. Let me explain further. Remember the primate experiment I previously discussed? The one with leaders being succumbed into submission and loser primates given higher levels of serotonin? Eventually, ay nagpalit ang role ng dalawa.

Another experiment[88] yielded an interesting result. May grupo ng mga tao na walang depresyon o isyu sa isip, the dopamine levels in their brain were manipulated to make it appear like that of persons with depression. Guess what? Walang naglabas sa kanila ng sintomas na hawig sa depresyon kahit mababa na ang kanilang dopamine (happy hormones) levels.

DOPAMINE[89]

a neurotransmitter in the brain that allows you to **feel pleasure.**

Aba'y bakit nagkaganoon? Kasi yung mga tao ay nasa kaparehong sitwasyon kahit manipulado na ang kanilang utak. Kasama pa rin ang pamilya nila, masaya pa rin sa trabaho nila, at balanse ang kanilang buhay. Yung sa mga primates kasi bukod sa pinaglaruan ang kemikal sa utak, may kasama pang kuryente, torture, at parusa. It means that chemical imbalance or genetic predisposition is not enough to make anyone automatically have mental illnesses. Nurture, also plays an important role.

Surprisingly, with no external manipulation or changes in the environment, dopamine, however little the supply is due to manipulation, remains consistent in doing its job to make one happy and satisfied.

Dito rin nagkaroon ng conclusion na, hindi lang sa chemical imbalance ng utak ang isyu kaya may anxiety o depression ang isang tao. Posible na may nangyaring malaki o maliit na trauma na siyang naging sanhi ng pagkakaroon ng chemical imbalance sa utak. Kapag inugat ang pangyayari na yan, doon malalaman kung paano pakalmahin ang utak at ibalik ang tamang balanse nito.

Kaya naman kagaya ng mga taong may family history ng diabetes, if there's no triggers due to bad lifestyle choices, hindi ka magkaroon ng parehong sakit. The same goes with mental illnesses. Oo, may kalahi kang merong depression, schizophrenia, o antisocial disorder, pero hindi ka dapat umasa o matakot na magkakaroon ka rin nito.

YOU HAVE TO WORK YOUR BUTT OFF EVERYDAY TO LIVE A LIFE THAT WILL STRENGTHEN YOUR SHIELD AGAINST ANY TRIGGER THAT CAN LEAD YOU TO THE SAME PATH AS YOUR FAMILY.

Kaya ayan ha, wag kayong palaging dead-end mag-isip pagdating sa mga sakit-sakit. Mental illness and neuroticism run in your family, fine! What are you doing to avoid possible triggers and prevent yourself from having the same destiny? Dapat proactive palagi, hindi parang naghihintay kang dumating ang worse case scenario samantalang pwede mong makita ang buhay mo sa lente ng magagandang bagay na pwedeng mangyari sa iyo.

Paano? Kailangang meron kang tinatawag na brain reserve[90].

Reserba ng utak at mahinang mitochondria

My go-to exercise is spinning for an hour or so using my favorite gym equipment, a stationary bike. Ito ang nagpa-sexy kay Lowluh (charot!) hanggang naging gym-buddy ako, teaching others to love spinning exercises. Ano ang sikretong malupit para tumagal ng higit isang oras sa pagba-bike? Mag-reserba ng lakas (energy) hanggang wakas. Yung iba ko kasing estudyante, akala nila madali ang spinning kaya itotodo nila sa unang kalahating oras ang buo nilang lakas. Hala, sige! Pedal dito, pedal dun! Akala mo nakikipagkarera eh hindi naman naandar ang bike nila. Then they would discover that the second half was even more grueling to the point that finishing the routine was close to impossible. Doon sila mahihilo, masusuka, at mamumutla. Kaya lagi kong sinasabi, "Wag magyabang. Hindi energy ang need ko to finish the cycle. Endurance ang labanan dito." Ang galing nga sa umpisa, tapos hindi naman tatapusin ang exercise hanggang dulo, eh di wala rin.

Following God also needs consistency and vigor, kaya dapat meron ding spiritual-reserve na tinatawag. Tiis ganda, ika nga, kasi may reward na naghihintay sa mga marunong tapusin ang inumpisahan dahil may estratehiya na mag-reserba ng enerhiya.

Ganito rin ang konsepto ng brain-reserve o reserba ng utak. Physiologically, brain-reserve[91] refers to the ability of the brain to effectively buffer changes that are associated with normal aging processes and to cope with pathological damages.

Psychologically, ito naman yung kapasidad ng utak nating harapin ang problema na hindi sumusuko, dahil nga may reserba itong ginagamit para sa pagdedesisyon ay hindi nahahapo. Kumbaga, hindi ka basta-basta malolowbat kasi nga meron kang dalang power bank.

Paano mo malalaman ang reserba ng iyong utak? Alamin ang persona mong may tinatagong trauma na sandamakmak!

PERSONA O MASKARA, Ito ang ikaw na nakikita ng iba. Pwede mo itong palit-palitan depende sa iyong kaharap, pero hindi mo dapat lokohin ang persona ng iyong utak.

There's a lot of personality tests, pero mas madaling matandaan ang ***O.C.E.A.N or The Big Five*[92] *Test.*** Bakit importanteng malaman mo ang iyong personality traits? Para mas maintindihan mo ang iyong sarili at ang iyong brain-reserve capacity.

Personality Psychology[93] is a relatively new field that studies personalities and how they differ among people.

Although this became popular in the 1930's, the study of personality traits could be traced back to the time of the ancient Greek physician Hippocrates. Nag-evolve ang konsepto na ito at nagkaroon ng iba't-ibang terminolohiya at pagpapaliwanag. My favorite among all these is O.C.E.A.N personality traits. Nagamit ko ito noong isinulat ko ang aking psychological thriller novescript na may pamagat na, MINDFUCKERS: THE BIRTH OF PINOY PSYCHO. Wag nyong babasahin kung mahina ang sikmura nyo. This story is not an easy read especially if you are not into morally ambiguous characters. Nung sinusulat ko ang librong ito, I needed to enter into the mind of a psychopath to build the characters of my protagonist and antagonist. Armed with research, hindi naman ako nahirapang pumasok sa utak ng psychopath dahil sakit ko rin ito (Charot!).

O.C.E.A.N[94] stands for Openness, Conscientiousness, Extraversion, Agreeableness, & Neuroticism.

DISCLAIMER: Hindi necessarily valid ang assessment na gagawin natin in the succeeding pages, ha. Baka super legalistic ka na naman. I prepared psychological reports of clients who took the NEO-PI 3 test, and conducted intake interviews during my internship. Syempre mas iba yun dito sa gagawin natin, pero helpful pa rin ito kahit papaano to give you a glimpse of who you are, O.C.E.A.N traits wise.

Rate yourself from 1 to 10 (1 being the lowest or intolerable). Dito malalaman mo kung psychopath ka nga talaga (Charot!). Tara laro tayo!

214

OPENNESS

Openness simply means you can easily cope up with the changes happening in your life. Kapag ang plano mo ay nasira o may naging dahilan kung bakit hindi ito natuloy, ikaw ba yung tipo ng tao na nawiwindang agad? Of course, you will be frustrated, sino ba namang hindi? Others can easily move past such terrible situations, while some people get stuck-up most of the time. Alin ka dito?

Sa librong SADSATNB? Ito yung isyu ng ACG, di ba? When the cognitive switch or adaptability is not functioning well, there's an issue with anterior cingulate gyrus. Some people don't like changes because they thrive on having a plan or a routine. Hindi sila bukas sa ibang alternatibo maliban sa kung ano na ang nakasanayan o kanilang naplano. Others are more adventurous or creative, kaya naman swak na swak sa kanila ang biglaang pagkasira ng mga planong babago ng kanilang mga buhay.

Pustahan, some of you will play safe and score yourself as 5. Asus! Five ka dyan! Lagyan mo naman ng konting effort ang pag-iisip ng sagot. Buhay mo yan, sayang naman. Sabi nga ni Socrates[95], "An unexamined life is not worth living." So spill the tea! Are you a tight a*s b*tch or a crazy b*stard? 😅.

Ako nasa 7 to 8 ang tantiya ko sa personality trait na ito. I love changes and newness of things. Pag bago at hindi ko pa nasusubukan, nag-aapoy ang utak ko sa excitement. Kasi nga ito ang paraan ko ng pagtakas sa natapos na o sa hindi ko matapos-tapos na gawain. I move forward to new things because I don't get to remember being joyful that long. I attributed this personality from my past trauma. Di ba nga, behind every persona (lies within your mask or personality traits) is a hidden trauma, kasi si Lowluh ay isang certified takasera. I easily get bored with routine, thus I pursue welcome or unwelcome changes in my life.

Ang mga taong hindi masyadong bukas sa biglaang pagtanggap ng mga pagbabago ay madaling mag panic. Nakatatakot naman kasi! Again, I'm not forcing you to be open, but be aware that fear drives this personality trait. In my case who loves the unknown and unscheduled changes, I must also be aware of the risk, and learn to be doubtful. Hindi rin naman pwedeng pabara-bara sa mga desisyon. ***Saying yes to everything is also unhealthy.***

Dahil kilala ko ang sariling utak-topak, I use this as my navigating point to know my limitation to being open with anything. Dati wala akong pakialam, ngayon iniisip ko na, "Wow, exciting gawin yan, pero teka, will I be protected kapag ginawa ko yan?" Kasi kung mapapahamak ako tapos tinuloy ko pa rin, ibig sabihin hindi ko pinakinggan ang sigaw ng utak ko. Nung nasa Pangasinan kami, inaya ako na tumalon sa bangin pabagsak sa malalim na tubig. Ang daming beses ko nang ginawa ang mga extreme churbanes na ganyanan, pero nung oras na yun tumanggi na ako. Wala akong dapat patunayan pa at ayaw ko ring maalog ang utak ko. Gusto ng katawang lupa ko (sa totoo lang) pero may bulong na nagsasabi sa aking, "No more na, Lowluh. May E.D.A.D ka na." Grabe sya! Tama naman, it is also safe to err on the side of caution.

Para naman sa mga kagaya ng anak kong si @kaliwetemaarte na mababa ang score sa openness personality trait, kudos sa inyong pagiging maingat na hindi basta-basta bukas sa lahat ng bagay lalo kung malaking pagbabago na pwedeng sumira ng inyong buhay. Pero kung gusto nyo namang lumawak ang inyong mundo, at hindi naman kayo binubulungan ng utak nyong dapat kayong matakot, bakit hindi nyo subukan? Embrace changes, try new challenges, sure it's scary, but do it scared!

Yung totoong sagot please…how open are you to changes, new ideas, and unknown adventures in life?
SCORE: 1 to 10 _______
Next…

CONSCIENTIOUSNESS

Conscientiousness simply means you are highly organized and very detail-oriented. Masunurin ka sa batas, gaya ng hindi ka nakikialam ng gamit ng iba dahil ayaw mong pinakikialaman ang gamit mo. May konsensya ka, ika nga. Kaya lagi mo ring itinatanong sa sarili mo, "Tama ba ang ginawa ko o mali?" Sa sobrang pagiging rule-oriented mo, you always end up second guessing and doubting yourself. Nagiging dahilan nga lang ito minsan na hindi na matuloy ang plano mo. On the other hand, you are pretty mindful and righteous. Kaya naman tingin ng mga tao sa iyo ay maaasahan at mapagkakatiwalaan, naks! Talaga lang ba yarn?

Again, my eldest is like this, she scores low in openness but quite high in conscientiousness. Sobrang baligtad (opposite) kami, noh? Sya yung tipong sa sobrang pagiging rule-oriented na palaging by-the-book ang buhay, mahilig siyang magbasa ng users manual at geographical maps. Yuck! Bibili lang ng bagong cellphone, itatago pa ang box at users manual dahil babasahin at aaralin daw nya. HUWHAAAT!?! Pagbili ko ng bagong cellphone, pipindutin ko ito kung saan-saan, bahala na si Batman. Basa ng users manual?!? NERD! (Joke lang!)

Dahil siguro nasa 3 to 4 lang ang score ko dito, hanga ako sa mga taong mataas ang conscientiousness. Kasi yung anak ko parang konsensya ko na palaging bumubulong sa akin ng mga paalala at pananakot na rin kapag nasa extremely risk-taking mode ako. Hindi ko man gets ang topak ng mga taong uber conscientious, they are blessings in my life.

KUNG WALA YUNG ANAK KONG SI @KALIWETEMAARTE NA NAG-DISENYO NG LIBRONG ITO EH DI WALA SANA KAYONG BINABASA NGAYON, DI BA? HINDI LANG PUNO NG LETRA ANG PAHINA, MAY KASAMANG ARTWORKS PA. BONGGA! GAWIN NYO NA RING COLORING BOOK PLEASE, SABAY TAG NYO SI LOWLUH HA 😅.

Ikaw? Umayos ka! Anong score mo? Yung totoo, wag magsinungaling, tayo-tayo lang ito. 1 kapag rule breaker ka at walang konsensya na gaya ni Lowluh (Charot!) at 10 kapag pwede ka nang kunin ni Lord dahil banal-banalan ka 😅.

SCORE: 1 to 10 _______
Sunod…

Extraversion simply means you like to be surrounded with people. Gusto

EXTRAVERSION

mong napapaligiran ng maraming tao, nagkukwento, at sentro ng atensyon ng buong mundo. Ang mababang score dito ay mas gusto ang mag-isa lang kasi nakapapagod ang makisama at magkunwaring masaya sa mata ng iba.

There was a viral post about a person drinking alone in a crowded

coffee shop, busy with her laptop. Sabi nung kumuha ng larawan ng babae (wala pa atang consent), "I feel for her. Mag-isa lang siya. Gusto ko siyang samahan para naman mawala ang lungkot niya." Nyak! Why is this person projecting her emotion onto that woman? Excuse me, merong mga taong gustong mag-isa. Recharging sa kanila ang walang maingay na kasama.

Surprisingly, when I took this personality test, I scored 8 in extraversion personality traits. Akala ko, the extraversion side of me is due to my training and profession. Nasanay na lang akong napapaligiran ng maraming tao dahil nga public speaker ako. I also lead a school with over a hundred employees and thousands of students, and I make it my business to also connect with people, especially those messaging me for one-on-one kwentuhan. However, if I have all the resources in the world at magpapaka-selfish ako – not following the purpose of God in my life to serve people through my mental health advocacy – I also like being alone, writing novels and living in my fantasy world.

Kaso mali ako ng akala 😅, nung inanalyze ko ang result ng aking assessment. I scored high because of my tendency to control others. Aguy! Yun pala yun.

Admittedly, I'm an ultra manipulative person. I use people to my advantage. Pag kailangan kita, kakausapin kita. Kapag hindi ka masyadong malaking factor sa pagyaman, pag-ganda, at pag-sexy ko, basura ka sa akin (Charot!). Yes, isa ito sa masamang ugali ko na araw-araw kong isinusuko sa Diyos, reminding me that loving Him means loving my neighbors as I love myself. Kaya naman kahit makukulit kayo minsan (Charot!), ang love ko sa inyo ay totoo naman. Naks!

Ikaw? Ginawa ka bang recluse ng pandemya at sobrang saya mong makulong na parang preso sa loob ng bahay? O desperado

kang lumabas sa hawla para makihalubilo sa madlang tao kahit pa
COVID19 ay iyong ikamatay?

SCORE: 1 to 10 ___________
Isa pa…

AGREEABLENESS

Agreeableness means you don't just want to be around people, but you genuinely care for them. Pwede kasing extrovert ka pero makasarili ang dahilan mo kasi gusto mong ikaw ang sentro ng atensyon. Agreeable people always work for peace, cooperation, and relationship building. Hindi sila masyadong confrontational or pala-away.

To be honest, I'm a passive aggressive type of person. The care and love I feel for the people come from God's love for me. Remove God in the equation and I can be a vicious and vindictive villain. I love arguments and being right. Pag nasa mood ako, I will pursue fighting with you anywhere and anytime. Much worse, I will appear meek and weak in front of you, but I am actually devouring you like a lion hunting her prey, pero pailalim. Sabi ko sa inyo, outside of God's love I am Bathsheba in Mama Mary's clothing. It's only through the leash of God's grace that I surrender fighting with my enemies. Yung tipong, sige na lang… okay na akong maapi or maagrabyado, si God na ang bahalang gumanti sa inyo. Ipag-pe-pray ko na lang na sana kunin ka na ni Lord (Charot!).

Ikaw? Are you a pushover or a fighter? Rate yourself honestly. SCORE: 1 to 10 ___________

Finally, ito na…

220

NEUROTICISM

Neuroticism o gaano kataas o kababa ang saltik mo sa utak 😅. Kanina pa natin pinag-uusapan ito. It's either you are super emotionally driven or you are emotionally numb. Pag masyado mataas ang score mo sa personality trait na ito, konting problema lang eh basag, durog, at lasog-lasog na ang puso mo. Pwede ring dahil lang hindi mo makuha ang gusto mo, nagiging asal hayop ka sa galit, bayolente, o mapagtanim ng sama ng loob. On the other hand, people with low scores in neuroticism tend to be fortified with vitamins B, bawang na panlaban sa aswang (Charot!), at may matibay na kalasag pagdating sa problema.

All because of God's grace, I'd like to believe that at this point in my life, I already activated my utak kalasag against high levels of neuroticism. Kung ako lang, nakupo! Marupok din ako. This is where the concept of brain reserve comes in.

Janice and Reggie (not their real names) are single moms. Sumakabilang bahay ang asawa ni Janice habang bumili lang ng gatas ang asawa ni Reggie, hindi na ito nakauwi (naligaw ata). Devastated, Janice had a hard time accepting what happened to her. Matapos nalugmok ay agad itong nagkaroon ng bagong karelasyon, habang patuloy silang mag-asawang nag-aaway kung paano susuportahan ang dalawa nilang maliliit na anak. Si Reggie naman ay nagsimulang mag-negosyo, lalo at kapapanganak pa lamang niya. Stressful ang buhay nila pareho, yet, Janice started to have failed relationships one after another, habang si Reggie naman ay mas kinarir ang pagtataguyod ng kanyang kabuhayan. In the end, Janice suffered anxiety attacks due to concurrent issues with money and relationships, habang si Regie naman, kahit may pasumpong-sumpong na lungkot, ay patuloy ang paglaban sa buhay.

Bakit may parehong problema ang mga tao pero iba-iba ang reaksyon ng bawat isa? Merong maliit na pagsubok lang ay nalulugmok na, habang kahit anong laki ng problema ng pangalawa ay parang wala lang ito sa kanya?

Paano ba tumataas o bumababa ang level of neuroticism ng isang tao? Ang galing ng explanation ni Dr. Peter Levine sa kanyang librong Waking Up The Tiger. Meron daw tatlong unggoy na kapapanganak pa lang. Lahat sila ay inilagay sa magkakaibang kulungan habang nagpapasuso ng kanilang sanggol. Ang unang kulungan ay nilalagyan

ng pagkain para sa nanay na unggoy pero napakahirap at matagal bago makuha ito. Ang pangalawang kulungan naman ay may pagkain na napakadaling kunin ng nanay na unggoy. Ang pangatlong kulungan naman ay nilalagyan ng pagkain na minsan ay madaling makuha, minsan naman ay napakahirap. Sa pag-aaral na isinagawa sa tatlong sanggol na unggoy, isa sa kanila ang may mataas na cortisol (stress hormones) na nakita sa spinal fluid. Hulaan nyo kung saang kulungan makikita ang unggoy na mataas ang neurosis level?

Ang taong lumaki sa hirap at nakasanayang harapin ang mabibigat na problema, lumalaking matatag sa pagharap ng mga bagyo sa buhay. Ang mga taong yayamanin, kung hindi naman nagbabago ang estado ng kanyang buhay ay lumalaki rin na may galing at sariling tatag. Hindi naman lahat ng spoiled brat ay lumalaking talunan. Some of them, especially when raised well by their affluent parents, became the best CEOs and COOs of their companies. Alin ang hirap sa pagharap ng mga problema? Yung pinalaki ng mga nag-aaruga o nalagak sa sitwasyon na paiba-iba ang emosyon ng mga tao sa paligid. Yung nanay sa pangatlong kulungan, malamang masaya kapag madaling makuha ang pagkain. Pero nung sumunod na dalawang araw eh biglang pinahirapan, posible na nairita ito, at sa unggoy na anak naipapasa ang inis.

Reflecting back on my childhood, ganito kami. One-day millionaire ang peg ng nanay ko. Pag may magandang benta (nasa sales kasi siya), aba'y biglang ang dami naming bagong furniture at appliances. Bumilang ka ng ilang linggo, isa-isang mawawala ang bagong TV, radyo, sofa, etc. Tapos ramdam namin na tensyonado na naman sa bahay, ibig sabihin may malaking problema sa pera ang aming inay.

Ed (Not his real name) jumped off a high tower to kill himself. Pagbagsak niya sa sahig ay nakitang nakasulat sa t-shirt niya ang bilin na, "If this fails, patayin nyo na lang ako dahil walang solusyon ang problema ko." Grabe, naman!

When I made lots of decisions and felt depleted for a day, hindi ako humaharap sa mga tao. Ibig sabihin noon kulang na ang reserba ng utak ko. Ang anak ko naman, kapag wala sa mood, eh nagkukulong sa kwarto, ayaw nito ng maraming tao. That's the design of our personality. At times, we work against our persona, but at least we know when to say, 'teka muna, need ko ng pahinga.' It's okay not to be okay naman, di ba? **Rest before you get tired**. Mahirap yung sagarin ang reserba ng utak, kaya dapat mag-recharge bago pa tumindi ang topak.

Ayan ha, baka naman nagiging mabigat para sa iyo ang mga problema dahil sobrang baba na ng iyong utak reserba. Sunod-sunod kasi ang dating ng giyera, baka hindi mo na laban eh nakikisawsaw ka pa. Atras ka muna sandali at aralin ang iyong persona, swak ba ang ginagawa mo sa iyong suot na maskara o nagkukunwari ka na lang na kaya mo pa kahit nagiging highly neurotic ka na?

Bakit ang stress na malupit ay binibigyan ka ng sakit? This was the topic I talked about in one of my masterclass[96] videos available at Lolakwentosera Youtube channel. Kaya ka nagkakasakit ay dahil kasabay ng pagtaas ng stress mo ang pagkalunod ng buong sistema mo sa cortisol.

There's nothing wrong with producing cortisol because it puts your mind and body in a state of fight or flight response. Kapag may pangyayari na kailangan mong harapin, takasan, o aralin, kailangan mo ng lakas galing sa cortisol. However, you have to remember that after every fight, the stress must go away in order for the cortisol level to decrease. Kapag hindi ito nangyari, our body will

be under a state of calamity. NDRRMC, ano na?!? Dapat laging may mensahe kaming natatanggap mula sa iyo, lalo kapag lunod na lunod na kami sa cortisol dahil sa sunod-sunod na bagyong 'stress' ang pangalan (charot!). Kapag akala ng katawan natin na may giyera sa loob ng ating sistema, ilalagay niya sa high alert ang ating immune system, not knowing that in the long run we will attack our own body.

Isa-isahin natin ang trabaho ng immune system ha.

Defense against external environment - if our immune system fails to do this, the result is *infection*. Ang halimbawa ng mga infections ay sore eyes, bulutong, pigsa, atbp. Kaya tandaan mo ha, kapag may infection, lumalaban ang immune system mo.

2 **Tolerance against external environment** - kapag nagkakasakit tayo tuwing kumakain ng mani, seafood, or nakalalanghap ng alikabok, ibig sabihin hindi kaya ng immune system natin na i-tolerate ang mga ito. Kaya naman nagkakaroon tayo ng *allergic reactions*. Yung mga ganitong sitwasyon, hindi lumalaban ang immune system, natitiis nya dapat yung mga ganitong invaders. Kung hindi man, magbibigay siya ng signal sa atin na may allergy tayo sa mga partikular na bagay.

3 **Defense against internal environment** - hindi lang mga pangyayari sa labas ng ating katawan ang dapat nating bantayan. May digmaan din sa loob ng ating sistema. If the immune system fails to deal with our internal bodily issues, that's when *tumors, lumps, and cancer* develop, attacking us from the inside out. Kapag ganito, matinding digmaan na ang kinakaharap ng ating immune system.

4 **Tolerance against internal environment** - Meron namang walang bukol, cancer, or tumor, pero may nangyayari pa rin sa loob ng katawan na dapat sana ay kayang harapin ng ating immune system dahil hindi naman ito kalaban. If the immune system fails to tolerate such internal invaders, *autoimmune disease* is usually the result. Rheumatism, alopecia, skin issues, intestinal irritations, and the likes are some of the examples of autoimmune diseases.

Grabe, noh? Akala mo simpleng nalungkot ka lang tapos parang nawalan ka ng pag-asa sa buhay. Nag-self diagnose ka na may depression ka, mali naman pala.

Anumang sigaw ng katawan ay may echo sa ating isipan, and vice versa. Ang dapat nating malaman ay kung ano ba ang nauna, humina ang immune system kaya may mental illness o may mental illness kaya humina ang immune system?

Aldo (not his real name) was freaking out in the emergency room. He was sedated and put on safety restraints. His medical history included psychotic attacks, particularly violence, hostility, self-harming, hallucination, and paranoia. He was taking a cocktail of the strongest antipsychotic drugs for over a year. Nagsimula ang sintomas ng pagbabago ni Aldo tatlong taon na ang nakalilipas. Nawalan ito ng gana kumain at nahirapang tumae. The frequent trips to hospitals resulted in various diagnostic findings. In the end, the family and doctors settled for schizophrenia and dealt with it accordingly.

Nonetheless, there's not much improvement in Aldo's condition. Walang malaking pagbabago kahit napakaraming gamot na ang iniinom nito. Ang dating masayahin, malakas, at gwapong binata ay tila walang kaluluwa sa loob ng hungkag na katawan. An empty shell, ika nga.

"Let's do a full physical check-up muna. Ayaw kong mag focus sa psychiatric health niya," sabi ng bagong doctor na tumingin sa binata. Noon nila napansin ang mga sugat ni Aldo sa ilalim ng talampakan, mga singit-singit, at pati sa bibig.

"Eh siya naman ang nagkakamot at nagkakalkal ng balat niya," paliwanag ng nanay ni Aldo. Hindi kumbinsido ang doctor kaya ipinasuri ang mga sugat sa balat ni Aldo. Doon nalaman na meron itong syphilis. Isang infection na nakuha nito noong nagkaroon ng ka-one-night-stand sa party na pinuntahan tatlong taon na ang nakalipas. Dahil hindi naagapan ang infection, naging neurosyphilis na ito at kumalat sa utak ni Aldo.

Ayan ha, wag kang ONS-ONS (one night stand) dyan! Dapat kung may asawa ka, exclusive lang kayong mag-asawa sa isa't-isa. Kung single ka naman or kahit may jowa, wag munang mag chukchakchenes (charot!) habang hindi pa kasal. Akala mo may isyu ka sa mental illness, yun pala eh may infection ka dahil sa pag churva mo kung kani-kanino.

Our topic is not limited to sexually transmitted infections. Pwedeng simpleng nagkasugat ka noon pa, gumaling na nga eh, tapos may nakain ka na bumuhay o nagpa-aktibo sa latent infection sa loob ng gumaling na sugat. Biglang naging irritable ka, malungkutin, at ayaw makiharap sa tao. Akala mo may mental illness ka, yun pala may infection ka lang.

Nagising si Mila, excited for her debut. Goth is the party's theme, kaya naman itim ang suot na gown ni Mila at ang mga bisita. Madilim ang bulwagan ng kanilang mansyon na meron lamang warm light. Namangha ang mga kaklase at bisita ni Mila sa yaman at ganda ng dalaga.

"Oras na anak, handa ka na ba?" Bulong ng tatay ni Mila habang pababa sila ng hagdan. Tutok ang mga mata ng lahat ng tao kay Mila.
"Opo, Papa."
"I invited all your friends, kasama na ang

mga nambubully sa iyo," singit ng nanay nito.

"Time for reconciliation with myself, Ma." Kabado pero nakangiti si Mila.

Naging napakasaya ng party na puno ng musika, sayawan, at bumabahang pagkain. Hanggang oras na para hipan ang labingwalong kandila. Sinakto nila ang oras – 10:09pm – when Mila was born 18 years ago.

"7,6,5,4,3…" sigawan sa pagbilang ang mga bisita. The air was filled with excitement, even the bullies of Mila couldn't help but be impressed. "two, one!" Hinipan ni Mila ang kandila. Sabay ng masigabong palakpakan, nagdilim ang paligid pero ilang saglit lang ay bumukas na ang ilaw. May itim na pakpak na si Mila, malalaking pangil, at gutom na hindi niya kayang kontrolin.

"Happy birthday, Mila." Sabi ng lahat ng kamag-anak ng dalaga at ilang piling kaklase. Sila man ay nag-iba na rin ng anyo. Sigawan ang mga nang-api kay Mila noon. Naghanap ng daan para makatakas, pero wala silang makitang exit tungo sa kanilang kaligtasan.

"Go ahead, anak. Time for you to have a taste of human blood," sabi ng tatay ni Mila. Agad namang nilipad ni Mila ang mga kaklase matapos mahati ang katawan nito. Isa-isang sinaid ni Mila ang dugo at laman loob ng mga bully niyang kaklase.

Si Mila ay mula sa angkan ng mga aswang. Meron silang rare blood infection na nagpapabago ng kanilang nervous system, hawig ng sa paniki. Naging aktibo ang infection ni Mila nang maging ganap na siyang dalaga.

Fiction ito! Na-enjoy mo naman masyado. Basta wag kang mang-aswang ng kung sino-sino para hindi ka magkaroon ng infection na magiging dahilan ng kabaliwan mo (Charot!). Syempre wag ka na ring ma-stress para hindi humina ang immune system mo. Basta hindi mo ikagaganda o ikapopogi, ikayayaman, o ikasesexy ang iniisip mo, wag mo na lang pagtuunan ng atensyon, klaro?

"Lowluh, salamat po ha. Laking tulong ng libro ninyo sa akin. Inis na inis ako sa doktor ko dati dahil bago ako bigyan ng gamot sa anxiety ang dami pa muna niyang pinagawang laboratory tests at nireseta na vitamins and supplements. Gusto ko lang naman na yung gamot na agad ang ibigay. Ngayon ay mababang dosage na lang ng gamot ang iniinom ko at after a month ay pwede ko na rin daw ihinto na," message ng isang reader.

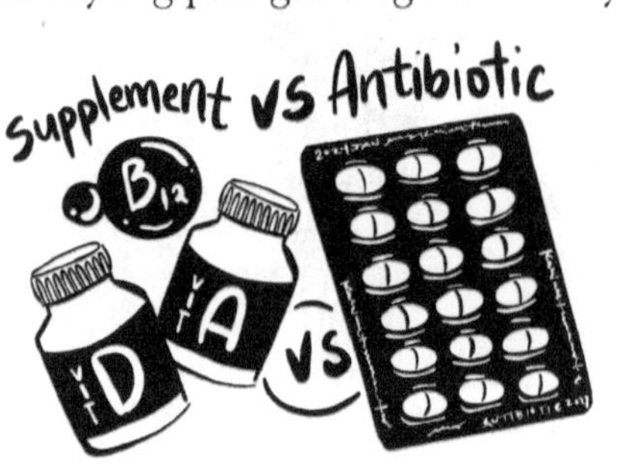

Magaling ang doktor nya. Inihanda muna ang katawan nya bago sumabak sa gamutan. ***Due diligence is important in all aspects of our lives.*** Inugat muna ng doktor ang pisikal niyang kalagayan bago ito nagbigay ng gamot para sa utak na nangangailangan. Sana lahat ng doktor ganito at lahat ng pasyente ay hindi matigas ang ulo.

THROWBACK
Walang tulog at pahinga

Fine! Wala kang lahing aswang. You are not exposed to any toxin whatsoever, and your brain reserve levels down your neurotic tendencies. Eh, di wow! Kaso ba't parang may mali pa rin sa paraan mong mag-isip? Another culprit may be found in the quality of your sleep. Wala sa haba ng tulog ang kalidad ng pahinga, ha. Magka iba ito. Depression can be manifested differently through sleeping patterns. Merong tulog nang tulog at meron namang hindi makatulog. Having nightmares and sleep paralysis are also different. Pwedeng trauma ang dahilan ng mga ganitong problema sa pagtulog. Alinman dito ang isyu mo, basta sa tulog ka nagkaroon ng problema, siguradong magkaka-utak topak ka.

Tandaan, pwede tayong mabuhay ng tatlong beses na mas mahaba kapag wala tayong pagkain kaysa wala tayong tulog[98]. Jesus survived without food for 40 days, but He made sure to find time to rest. Kahit ang Diyos nagpahinga sa ikapitong araw matapos likhain ang buong sanlibutan at mga nakatira dito. Ibang-iba mag-isip at dumiskarte ang utak na nakatulog at nakapahinga.

KAYA BAGO KA MAG SELF-DIAGNOSE NA MAY MENTAL ILLNESS KA, ITULOG MO MUNA, HA.

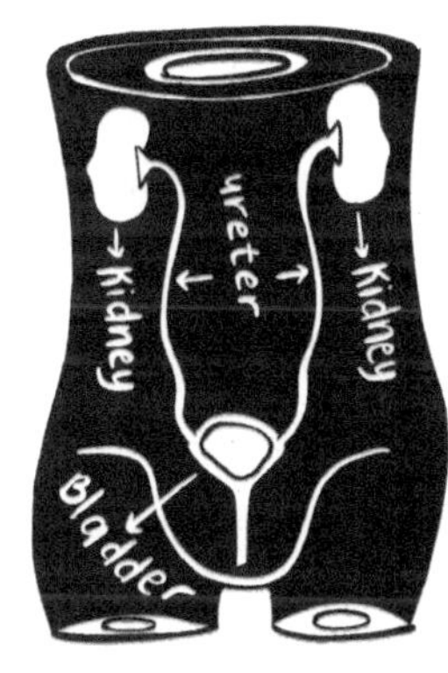

Bakit importante ang sapat na tulog mula pito hanggang walong oras araw-araw at kalidad na tulog o lalim nito? Gaya nang nasabi ko na sa unahang bahagi ng librong ito, sleeping triggers a cleaning process in our brain and body called autophagy[99]. Isipin mong ito ang panahon na may darating na basurero at kukunin ang mga basura ng katawan mo. Toxins, free radicals, and excess hormones must be flushed out from your body through your excretory system.

Kagaya ng marami, nung pandemic ay nahirapan akong makatulog. It felt like I had too much energy but nothing to do. Ayun, nag-aral ako ng baking at pagluluto na lalong nagpataas ng blood sugar ko kaya mas nahirapan akong makatulog. Tapos naging madalang din ang aking

poop at pag-ihi kahit na ang dami kong iniinom na tubig. Nang maayos ko ang tulog ko, ihing-ihi ako at agad natatae ilang minuto matapos kong magising. Resulta pala ito ng paglilinis ng katawan ko ng mga basurang naipon ko sa buong maghapon. Sa madaling araw ay wala rin kaming electric fan o aircon, kaya nagigising din akong nagpapawis.

Tuwang-tuwa ang excretory system ko kasi ang dami kong nilalabas na basura mula sa pawis, ihi, at poop. Hindi pa kasama dun ang pag-iyak ko gabi-gabi sa tuwing nagka-quiet time ako.

Kaya minsan kung kailan antok na antok ka na biglang may papasok na brilliant ideas na manggigising sa iyo? This is what the alpha brain does. We want to achieve such level of trance because that is where the secret to our thought processing's sharpness lies. Kumbaga sobrang taba ng utak mo dahil sa taglay na katalinuhan kapag malalim, kalidad, at nasa tamang oras ang tulog mo. On the other hand, people who lack quality sleep experience brain fog and difficulty learning.

Ayan ha, nakabovovo ang pagmamarathon ng mga K-drama at iba pang series sa Netflix, Disney, Prime, Apple TV, VivaMax, etc. kapalit ng tulog. Kaya wala kang oppa (at oppo 😅) kasi nakatira ka na lang sa hindi makatotohanang pagpapantasya.

What do you need to learn about sleep in order to discipline yourself into having a quality one? Acrostic ng salitang TULOG naman ang gamitin natin. Also, may FREE VIDEO about sleep na kasama ang book na SADSATNB? Panoorin nyo rin yun kasi kasama yun sa librong binili nyo. Sayang naman.

T aas at baba ng level ng adenosine

U nderstanding circadian rhythm

L umalaban sa adenosine

O ras na binaligtad

G abi na, ,may cortisol pa

TULOG
Taas at baba ng level ng adenosine

Adenosine is a chemical found in human cells. Tumataas ito nang tumataas habang tayo ay matagal na gising. Bumababa naman ito habang tayo ay natutulog. Ang trabaho ng kemikal na ito ay taga bigay ng senyales sa sleep receptors mo para sabihing, "Hoy, tulog na kasi antok ka na! Ang taas-taas na ng level ko, malulunod ka na sa puyat!" Kapag nakatulog ka naman, bababa na ito para magbigay ulit ng senyales at sabihing, "Hoy, gumising ka na! Ano, hihilata ka na lang buong araw sa kama?" Ang sungit ng kemikal na ito, noh? (Charot!). This is why we need to regulate the level of this chemical so we can have a quality sleep.

How can we do this?

TULOG
Understanding circadian rhythm

Learn about your circadian rhythm. Ang katawan natin ay merong body clock na tinatawag. Nakabase sa dilim at liwanag ang trabaho nito sa ating katawan. Kapag madilim na ang paligid, matic na tumataas ang ating melatonin[102] na siyang

nag-reregulate ng ating sleep cycle. Magkatulong ang melatonin (hormone) at ang adenosine (chemical) para bigyan tayo ng pahinga sa pamamagitan ng pagtulog.

> MELATONIN IS A HORMONE THAT YOUR BRAIN PRODUCES IN RESPONSE TO DARKNESS. IT HELPS WITH THE TIMING OF YOUR CIRCADIAN RHYTHMS (24-HOUR INTERNAL CLOCK) AND WITH SLEEP. BEING EXPOSED TO LIGHT AT NIGHT CAN BLOCK MELATONIN PRODUCTION.

"Bakit? Gabi naman sa ibang bansa, ah!" Katwiran ng anak kong pinagalitan ko dahil umaga natutulog at gising buong magdamag.

"Oo, pero wala ka sa ibang bansa! Andito ka sa Pinas kaya susunod ka sa dilim at liwanag ng bansa natin!" lumulusot pa eh, kainis!

When our pediatrician partner, Dra. Joy Lim, told us that beauty sleep starts from 10pm onwards, lalo sa mga may E.D.A.D na kagaya ni Lowluh, sobrang hirap sumunod. Kailangan nakahiga na kami ng 9pm, no cellphone! Aray ko! Mahirap pero hindi imposible. Subukan nyo rin ha, nakakaganda talaga ng kutis, pramis!

Kung night shift ka naman na magdamagan ang trabaho, nasa peligro talaga ang kalusugan mo. Real talk lang! Though you may be sleeping more than 8 hours but in the wrong time zone (say 7am to 4pm), it may also confuse your circadian rhythm. Ang advise na lang talaga ng mga eksperto, siguraduhing sobrang dilim ng kwarto mo kung sa araw ka natutulog. Ang problema, hindi mo kayang makagawa ng natural light mula sa sikat ng araw kung gabi ka naman nagigising. Ibang-iba talaga kapag sakto sa oras ang tulog at gising mo. Kaya saludo ako sa mga pulis, sundalo, nurse, doctor, call center agents, atbp. na ang trabaho ay wala sa tamang oras. Sige isama na rin natin ang mga prostitute, nagtatrabaho sa bar, mga humahada, etc. baka sabihin naman eh hindi inclusive si Lowluh 😄.

Sa ibang bahagi ng mundo gaya ng Alaska, Antarctica, and Norway merong anim na buwang walang araw – as in complete darkness. This prolonged darkness not only messes the sleep of the people living there, it also wreaks havoc in their mental health.

Kaya pasalamat tayo kahit mainit ang bansa natin, yung tropical nature at liwanag ng Pilipinas ang dahilan bakit masayahin ang mga pinoy.

"Sa Baguio mataas ang suicide rate ng mga kabataan," bulong ng isang kaibigan. Meron daw tulay sa Baguio na palaging doon tumatalon ang mga gustong magpakamatay. Huhu naman sa balitang ito kung totoo man.

"Madilim kasi at malamig sa Baguio at iba pang matataas na lugar kaya prone talaga sa suicide ang mga tao dito," sabi naman ng isa pang kakilala.

Pupunta ang team namin sa Baguio, nakaplano na habang sinusulat ang librong ito. Sana naman hindi totoo ang ganitong kwento, pero minsan mapapaisip ka… Malamig at madilim tapos lagi kang nag-iisa, baka nga posible… pero sana hindi. Ano ang sagot sa dilim at lamig? Liwanag ni God at mahigpit Niyang yakap 😄.

Yun lang…

Lumalaban sa adenosine ang kape at asukal. Paano ka lalaban sa puyatan? Suppress your adenosine by blocking it from sending signals to your sleep receptors. Kape at asukal ang mabisang kalaban ng adenosine, duh! Tadyak ang aabutin mo sa caffeine ng kape para ka maging alerto sa gitna ng antok. Yung asukal naman ay kinikiliti ang iyong utak para maging aktibo kang mag-isip kahit napakalalim na ng gabi. Dahil glucose ang pagkain ng ating utak, gising na gising ito sa tuwing tayo ay kakain. Eating stimulates our glucose production. Parang sinasabi mo sa utak mo na, "isip ka pa more dahil nilagyan kita ng gasolina," sa tuwing kumakain tayo kahit hatinggabi na.

I gave up coffee a long time ago because of acid reflux. Grabe ang ubo kong may plema pero ang linis naman ng aking baga. Nitong pandemic naman, I gave up table sugar or any processed food with sugar as the first three ingredients. Grabe, ang hirap! Kasi halos lahat ng pagkain sa tindahan ay puro asukal ang pangunahing sangkap. We will discuss more about sugar in the succeeding chapter. Whenever I'm around people fidgeting and craving for coffee, nagpapasalamat ako na nakawala ako sa ganitong bisyo. Naging insomniac din kasi ako nung pandemic, ngayon na nawala ang asukal at kape, nakakatulog na ako nang mahimbing. Mahirap makipag-break sa kape, alam ko naman yun, pero hindi imposible.

Isa pa…

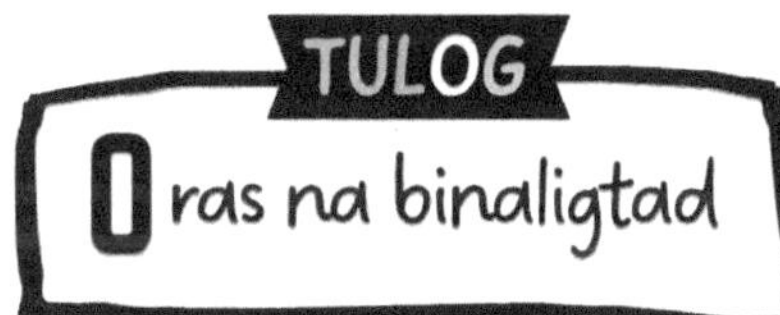

Oras na binabaligtad kaya sa pagtulog ay igtad nang igtad. "Sa akin po, pampatulog ko ang kape." Eh, di ikaw na! Kamusta naman ang gising mo sa umaga? Merong mga taong latang-lata sa pagod kahit buong maghapong nakahilata. Mahaba ang tulog pero parang binugbog ang katawan sa tuwing magigising. Posible na kulang ang mga ganitong tao sa sikat ng haring araw.

Kaya sa umaga dapat natural na aktibo tayo at gising na gising. Kaso nililito natin ang ating sariling body clock. Hindi tayo nagpapa-araw sa umaga o naaarawan kasi nga tulog pa tayo sa madilim na kwarto, tapos sa gabi naman ay nakatutok tayo sa blue lights ng ating telepono. Blue lights hyper-activate our brain. Iniisip ng utak mo na umaga pa rin kahit gabi na dahil yung blue lights[103] ay ginagaya ang liwanag ng araw na pumapasok sa iyong mga mata. Masamang ugali rin natin na katabi ang telepono sa ating pagtulog.

When I discovered that my screen addiction caused my insomnia, I let go of my phone an hour before I went to bed and put my phone in airplane mode. Yung ganitong simpleng gawain ay malaking tulong para makatulog tayo nang mahimbing. You don't really need sleeping pills. In the long run, such pills will not help anymore.

TULOG

Gabi na, ,may cortisol pa

Gabi na, may cortisol ka pa. Ulit ha, hindi masama ang cortisol sa katawan, kailangan natin ito para lumaban. Ang masama, eh yung hindi ito bumababa dahil palagi kang naka-abang sa mga delubyo ng buhay mo na hindi naman nangyayari sa iyo. What goes up must fall down.

DAPAT KAPAG MADILIM NA, YOU WILL TURN ON THE REFLECTION MODE INSTEAD OF THE PROBLEM SOLVING MODE.

Tapos na yung buong maghapon, ipagpasa-Diyos mo na yung nakaraan at maging positibong si God ang bahala sa kinabukasan.

Tingnan mo ha, maasukal ka kumain o bago matulog eh nagkakape ka pa. Tapos nagbababad ka sa internet at cellphone. Kung kailan gusto mo na matulog ay saka pa mag-iisip ang utak mo ng mga problema. Nyak! They are the deadly trio against sleeping that's why your brain keeps wandering.

Menchie (not her real name) is very superstitious. "Lagi na lang akong nagigising ng 3am, tapos ang hirap makatulog. Iniisip ko talaga, patay pa naman ang Diyos ng ganung oras." I was amused about this insight as I explained the real reason why her sleep was disrupted. Overthinker kasi si Mench, lahat ng problema ay ginagawa niyang malaking drama.

"Pwede mong ibahin ang mindset mo. Pag nagising ka ng 3am, isipin mong yun ang oras na ibinigay ni God sa iyo ang buhay Nya. Baka gusto Nyang makipag-usap sa iyo instead na matakot ka."

Mabuti naman at medyo nahimasmasan si Mench. Sabi nya, "Ngayon, kapag nagigising ako ng wala sa oras, nagdadasal ako. Eventually nakakatulog din ako, mindset lang talaga."

Ulit ha, baka wala kang mental illness, kulang ka lang sa tulog at pahinga. Pati pagkain mo eh wala pang sustansya. Kaya tuloy malungkot ka sa bawat paggising sa umaga at balisa tuwing araw ay lulubog na.

THROWBACK

Bukol, untog, at utak na naalog

Napanood nyo ba yung balita tungkol sa isang matandang babae sa Australia na nakuhanan ng buhay na bulate[105] sa kanyang utak? Worms found in human brains are rare. Kapag isa ka sa mapalad (wag naman sana) magkaroon ng ganitong medical case, pwede itong magkaroon ng sintomas na hawig sa mental illness gaya ng depresyon ng panic attacks. Ibig sabihin, wala kang MIND isyu, talagang may literal na umatake sa utak mo.

Usually when I get messages from people complaining about mental health issues, ang una kong tinatanong ay kailan nagsimula? What were the fortuitous events, circumstances, or experiences that led to the manifestations of symptoms relating to mental illness?

One of the neglected possibilities of mental health issues is traumatic brain injury (TBI). Yung literal na nagka sugat (trauma) ang utak.

Ito usapang matino, ha. Throwback talaga, kaya isipin mong mabuti. May insidente ba na nabagok ang ulo mo? Kasi posible na naging dahilan ito ng pagbabago ng emosyon at ugali mo. Remember that I already discussed the fragility of our brains in the book, SADSATNB?

Ang utak natin ay kasing lambot ng jelly ace (the kid's snack) na pinoprotektahan lang ng ating hindi naman kakapalang bungo. Madali mong maalala kung meron kang TBI kung isa kang manlalaro, particularly ng race car driving, boxing, and even basketball. Yung mabalyahan ka at lumagapak sa sahig eh malaking bagay rin lalo kapag paulit-ulit na nangyayari ang pag-alog ng utak mo sa loob ng iyong bungo.

Growing up, it puzzled me why my mom didn't laugh at jokes. Yung tawang-tawa na kami sa panonood ng comedy eh nakatingin lang siya at naghihintay ipaliwanag namin kung bakit nakatatawa yung eksena sa pelikulang pare-pareho naming pinapanood.

Akala ko noon KJ (killjoy) lang ang nanay ko, pero nito lang, napagtanto ko na baka kaya mali-mali ang diskarte ng nanay ko eh dahil nabundol sya ng jeep noong bata pa sya? Sa kwento ng nanay ko, naglalaro sila noong bata pa sya at nahagip sya ng jeep at tumilapon sa gutter ng kalsada. Nawalan sya ng malay at nung nagising eh parang wala lang.

Nagkasugat siya sa ulo pero nung umampat naman ang dugo eh hindi na pinansin ng mga kasama niya, malayo daw sa bituka. Naglaro na ulit sila. Wala na kasi siyang nanay na mag-aalala kaya hindi nya kinuwento sa mga matatanda ang nangyari sa kanya -- mga kalaro lang ang nakakaalam.

Naisip ko, ito kaya ang nangyari sa nanay ko kung bakit minsan parang may saltik sya sa mga desisyon nya sa buhay? (Sorry, nay sa heaven… ni-marites pa kita 😄).

Lyndon (not his real name) was involved in a tricycle accident. Simula noon, palagi syang nagrereklamo ng sakit sa tiyan pero walang makita ang mga doktor. Sabi ko sa mama ni Lyndon, "I think psychological yan – psychosomatic issues. May nangyari sa anak mo during accident sa tricycle na nagbibigay sa kanya ng phantom pain lalo kapag under a lot of stress yung bata." Labas-masok sa ospital si Lyndon sa tuwing susumpungin. Kaso ayaw maniwala ng mga magulang sa akin kaya ayun, ubusan ng pera sa tuwing nagpapadoktor sila.

Ikaw? Think back from your childhood's earliest memories. May naalala ka bang seryosong sugat sa ulo na posibleng dahilan ng paminsan-minsang pagkalas ng iyong mga turnilyo? O teka ha, kwentuhan lang tayo baka magpanic ka na naman. I'm just saying, it can be one of the reasons why you feel a certain emotion that you can't explain because your brain is injured, but it's not the end of the world. Kaya mo nga binabasa itong libro eh para maintindihan mo ang sarili mo at malaman ang dapat gawin para umayos ang takbo ng pag-iisip mo. Chillax ka lang, ha. Basta pag naalala mo, ikwento mo lang at saka natin i-analyze kung konektado nga ito sa nangyayari sayo ngayon.

Heidi (not her real name) shared the story of what happened to her teenage daughter. Nagbabike lang ito sa lugar nila nang mawala sa balanse at nabagok ang ulo sa semento. Matapos tingnan ng mga doktor at sabihing nagkaroon lang ng minor concussion ang anak ay umuwi na sila ng bahay. Noon nagbago ang ugali ng dalagita. Naging mainitin ang ulo, laging nagrereklamo, nawalan ng gana mag-aral, tapos may naririnig na boses. Ang masaklap, Heidi's daughter

eventually committed suicide. When she read Dr. Amen's book on mental illness, sinabi nitong, "Had I known that the accident is linked to what's happening to her, I should have not taken her to a psychiatrist. He didn't even consider checking on her brain or connecting his diagnosis to her recent accident before prescribing psychiatric drugs."

Think long and hard, you may have been involved in an accident or your head was injured seriously in a not so distant past. Akala mo magaling ka na pero dito pala nagsimula ang pagkakaroon mo ng topak. Kaya nga dapat curious ka sa mga mumunting pagbabago sa ugali mo, para maagapan mo agad ang dapat gawin dito.

Asukal na karumaldumal

Savory or sweet? The struggle is real. Para magustuhan ng bata ang pagkain ng gulay, kailangan muna nitong anim hanggang walong beses matikman ito. However, make them taste a little bit of sweets and they can be hooked for life. Naging dilemma ko ito noong pandemic dahil nawala ang regular na pagbisita ko sa gym at naging pasaway ako sa pagkain. I got into cooking and baking during lockdown. Sana pala naging plantita ako, mas nakaka-sexy yun, haist! I ended up eating lots of carbohydrates and chocolate cakes. Ang resulta, I gained so much weight and it's driving me crazy to be hungry all the time, regretting everything whenever I couldn't get into my old pair of pants.

I started reading about sugar and how cancer feeds on it. Ilang kembot na lang 50 years old na si Lowluh. I'm not worried about my mortality because for me, to live is Christ and to die is gain. It is my Bible go-to verse. Pero ayaw kong magkasakit nang matagal, pahirapan pa kung mamamatay ako o mahihiga sa kama. I also knew that sugar was the reason why I couldn't sleep. I ate and drank lots on a daily basis. That's when I decided to cut table sugar and refined carbohydrates, and look into intermittent fasting and keto diet.

My decision to make sugar enemy number one was affirmed when I read ***Metabolical, a book written by Dr. Robert Lustig*** about how sugar and processed food are killing us. Dr. Lustig, being a pediatrician, said he had three AHA moments that opened his eyes to advocate against sugar and processed food, specifically refined carbohydrates.

Let me use the word AHA! to explain why he is against sugar consumption.

> **A**ng obesity ay sintomas, hindi sakit.
>
> **H**inarang ng Big Food Corp ang bad studies tungkol sa asukal.
>
> **A**ng toxins ng alak ay kapareho ng sa asukal.

Ang obesity ay sintomas, hindi sakit.

Dr. Lustig treated cancer survivor kids who became obese. Lahat na ng diet at exercise ay ginawa niya sa mga pasyente pero tumataba pa rin ang mga ito. Hanggang nadiskubre nya na may insulin resistance[106] na ang mga bata. Ang insulin ay hormones na inilalabas ng pancreas para tulungang makapasok ang glucose sa iba't-ibang bahagi ng ating katawan. Ang glucose ay hindi lang pagkain ng utak, kailangan ito ng katawan para magbigay sa atin ng lakas kumilos at maging aktibo. Sa tuwing kumakain tayo ay nati-trigger ang glucose production. Kapag naparami ang glucose, maglalabas ang pancreas ng insulin para maipamahagi nang tama ang enerhiya ng katawan at sunugin (burning of fats) ang dapat masunog para ilabas ng katawan bilang basura.

Kapag may insulin resistance ka, ibig sabihin hindi makapasok ang tamang glucose sa bawat bahagi ng iyong katawan na nagiging sanhi para mag-produce ng napakaraming insulin ang iyong pancreas. Sobra-sobra tuloy ang glucose na kung saan-saan napupunta, particularly in the liver, resulting to fatty liver. With this, metabolic issues arise causing increase in weights and body fats. Ang ginawa ni Dr. Lustig, through medication, problema sa insulin ang inuna niya. Pinababa niya ang produksyon nito sa katawan ng mga bata. Surprisingly, the kids became physically active (energy distribution) and started losing weight. This was the reason why the doctor claimed that obesity is not a disease that needs to be treated, it is a symptom of a much more serious disease. – metabolic problem due to insulin resistance.

How can we help our body heal from insulin resistance? Lower down insulin production by avoiding glucose triggering food like sugar. Instead of relying on glucose to give us energy sources, we should consider running on ketones. Ito ang dahilan kung bakit naging sikat ang keto diet. Ibig sabihin nito ay nagsusunog ang katawan natin ng fats sa halip na glucose.

Pangalawa…

AHA

Hinarang ng Big Food Corp ang bad studies tungkol sa asukal.

Dr. Lustig also discovered old academic studies advocating high carbohydrates and pushing for sugary food in a diet. Naalala ko na itinuturo sa amin ito – GO, GROW, and GLOW food. Sobrang dami ng carbohydrates kesa sa protina, prutas, at gulay. Naging simbolo ng kalusugan ang maraming kumain ng kanin, tinapay, at pansit. Yun pala ay maraming pag-aaral na isinagawa noon na nagpapatunay na mali ang pyramid diet na ito. Bakit nakalusot?

Well, the investigation led to where the money trails ended. Big food corporations were promoting sugary cereal, softdrinks, and processed food. Itinuro sa mga paaralan ang food pyramid na masama ang taba ng karne kumpara sa kanin at mga pagkaing maharina. Dito narealize ni Dr. Lustig na may korapsyon na naganap sa pagitan ng gobyerno at big food corporations na ang produkto ay mga pagkaing maasukal at maraming preservatives.

Grabe, noh? Kawawa tayong walang kaalam-alam. Sa Amerika, binibigyan ng food stub ang mga mahihirap. Hulaan nyo anong mga libreng pagkain? Coke, Spam, at iba pang junk foods. Kaya naman ang daming obese sa Amerika. Imagine the amount of money coke rakes in from the US government by providing this free supply to those availing the food stub benefits. Kaching-kaching talaga, noh? Tayo rin naman nung pandemic, ang nakalagay sa food packs ay de lata, pancit canton, at junk food. Nasaan ang hustisya kung ang kinakain natin ay walang sustansya?

ONE STUDY SHOWED A CORRELATION BETWEEN RACISM AGAINST BLACK COMMUNITY AND INFLAMMATION DUE TO EXTREME STRESS. YET, BLACKS LIVING IN POOR COMMUNITY ALSO RECEIVE SHI*TY FOOD STUBS FROM THE GOVERNMENT. GIVE PEOPLE HEALTHY FOOD, THEIR IMMUNE SYSTEM WILL SURELY BE STRONGER TO BATTLE ANY RACISM AND BIGOTRY #JUSTSAYIN

AHA

A ng toxins ng alak ay kapareho ng sa asukal.

Noong 60's ang mga taong may high blood pressure at diabetes ay mga lasenggo (alcoholic) lang. Bakit meron na ring mga batang may sakit na nito eh hindi pa naman sila nainom ng alak? Aguy! The culprit is the fermentation process of sugary food. The way alcohol (grapes) is processed is the same as sugar in junk foods is fermented. Kaya ayun, literal na nalalasing din ang mga bata sa cakes, candies, at sugary drinks. Ibig sabihin, yung toxins na nakukuha ng mga lasing kapag nagkaroon sila ng alcohol poisoning ay kaparehas ng kapag sobra-sobra tayong kumain ng matatamis. As expected, if the body is sick, the brain also suffers. Kaya naman tumaas talaga ang mental health issues, lalo sa mga kabataang pinalaki nating punong-puno ng asukal sa katawan.

Naging 'aha' moment din sa akin ito, kasi nagbalik tanaw ako sa aking kabataan (naks!). Noong araw eh pang mayaman lang ang video camera at yung picture-picture na yan eh sa espesyal na okasyon lang nangyayari. Para sa mga nagbabasang bagets, noong araw, bago ka makuhaan ng picture eh bibili ka muna ng rolyo

ng film na merong 16, 24, and 36 shots. Mura ang film pero mahal ang pagpapa-develop para makita mo ang mga pictures mo. Kapag na-expose – nabuksan ang camera na hindi pa na-rewind ang film, ready for developing – eh paniguradong wala kang makikitang pictures. Kodak pa ang sikat na brand noon, kaya nauso ang term na, "Mag-kodakan tayo, dali!".

Aside from using Kodak for special occasions, kapag may handaan lang rin kami nakatitikim ng spaghetti, ice cream, at cake. Ang matatamis na pagkain noong araw ay tinatawag na treat. Ibig sabihin, regalo o premyo sa ginawa mong mabuti bilang bata. Pag sweldo ng tatay mo, may pasalubong na matamis bilang regalo sa mga anak.

Pero ibang-iba na ngayon. Bukod sa hindi mo na kailangan ng Kodak para magpa-picture, kahit walang okasyon ay pwede kang kumain ng sandamakmak na asukal. Cakes, spaghetti, candies, sugary drinks, and all the sinful foods are available via Foodpanda, Grabfood, etc. Isang tawag lang, cravings satisfied agad.

Why do I have a crusade against SUGAR consumption? I know from various studies and personal experience that limiting sugar is good for your overall health, including mental health.

Gagamitin ko naman ang salitang **SUGAR** para mas madali mong maalalang sa katawan mo'y wala itong lugar.

S obrang asukal sa visceral organs

U nrest due to excess glucose

G alit na insulin

A ng taba ng blood sugar

R ise and fall of sugar level harming your neurons

Para ma-convince ko talaga kayong iwasan o bawasan ang asukal, magsimula tayo sa isang simpleng tanong na narinig ko kay Dr. Lustig. Again, I am not claiming any expertise on this topic aside from my personal experience and innate curiosity to study and learn.

Does sugar boost energy? YES! Is chocolate cake food? NO! HUWAAAT?!? Kinakain natin ang cake, sobrang paborito ko ang chocolate, tapos sasabihin ni Dr. Lustig na hindi pagkain ang cake? I need an explanation! Sabi ni Dr. Lustig, bibigyan ka ng cake ng energy pero hindi ito pagkain na maituturing dahil nilalason nito ang iyong mitochondria[107].

> MITOCHONDRIA (MY-TOH-KON-DREE-UH) ARE SMALL STRUCTURES IN A CELL THAT ARE FOUND IN THE CYTOPLASM (FLUID THAT SURROUNDS THE CELL NUCLEUS). MITOCHONDRIA MAKE MOST OF THE ENERGY FOR THE CELL AND HAVE THEIR OWN GENETIC MATERIAL THAT IS DIFFERENT FROM THE GENETIC MATERIAL FOUND IN THE NUCLEUS.

Isipin mo na lang na isa kang mandirigma na lumalaban sa buhay araw-araw. To survive, you need energy. Mitochondria are your energy sources. They can be found inside our cells. If our mitochondria are compromised, we cannot function accordingly.

Araw-araw din nating dapat pakainin ang mitochondria ng masusustansyang pagkain. Ngayon ang tanong, dapat bang isama sa grupo ng mga pagkain ang coke, 3-in-1 coffee, brownies, tocino, at spaghetti? Can they boost the energy of our mitochondria? Pagkain ba talaga sila?

Ibig sabihin, ang pagkain natin dapat ay nagsusunog ng masasamang organismo (burns fats and calories) o nagpapalaki (promotes bones and muscle growth) ng mabubuting organismo sa ating katawan. Unfortunately, sugar doesn't burn organisms. In fact, it poisons the mitochondria because it basically stops the cell from producing enzymes needed for the energy of our body. Likewise, it was discovered that ultra processed food with 99% sugar ingredients inhibit growth of the children's skull and bones. Ulit, kung ang trabaho ng pagkain ay magsunog ng masasamang organismo at magpalaki ng mabubuti, pagkain bang matatawag ang Fudgie bar at Zest-O na baon ng anak mo araw-araw? Yang milktea at softdrink na nilalaklak mo kada kumakain ka, pagkain ba talaga o lason na masarap ang lasa?

Tapos magtataka ka pa, "I don't feel like myself. Iba ang pakiramdam ko." Baka hindi ka na tao, mutant ka na sa kakakain mo ng pagkaing hindi naman pala totoo.

Don't worry, struggle ko rin ito. Hindi ako nagmamalinis. Struggle is real, especially during grocery shopping when almost all the food is ultra processed and sugary. We have to fall in love with real food (God-made food consumed in almost the same form that God made them) again. This also became my advocacy because my daughter has PCOS (polycystic ovary) due to insulin resistance. Dahil hindi rin kami masustansya kumain noon at hindi rin ako maayos kumain nung buntis ako sa kanya, ayun, nagkasakit siya. Pero tapos na ang sisihan, time to change our ways. Oras na para kainin ang mga pagkaing hindi natin mahal pero mahal tayo at itapon ang mga fake food na mahal natin pero hindi naman tayo mahal. So sad (snip, snip)

Mahal ka ba ng okra at ampalaya? YES! Mahal mo ba ito? Huhu, ako hindi. Napipipilitan lang talaga ang Lowluh nyo. Mahal na mahal ko ba ang chocolate macchiato at DQ ice cream? Opo, miss na miss ko na po sila inumin at kainin huhu, kaso hate na hate nila ako at tinotorture ang health ko sa tuwing pinapapasok ko sila sa aking body. Feel kita, I know that the struggle is real. Kaya sabi ko, "Lord, pag nasa langit na ako, siguraduhin mong maraming pagkain dyan, ha!" Nagdemand pa ang bruhilda 😅.

Ano naman ang dapat nyong tandaan sa pagkain ng asukal?

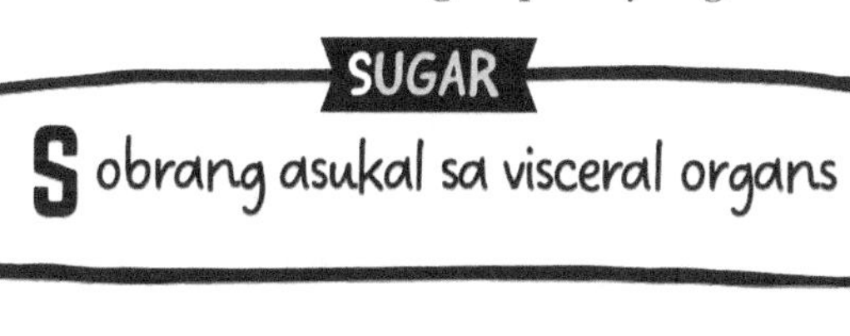

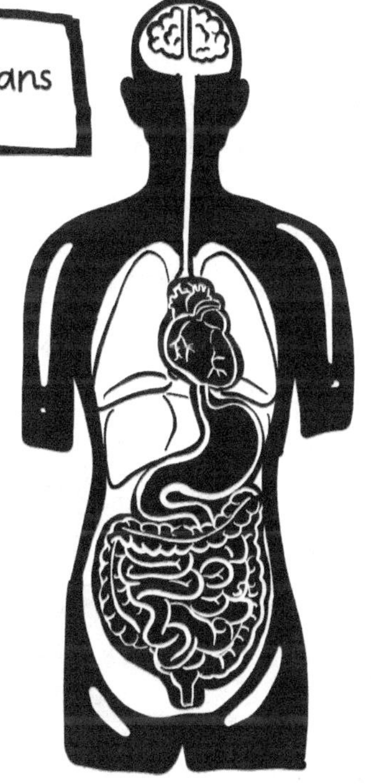

Konting glucose lang naman ang kailangan ng ating utak para gumana. We can even produce it ourselves without eating sugar. Kapag nag-sugar overload tayo, ang sobrang asukal na walang pakinabang sa atin ay babababa sa ating visceral organs. Kaya lumalaki ang tiyan natin at nagkakabilbil, tapos may GERD o acid reflux pa tayong nag-aakyat ng acid mula sa ating bituka patungong esophagus (heartburn). Ang bigat-bigat tuloy nating huminga, at mabilis ang tibok ng puso na parang may heart attack na. Kapag ganito ay magsisimula na tayong mapraning sa isiping malapit na ang ating kamatayan. Ito na ang umpisa ng iyong walang humpay na pagpapanic attack. Bawasan o iwasan ang asukal para masalag ang utak na tinotopak.

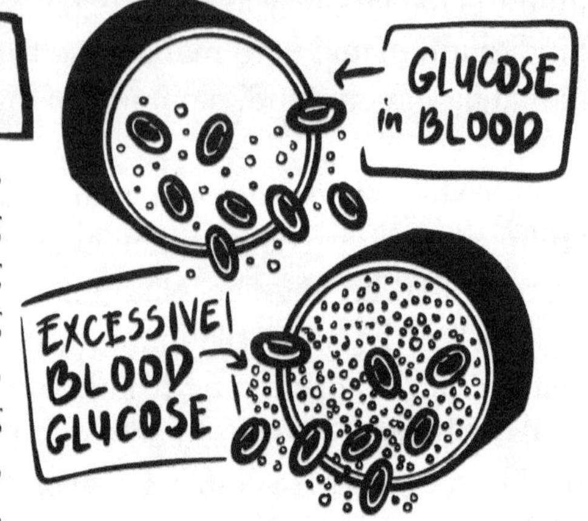

My sister, Lala, owns a tutorial center. Magaling kasi sa bata yun at sobrang tiyagang magturo. Nang lumaki na ang center niya, isa lang ang paulit-ulit niyang pakiusap sa mga magulang, "Utang na loob at kaluluwa, wag nyo pong masyadong pakainin ng maaasukal na pagkain ang mga anak nyo bago pumasok sa center. Bukod sa hindi sila maturuan dahil sa kalikutan eh palagi po silang nagkakasakit."

Tapos kapag sumobra na ang likot ng bata, ida-diagnose na agad na may ADHD at papainum ng psychiatric drugs, wag ganun! Ayusin lang ang diet ng bata na walang kasamang sugar, at likot nila ay malalagay sa tamang lugar.

It is proven and tested that sugar is an energy booster. Kaya naman hatinggabi na eh ang dami mo pang enerhiya para mag-isip ng mga problema. Paano naman kasi sa dami ng asukal eh nilalanggam (ANTs - Automatic Negative Thoughts) na ang utak mo. Pagod na ang lamang lupa mo pero gising na gising pa ang diwa mo. Kung makatulog ka man ay mababaw o kaya naman ay nagigising ka sa madaling araw.

Kung gusto mo ng peace of mind at totoong kapahingahan, asukal ay dapat mong iwasan.

"Nakakaawa yung dalawa kong pasyente," sabi ni Doc. Joy na partner pediatrician namin sa #brainhealthPilipinas. "Isang 9 and 13, need nang mag-inject ng insulin. My goodness, imagine yung kanilang lifestyle. Possible maging source of insecurity pa nila yan lalo at need nilang magtusok kahit nasa school sila. Sobrang bata pa nila para magka-diabetes."

Ayan ha, wag mo nang hintaying magtusok ka pa ng insulin sa katawan mo bago ka matauhan. Remember, if it tastes sweet, it is bad for the liver. Ano ang sikreto ng malusog na atay? Mapapait na pagkain. Huhu, hindi sila masarap! Alam ko naman yun, may struggle din naman ako dito, kaya hindi ka nag-iisa. Kaso kapag sobra-sobra ang glucose na nasa katawan natin, bukod sa magiging dahilan ito ng fatty liver[108], mahihirapan din ang insulin magtrabaho.

Ang trabaho ng insulin ay i-regulate ang distribution ng blood sugar sa iyong cells para maging malakas ka at aktibo. Kaya nga kapag sobra ang asukal ng bata ay napakalikot nito. Kaso kapag hindi na kinaya ng insulin ang trabaho niya dahil nga sobra-sobra na ang glucose na pumapasok sa iyong sistema, darating ang panahon na hindi na sa tamang cells maipadadala ang glucose. Akala ng katawan mo eh kulang ka sa insulin, kaya ayun magsasaksak ka ng insulin para tulungan ang katawan mong maproseso ang glucose

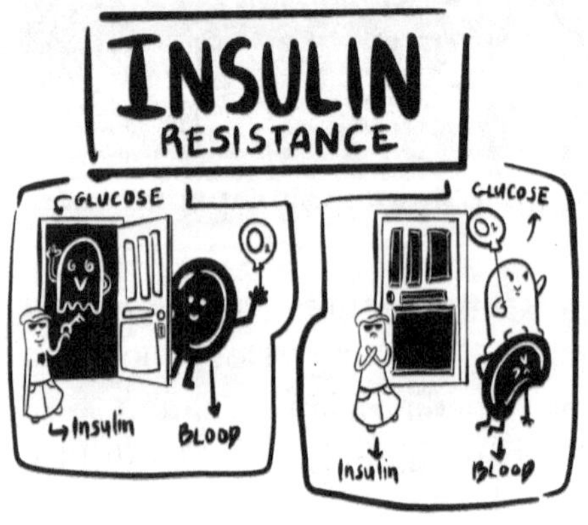

sa iyong katawan. Kung hindi mo gagawin ito, your cells will starve to death, thinking you lack insulin. The truth, though, is you have plenty of insulin hiding in your organs due to insulin resistance. Ito ang buhay ng mga diabetics, ayaw mo namang umabot ka sa ganito, di ba?

Ang galing ng ginawa ni Dr. Lustig sa mga batang obese na ginamot niya. He focused on inhibiting insulin production of the body. Itinama ng doktor ang diet ng mga bata para mawala ang excess fats sa katawan dahil sa maling insulin distribution. With this, the kids started to have enough insulin to help produce mitochondria enzymes necessary for energy boosting. Dahil biglang lumakas ang enerhiya ng mga bata, they became very sports oriented, shedding more weight in the process. Along with this, nawala ang kanilang depression at anxiety. Wag kasi nating galitin ang insulin dahil kain tayo nang kain ng maraming asukal na nagpapahirap sa trabaho niya. Kapag nagtampo sa atin ang insulin, tayo rin ang mahihirapan.

Para naman sa mga kagaya ni Lowluh na may E.D.A.D na. Oo, tayo na matatanda na! Bantayan natin ang ating blood sugar. Kasi nga kapag maasukal tayo eh nataba ang ating dugo. Tapos syempre dadaan ito sa ating mga ugat-ugat para magdeliver ng energy sa ating katawan. Kaso obese na rin ang blood sugar natin kaya ang bagal-bagal nitong magtrabaho. Ang masama pa, kapag nahirapan ang ugat lumuwag para mapadaan ang matabang dugo, ayun pwede silang pumutok. Aguy, stroke ang abot natin nyan. Haaay lyf, ba't may asukal pa kasi na napakasarap, pero napakadeadly naman.

I remember that being the first who went into a low-carb diet, my children followed suit. Wala naman silang magagawa kasi wala namang laman ang ref namin kundi prutas at salad. Huli namin nakumbinse ang tatay nila para tumigil na sa pagkain ng junk food at ice cream, until ni-require syang magpa-ultrasound. Ang tigas-tigas daw kasi ng tiyan niya.

"Gusto ko pa kasing makita ang mga apo ko sa inyo," sabi nito. *Aguy, kung hindi pa siya na-diagnose na may fatty liver, hindi yan sya titigil kumain ng basura,* sa isip-isip ko.

Kaya ikaw ha, tama na ang pagkain ng basura para buhay mo ay humaba at maging masaya.

ONE OBSERVATION DURING COVID19 PANDEMIC WAS THE SEEMINGLY TARGETED ATTACKS ON OVERWEIGHT AND OBESE PEOPLE. YUN PALA, ANG VIRUS NA ITO AY NAKAPIT SA MATATABANG BLOOD SUGAR PARA MABUHAY AT DUMAMI. KUNG HINDI MAGLUCOSE ANG SISTEMA NG KATAWAN AT HINDI PANAY ANG RELEASE NG INSULIN, WALANG MAKAPITAN ANG VIRUS KAYA NAMAMATAY ITO AGAD KAHIT MAKAPITAN KA PA.

SUGAR

Rise and fall of sugar level harming your neurons

But wait there's more! Malamang nag-crave ka na sa asukal dahil sa pinag-uusapan natin. Tiisin mo, need ni Lowluh ng kakampi sa pagpoprotesta laban sa asukal. Miss na miss ko na rin ang cake at milktea, ha. Pero, damay-damay na to!

Bakit ang taong depressed ay laging gutom sa maaasukal na pagkain? It's because of the fluctuation of dopamine. Parang yung pagpasok ng electric current sa ating outlets. Minsan nakasisira ito ng appliances kasi hindi stable ang pasok ng kuryente. May oras na biglang mataas ang daloy ng kuryente patungo sa ating kasangkapan – lalo ang ating mga gadgets – meron namang oras na mahina. Kaya ayun, ang mga gamit natin ay madaling masira.

Isipin mo ang kaparehong konsepto sa dopamine. Di ba ito yung neurotransmitter na nasa reward center ng ating utak. Pinasasaya tayo nito, depende sa taas ng produksyon at dopamine supply.

Kapag kumain tayo ng maraming asukal, we experience sugar high. Para tayong superhero na sobrang liksi, saya, at kahit ano ay kayang gawin. Kaso ilang oras lang magkakaroon naman tayo ng sugar crash matapos ang sugar rush. We feel depressed, hopeless, and weak.

Dito na papasok ang leptin[109] o yung hormones sa ating katawan na nagsasabi sa atin kung busog na tayo o gutom pa. The more we eat sugar, the more we become hungry minute by minute because of leptin signalling. Kapag bumaba ang sugar intake natin, babababa ang leptin at hindi na ito magsisignal sa atin oras-oras na gutom tayo. Pero kapag pasaway tayo na palaging sugar at carbo ang nilalantakan natin, pati dopamine ng utak natin ay apektado na rin.

The rise and fall of dopamine level because of our sugar intake can cause harm to our neurons. Kaya naman hindi na makapag-usap nang maayos ang mga brain chemicals mo dahil nga sa taas at baba ng asukal sa iyong katawan.

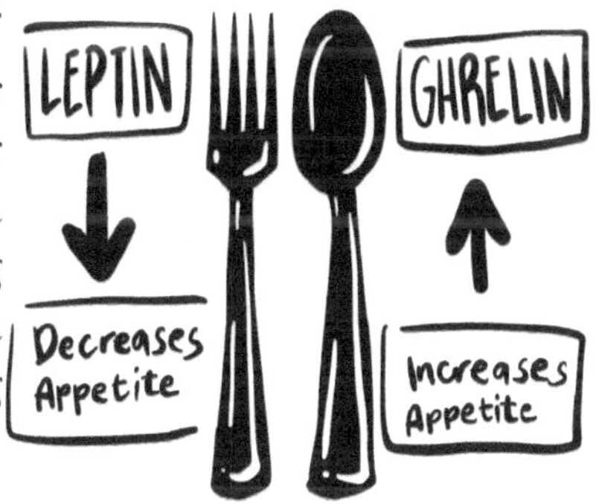

Kapag naramdaman mo bigla na ang lungkot mo at gusto mong umiyak nang walang dahilan, umayos ka! Malamang eh kaka-asukal mo yan! Ang takaw mo kasi sa milktea, 3-in-1 coffee, at kakanin. Bawasan mo ang asukal mo para mawala ang topak mo.

Interestingly, Jesus used salt to teach the Gospel. Matthew 5:14 says, "Be the salt and light…" Yung asukal… well, nabanggit ang matamis na honey sa Bible kaso, nalagot si Samson dahil dito (Curious? Read the Bible na kasi, try the Message or New English Translations muna.)

Nagtatalo pa kami ng daddy ng mga anak ko, "Yung mga prutas pala eh may asukal din. Masama pala yun," sabi nito. I beg to disagree. Iba ang tamis ng prutas kumpara sa tinapay. Nagiging masama lang ang prutas kapag piniga (juicing) ito sa halip na kainin ito sa porma kung paano ito nilikha ng Diyos. Yung processed sugar, diretso sa atay. Yung asukal mula sa prutas bukod sa napakababa ng glucose spike, mabagal din itong kumalat sa katawan natin. Madalas pa, hindi na ito dadaan sa ating atay lalo kung marami itong fibers[110] na good for diversification ng microbiomes sa ating tiyan.

May mga experts na nagsasabing masama ang prutas. Again, hindi basta-basta naniniwala si Lowluh sa experts, need ko ng Biblical support. Bakit ang prutas ay nilikha ng Diyos na may season? May tag-manga, tag-avocado, tag-pinya, tag-pakwan, etc.? Bakit ang saging at iba pang prutas ay all year round? Ito siguro yung gustong sabihin ng mga doktor na may mga taong hindi kasundo ang prutas. Tama naman, sa mga na-diagnose ng diabetes, bawal sa kanila ang mangga. Tapos ang mangga ay seasonal ang tubo. Summer sila marami dito sa Pilipinas. What if, yun ang disenyo ni God sa pagkain ng prutas? According dapat sa season para makasundo ito ng ating katawan. Anong ginagawa ko? Kapag panahon ng avocado, hala kain ako nito. Pag panahon ng pinya, go! Go! Go! Lahat ng prutas na available all year round, kainin at gawin dessert. Kapag hindi panahon ng mangga, kahit may available sa palengke, hindi ko binibili. It works well for me, I hope it will work for you too.

Savory or sweet? Ang mga ninuno natin na walang asukal sa diet ay nagbuburo ng pagkain gamit ang asin. Marami silang savory sa pagkain pero wala silang sakit sa bato? Bakit? Wala silang asukal sa katawan na nanggugulo sa paglabas ng excess sodium. Lumalabas sa pawis ang sobrang asin kaya nga maalat ang luha at pawis natin. A long time ago, I knew I was in trouble kasi nilalanggam ang panty ko sa madumihan. Imagine, sobrang tamis na ng ihi ko dahil lang araw-araw akong nainom ng softdrinks at pineapple juice na Tang. Kaka-tanginumin mo! Ayarn, hindi healthy ang pagbubuntis ko, PCOS tuloy

ang inabot ng dalaga ko, huhu. Between sugar and salt, kumain ka na lang ng isang buong manok (yung luto na, ha) o mamapak ng malaking isda. Kung yayamanin, baka kaya ng roast beef with butter. Yan lang ang kainin mo na walang kasamang sugar at siguradong maaayos pati ang mental health mo.

Ilang taon nang nagpapa-psychiatrist si Enod (not his real name). Meron itong paranoid schizophrenia. He sounded like a conspiracy theorist who talked about alien invasion and people out to get him.

"Yung kapitbahay ko, meron na naman silang pinag-uusapan kung paano ako papatayin," sabi nito sa doktor niya. Even his doctor was becoming hopeless. A client should stay with his psychiatrist for at most a year. Kung ilang taon ka nang nagpapagamot, ibig sabihin palpak ang doktor mo. Dapat naman ganito ang mindset ng mga psychiatrists at psychologists. We should not celebrate having "suki" clients because it means we are failing them. Kapag ganito, parang pera-pera na lang ang usapan.

Anyway, isang araw nagsabi si Enod na natatabaan siya sa sarili niya. Humingi siya ng tulong sa doktor nya kung paano ba magbabawas ng timbang. Tamang-tama na inaaral ng psychiatrist niya ang tungkol sa low-carb diet. Ito ang naging focus ng kanilang sumunod na pagkikita. Nang unti-unting pumayat si Enod, nakitaan din siya ng pagiging masaya at kalmado.

"Dok, yung iniisip ko noon na papatayin ako ng kapitbahay ko, hindi totoo yun, noh? Nasa isip ko lang?" Inamin ni Enod.

Tumango ang doktor. Sa tagal niyang sinasabi ito kay Enod, sa wakas, dahil wala na itong asukal sa katawan, pumasok na rin ang totoo sa utak nito.

Sana habang binabasa mo ito, makapasok na rin sa utak mo ang totoo. Hindi mabuti sa katawan mo ang asukal, okie? Hala maglaga ka ng kangkong at talbos ng kamote, yun muna ang ulam mo ngayon, dali!

Crisis that comes with age

Age is just a number. Sabihin mo yan sa matres o prostate mo! Haist!

Being a mental health advocate, gusto kong ipagyabang na panis sa akin ang mental-mental illness na yan. Huh! May brain na fortified with vitamins a to z ata si Lowluh. Sana lang eh totoo. Kaso ang lakas din ng topak ko 😄. Awareness is great though, because when I don't feel okay, I can tolerate it in order to identify what triggers it. I start with the process of elimination using BioPsychoSocialSpiritualTrauma analysis. Most of the time, it works! Pero merong mga panahong, nagrereklamo ako sa Diyos, "May weird sa akin, Lord. Ano ito?" Wala akong ganang magtrabaho, manhid ang emosyon ko (which comes naturally because of my past trauma), at gusto ko na namang tumakas. "Bakit? Bakit? Bakit?!?"

Until I came across Dr. Amen's topic about peri-menopausal issues and hormonal imbalance that come with age. Yun na, lam na dis! Sa ayaw at sa ayaw ko dahil ayaw ko talaga, mashonda na si Lowluh 😆. That's when I researched about perimenopausal symptoms happening to women as young as 30 years old. Parang nagpapakita na ang katawan ko ng mga senyales na malapit na ang aking pagme-menopause. Sabi ni Doc. Amen, kailangan na natin ng vitamins at supplements na angkop sa mga babaeng nagiging abnormal na ang hormonal level. I researched and tried the supplements that he suggested, and then I suddenly felt my old self again. I was so thankful about this knowledge because it confirmed all of my beliefs, hindi lahat ng nararamdamang sintomas na hawig sa pagkakaroon ng mental illness ay kumpirmadong mental illness nga. Posibleng sintomas ito na ikaw ay tumatanda 😆.

DROPS IN ESTROGEN AND PROGESTERONE CAN MAKE US IRRITABLE AND ANXIOUS[III]

This issue does not only speak for women, men are also affected when their testosterone declines with age. Pag mataas ang level ng testosterone ng lalaki, agresibo sila, maliksi, at parang kaya nila lahat ng problema. They feel like they can own the world like superheroes. Yun lang, insensitive sila sa emosyon ng iba, at madalas eh hypersexual pa

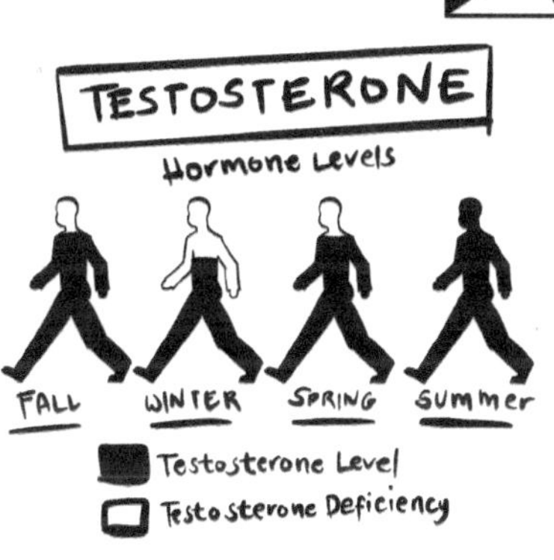

(kaya naaadik sa porn o nagiging babaero/lalakero) sila. Meaning, testosterone, when properly regulated, prevents a man from experiencing depression.

Surprisingly, may mga babae na gustong maging trans-men ang nagsasabing, "Nung nagsimula akong mag-take ng T (testosterone), nawala ang depression ko." Kaya naman naging hype yung mga kabataang babae na nagdeklarang gusto nilang maging lalaki, dahil sa umpisa ng kanilang pagbabago ay iinom sila ng T.

Dahil dito biglang nagiging agresibo sila, matapang, at walang pakialam sa sasabihin ng iba[112]. Bagay na kahinaan ng mga babaeng mababa ang kumpyansa sa sarili.

Ever wonder why men are insensitive to our feelings, talk harshly, and don't seem to be satisfied with only one woman?

Testosterone. Again, ang epekto ng hormones na ito sa lalaki ay ang pagiging agresibo, matapang, at may paninindigan sa bawat gagawing pagdedesisyon. When men have a high level of testosterone, they don't care much about other people's feelings, even their own. We often associate toxic masculinity to such men, but it is all about testosterone. It is in their nature to focus on the goal, regardless of their emotions or those around them.

Kaya ang mga kabataang lalaki na nasa edad kung saan mataas ang testosterone level, ay hindi makitaan ng depresyon. Agresibo, marupok, at hindi rin sila marunong humingi ng tawad. Unlike girls who have a higher proclivity to be insecure during their teenage years, ang mga lalaki ay walang pakialam kung mabaho ang kilikili, matigyawat, at pangit during puberty, chillax lang sila dahil sa testosterone[113].

Pero gaya ng mga babae, nagkakaroon din ng problema sa hormones ang mga lalaki kapag nag-edad na sila mula trenta pataas. Dito sila nakararamdam ng depression, anxiety at iba pang mental health related issues. We often refer to this as a midlife crisis, a phase when we start to question our very existence.

Kaya mahirap na iinom ng gamot sa utak, agad-agad, tapos hormonal issues naman pala ang dahilan, dahil aminin o hindi, lahat tayo ay uuwi sa katandaan.

Malalaki na ang mga anak nila Henry at Pinty. Ang isa ay nasa abroad at ang dalawa ay may sari-sariling pamilya. Ang malaking bahay ni Henry ay naging tahimik at malungkot. Dito siya nagkaroon ng isyu sa paghinga at hirap makatulog. Ang resulta, nagpapapanic attack ito dahil bukod sa may buhay nang iba ang mga anak ay bumaba rin bigla ang kanyang testosterone. "Midlife crisis," sabi ng doctor.

Pinayuhan si Henry na mag-alaga ng mga hayop bilang libangan. Ganun nga ang nangyari. Ngayon, ang bahay niya ay nagkaroon ng maraming aso, ibon, at pusa. Nawala naman ang panic attack niya nang unti-unti nyang matanggap na may sari-sariling buhay na ang kanyang mga anak. Yun lang, kapalit nito ay ang dami niyang nililinis na tae ng mga aso 😅.

Ayan, wala kang A.D.H.D, ha. Merong kang E.D.A.D. Tanggapin mo lang ang katotohanang matanda ka na. Aray! Go and have a check-up for hormonal balance markers and consult your doctor for the best supplements. Also, always go for organic or natural vitamins. Minsan mahal pero sigurado naman.

Finally…

Kirot, maga, at sugat na may nana

> **INFECTION CAUSES BACTERIA TO ATTACK YOU; INFLAMMATION IS IMPORTANT TO HEAL YOU.**

Ano, maganda ang inflammation sa katawan?!? Aba'y oo! Basta acute inflammation, wag ka lang maging walking nana (chronic inflammation)[114]. Inflammation means that your immune system is working to heal you. Wag mo lang pagurin si immune system kagagamot ng mga sakit na hindi naman pala sakit. Ano daw?!?

Acute inflammation is when you got cut (nahiwa ka), tapos namaga at nagnana ang sugat. Gumaling naman ito agad matapos matanggal ang nana at maglangib, kaya ang maiiwan na lang ay peklat. Chronic inflammation is when you don't have any infection but you are constantly producing inflammatory cells to treat you.

Nangyayari ang ganito kapag meron kang compromised immune system, at dito na pwedeng magsimula ang autoimmune diseases na tinatawag. Inaatake ng katawan mo ang sarili niya. Your immune system thinks that it is in a constant state of war with foreign bodies it considers as enemies.

Naikwento ko na sa inyo, (from the previous chapters) na nagkaroon ako ng problema sa pag-inom ng antibiotic. Ito ang detalye nun, nakakahiya man aminin (hihi). I suffered from adult acne. Inis na inis ako kasi kung kailan ako tumanda at saka biglang nagnana ang aking mukha. Haist! Stress daw, sabi ng mga doktor. I took antibiotics for it resulting to my visit with an ob gynecologist.

May nangyayari kasi "DOWN THERE", lam nyo na yun, di ko na isplika. Grabe, noh? Hindi ko na nga ginagamit yun eh nagkaka-isyu pa. At least hindi pa siya nagsasara (Charot!).

I asked my OBGYN, "Bakit po ganun eh wala naman akong sex life." *Birhen na ulit ako*, gusto kong idagdag kaso baka batukan ako, eh. Di kasi kapani-paniwala.

"Kasi kapag uminom ka ng antibiotic, possible na bumaba ang immune system mo, kaya nagkaroon ka ng infection sa part na vulnerable ka," sagot ni doktora sabay bigay ng isa pang antibiotic. Haist! Napuno na ng antibiotic ang katawan ko. That was before I knew about the effects of antibiotics on my gut microbiomes.

Finally, I stopped medicating my adult acne and started experimenting with a clean and healthy lifestyle. Guess what? Nakatulong nang malaki ang pagbabawas ko ng asukal, intermittent fasting, at tamang oras ng pagtulog. I realized that pimples are skin inflammation. Ibig sabihin may infection o bacteria na nilalabanan ang katawan ko. I needed to find the root cause of the bacteria in order to help my inflamed cells from overworking on my skin problems.

Bumait naman ang balat ko, except on occasions when I cheated on my diet and sleep. Anong isyu naman nito sa mental health? There's a connection between the brain and inflammation.

Dr. Gabor Mate also talks about the connection of childhood trauma to our illnesses as adults. Merong pag-aaral na ginawa sa mga babaeng inabuso, specifically sexual in nature. Yung mga babaeng ganito ay nagbabago ang RNA ng dugo, triggering the same autoimmune issues. Dr. Mate mentioned rheumatism as one, and MS (multiple sclerosis) as another[116]. That's when I realized the possible connection of my adult acne and carpal tunnel to auto-immune issues brought about by my childhood trauma. Understanding this, I kinda embraced my situation knowing that if I befriend my body, through regulating my negative thoughts and making peace with my trauma, marerelax din ang pag-atake ng katawan ko sa sarili kong kalusugan.

Ngayon, i-analyze mong mabuti dahil nga palagi kang negatibo mag-isip, at lahat na lang ng bagay eh ikina-i-stress mo, baka yan ang dahilan ba't humina ang immune system mo kaya meron kang sandamakmak na kirot, maga, at nana.

> **MAYBE THE REASON WHY YOUR HYPERACTIVATED SYSTEM PRODUCES INFLAMMATORY CELLS AFFECTING YOUR BRAIN FUNCTIONS, IS YOUR OVERTHINKING AND CONSTANT WORRYING.**

Dahil dito, na-diagnose ka tuloy na may autoimmune disease na sa totoo lang madalas eh wala namang gamot. You have to naturally heal your body from within. Kaso ang sinisisi mo palagi ay mental illness pero ang dami mo lang palang life changes na dapat gawin. This should start from your diet and finding treasures from your past trauma.

Grabe, noh? Minsan nakatutok tayo sa iisang problema – "may mental illness ako, anxiety, depression, ADHD…" sige lahat na ng sakit nasa iyo na! Ikaw na ang pinagpala kaya sobra kang kawawa, haist!

Pero kung tutuusin, lawakan mo lang ang pananaw sa mundong ginagalawan mo at pangyayaring nakaa-apekto sa iyo, makikita mong marami kang pwedeng magawa para umahon sa pagiging biktima ng kapalaran. From being a victim, you can be a victor, tandaan mo yan!

Unahin mo lang sa pagpapangalan sa mga posible mong kalaban. Think back and know your throwback, baka isa dito ang dapat mong harapin para utak-topak ay hindi ka na gambalain.

Again, remember the following kapag inaatake ka ng topak. Bago ka magpanic subukan mo munang mag-THROWBACK.

Hanapin ang posibleng dahilan para nararanasan ay mabigyan ng tamang kahulugan.

"Hirap na hirap po akong makatulog. Kapag ganito po ba eh may anxiety at depression ako?" Tanong ng isang nag-message sa akin.

"Bawasan mo muna ang asukal mo, lalo sa gabi. Hindi ka patutulugin ng matatamis na pagkain," sabi ko.

"Hindi na nga po ako kumakain ng kanin eh, puro tinapay na lang."

Aguy!

"Sana nagkanin ka na lang, at least God-made yun. Lalo kung hindi puti at super refined na rice. Yung tinapay mo may asukal pa yan at kung ano-anong preservatives," sabi ko.

"Ganun po ba yun? Wala po akong mental illness?"

"Magtanggal ka muna ng asukal paunti-unti, tapos usap tayo." Mahirap makipag-usap sa taong punong-puno ng asukal ang katawan, buhol-buhol kasi ang isipan kaya ang gulo ng aming magiging usapan.

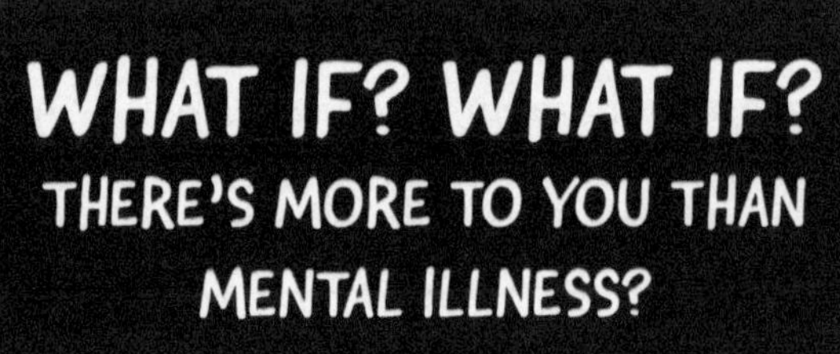

Another interesting conversation I had was with a police officer. Sabi niya may postpartum ang kanyang misis na naging dahilan kung bakit hindi ito makatulog. Binigyan ito ng gamot ng psychiatrist pero hindi naman iniinom.

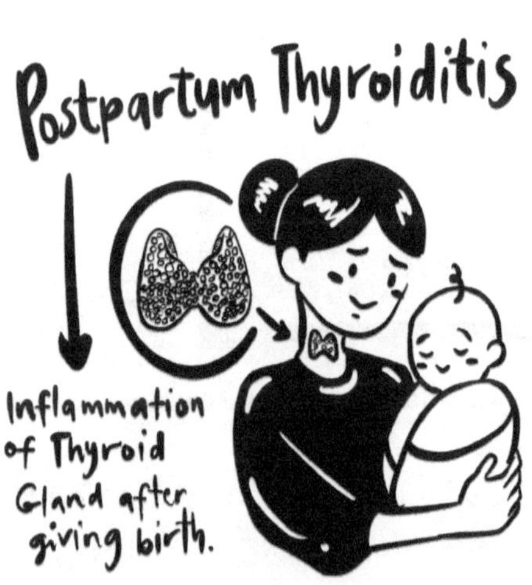

"Papa, ganito naman ako nung first baby natin, kakayanin ko ngayon…" sabi ng misis ni Sarhento.

"What if pa-check up nyo po ang thyroid ni misis? Nakabasa po ako ng study na usually pag nanganganak eh talagang affected ang thyroid naming mga babae. Tapos yung issue na ito eh nagmamanifest na parang mental illness."

Weeks later, I got a message.

"Lowluh, tama kayo, thyroid nga po. Sobrang saya ng asawa ko dahil nasagot ang tanong namin sa nangyayari sa kanya," sabi ni Sarhento.

Oh, da bah? Ang galing nung sinabi ni Dr. Bessel Van Der Kolk eh, *"Katawan mo yan. Ikaw, first and foremost, ang may autonomy sa nararamdaman mo."* Oo, hindi ka doktor, pero pwede mong matulungan ang doktor mo kung magiging attuned ka sa mga nararamdaman mo – physically, mentally, and emotionally. Pwede kang mag-research, pero hindi lahat ay dapat mong paniwalaan. Kahit itong libro na ito, due diligence ka pa rin. Sabi nga sa Bible, be gentle like a dove but WISE like a serpent. Stop judging yourself and start being curious. In the end, consulting your doctor is still the best, but attuning with your body is harmless.

COMPASSIONATE CURIOSITY

Kaya ang ultimate BRAIN KALASAG na magagamit nyo laban sa inyong utak topak… STOP BEING JUDGEMENTAL! Kayo ang greatest bully ng inyong sarili, eh. Instead na bigyan nyo ng label na negatibo ang pinagdaraanan, have a compassionate curiosity kung bakit yan ang kinahantungan. Stop looking for answers to the wrong questions. Dahil sa internet, super daming sagot na madaling mahanap online. Ang mali lang ng marami, they don't know how to ask the right questions.

Ang unang tanong na dapat mong sagutin, "May mental illness ba talaga ako o meron lang masamang ugali ang utak ko?" Isa-isahin mo. **Biological ba yan?** Katawan mo ba ay may nilalabanan? Alalahanin mo, mental health is brain health, and brain health is physical health. **Psychological ba yan?** Baka yung nature and nurture ng pagpapalaki sa iyo ang nag-wire sa utak mong maging palaging matatakutin at negatibo. **Pwede ring social** -- reklamo ka nang reklamo sa mga toxic people eh ikaw pala itong laging naghahabol sa trobol. Tapos sasabihin mong dasal ka nang dasal sa Diyos at mabuti kang tao kaya dapat wala kang problema dahil wala ka namang inagrabyado. Sus, kilala mo ba yang dinadasalan at sinasamba mo? Baka mamaya eh tinatawag mo lang kapag may hinihingi kang regalo. **Wag mong kalimutan ang buhay spiritual mo,** madalas nandyan ang kasagutan para kagalingan ay makamtan. At syempre yung madalas mong iniiwasan, ungkatin ang **trauma ng nakaraan.** Baka naman kasi kailangan mong i-mapa ang sugat ng iyong buong pamilya para doon mo makuha ang kapayapaan ng utak na gustong matamasa.

Ang tawag sa ganitong uri ng paghahanap ng kasagutan sa curious pero compassionate na katanungan ay BioPsychoSocialSpiritualTrauma analysis. Handa ka na ba sa BOOK III? Pero bago yan, meron pa akong isang kwentong malupit na kay Lowluh ay humagupit pero sana sa buhay nyo ay wag maulit.

BRAIN KALASAG APPLIED

I walk my talk. Hindi ko ituturo sa inyo ang mga gawaing hindi ko pina-practice myself. Just like in my previous book na Sino Ang Dakila? Sino Ang Tunay Na Baliw, I shared with you my personal story. Hubaran ng kaluluwa, ika nga! Wala nang hiya-hiya. To be honest, akala ko okay na ako. Sanggang dikit na kami ni God. Dahil may mission ako para sa Kanya, hindi Nya ako kakantiin o sasaktan pa. Pero mali ako. Nasa proseso pa rin ako ng paglinang ng aking pananampalataya. Kailangan pa ring idaan ni God sa apoy ang akin paniniwala.

Mother-daughter tandem kami. Sya si KaliweteMaARTe (A left-handed artist) at ako naman si Lolakwentosera (ang lola nyong bungangera). To be honest, because of my broken relationship with my mother, I really didn't know how to be a mom in all essence of the word. Lahat naman tayo palpak sa pagiging magulang pero hindi ibig sabihin noon ay mag-gi-give up tayong mag-try.

Panganay ang madalas na nag-aabsorb ng lahat ng anxiety ng parents, pansin ko lang. Kasi first time lahat, eh. Anong gagawin kapag umiyak o maysakit ang anak? Nakakataranta naman talaga. Pero in fairness, panganay ang maraming pictures at bonggang birthday parties. Aminin. My second pregnancy, I would say, was not as stressful, medyo maangas na nanay na ako nun. Usually sa pangalawa o pangatlong anak, hindi ka na addict sa pictures at pagbili ng mga bagong gamit. At aaminin ko ito, bias ako in favor of my second child -- a son. Super cute at ang kulit kasi. Mini-me. Yung panganay ko naman ay snobbish at mabagal kumilos, mahinhin na ewan. Exactly her dad in so many ways and my arch-nemesis everyday (Noon yun shempre. Peace na tayo, ate 😅)

Ang alam ng maraming tao, hirap sa panganganak ang naging parusa ni Eba dahil sumuway ito sa utos ni God, pero iba ang naging interpretasyon ko. I may be wrong pero pwede ka naman hindi maniwala kay Lowluh.

GENESIS 3:16

To the woman he said, "I will surely **make your pains in childbearing very severe;** with pain you will give birth to children. **Your desire will be for your husband, and he will rule over you.**"

Cite ko yung sinabi sa Bible ha.

Tama naman, mahabang proseso ang pagbubuntis ng mga babae at masakit manganak. In my case though, dahil painless ang Lowluh nyo, aba'y parang tumae lang ako. Mabilis para sa akin ang manganak pero kasumpa-sumpa ang pagbubuntis ng siyam na buwan. Napakarami kong nararamdaman. Kaya siguro excited na akong iputok ang mga anakis ko kapag akin nang kabuwanan.

Yet, nakalimutan natin ang sumunod na sinabi sa Bible verse. Women will always desire a husband that will rule over them. Ibig sabihin, sakit-sakit na nga magbuntis, buka pa rin tayo ng buka dahil masarap nga naman (Char!) 😅.

Ang pagkakaintindi ko dito, tayong mga babae, we will always favor men in our lives. Our dad over our mom, our brothers, sons, husband, etc. Hindi man ito specific sa iyo, pero generally manghahabol talaga tayo ng mga lalaki. Like I said about "Love me syndrome" na madalas isyu ng babae kesa lalaki, parang lagi tayong uhaw sa pansin ng mga lalaki na idi-discuss ko sa susunod kong book na, *Ba't ang babae hahabol-habol: Confession of an ex-kabit.*

Kaya naman kahit self-proclaimed feminist ka pa, underneath your very core, gusto mo pa rin ang presensya ng mga lalaki sa buhay mo. In my case, it's my son.

I tried not to play favorite, kaya nung bata pa sila, ibinulong ko sa daughter ko na, "You're my favorite daughter in the whole wide world." Syempre nangiti sya. Ang hindi nya alam eh ibinulong ko rin sa anak kong lalaki na, "You are my favorite son in the whole wide world."

Yun lang takbo si bunso kay ate, "Ate, sabi ni mommy, I'm her favorite son in the whole wide world." Noon napagtagni ng daughter ko na binubudol ko sila. Hindi naman ako nagsinungaling ah, bakit ba?

"Syempre favorite son ka, eh ikaw lang naman ang anak na lalaki eh!" inis na sabi ng daughter ko.

When my daughter turned 9, yun na. Nahirapan na ako, grabe ang hormones at kasungitan. Buti na lang that time, aral na ako about God. Hindi lang aral, I sought God and established a personal relationship with Him, all thanks to my daughter.

Being a backslider, I became an apatheist, walang Diyos sa loob ng bahay namin. Pero may nagging feelings pa rin ako na may kulang sa puso ko. One day, naglalakad kami ng daughter ko, nakita nya ang rebulto ni Mama Mary. She then asked me, "Ano yun?" In passing, sinabi ko briefly kung sino si Mama Mary, pero alam kong I messed up my explanation, big time!

That night, habang natutulog ang mga anak ko, I decided na bumalik sa simbahan para ma-explain ko kung sino si God sa susunod na magtanong ulit sila. That's why I owe the revival of my faith in God to my daughter. Kaya siguro siya ang anak na ibinigay sa akin matapos materminate yung iba, kasi sya ang binigyan ni

AYAN NAKABAWI NA AKO SA IYO KALIWETE HA, BAKA MAG INARTE KA NA NAMAN DAHIL SINABI KONG FAVORITE KO ANG KAPATID MO KESA SA IYO. PABUDOL KA NA NAMAN SA MGA LANGGAM SA UTAK MO! (PASIDE NOTE LANG, SYA KASI ANG MAG-E-EDIT AT MAG-LE-LAYOUT NG BOOK NA ITO EH, BAKA TOPAKIN KAPAG MAY NABASA SYANG HINDI NYA GUSTO 😅.

God ng mission to bring me back to His grace. That's how big of a role my daughter played in my faith now.

I have to admit na kahit may God ka, trial and error pa rin ang pagiging magulang. Kung wala lang akong Diyos, tumakas na ako eh. Remember kahit masaya ang nararamdaman ko, pag lumipas na ang moment eh nakakalimutan ko na ang lasa ng ligaya. Kaya pwede na akong umalis sa moment na yun at mang-iwan ng mga tao, kahit mahal ko pa. Yet, God prepared me to take care of a teenage daughter without leaving her behind or asking a relative to take over, gaya ng ginawa ng mga magulang ko sa akin nung muntik

IN ORDER TO BREAK THE CYCLE OF HAVING A DYSFUNCTIONAL MOTHER-DAUGHTER RELATIONSHIP GAYA NG MERON AKO SA NANAY KO, INARAL KO ANG PERSONALITY DIFFERENCES NAMING MAG-INA.

na nila akong ipa-ampon, at iniwan naman ako for several months sa bahay ng ibang tao nung teenager na ako.

Hinabaan ko ang pasensya ko at sinupport ko sya sa lahat ng hilig nya. Doon ko nakita ang potential nya sa ARTS, kaya tanggap ko na hindi ako magkaka-anak ng lawyer, doctor, or accountant. Dahil tandem kami sa paggawa ng SADSATNB? Ang dami naming naging journey beyond mother-daughter, at super proud ako sa kanya.

Except for occasional outburst of emotions, tolerable naman ang topak ng anak ko. Dahil sa pag-aaral ko ng mental health, naging aware ako na ACG at BG ang issue nya sa brain. Nag-iipon sya ng sama ng loob at nakaka-imbento ng sakit sa katawan sa tuwing siya ay na-a-upset.

Sibling rivalry ang pinaka-issue nya palagi. She always insists that I am harder to her compared with her brother na chill lang. Maybe she's right, pero ang alam ko I push her harder kasi alam kong may mapipiga pa akong galing sa kanya. Sa anak kong lalaki na mini-me, daming reklamo nun, bungangero kasi yun na kagaya ko kaya minsan kayhirap pasunurin, haist!

My daughter often repeats a story about her brother destroying her favorite toys. Nung umiyak ang kapatid niya dahil kinuha nito ang laruan eh siya pa daw ang pinalo ko. Galit na galit sya dun, hindi sya maka-move on. Big trauma nga naman, hindi nya deserve pagalitan pero pinagalitan siya. Suri na!

When I learned about a study of boys raised by strong moms and how they could grow up mama's boys or weak, especially when fathers were not around (The Boy Crisis by Warren Farrell), kumambyo ako sa pagiging malapit sa anak kong lalaki. I pushed him closer to his dad kahit cute na cute ako sa kanya. "Tanong mo kay daddy.", "Kausapin mo si daddy.", "Kay daddy ka humingi.", etc. ganyan palagi ang style ko kahit sa huli ako rin naman ang bubulong sa ama niya ng dapat gawin. As such, my son and I don't cling to each other as much as my daughter. Kaya naming magpuyat para magkwentuhan lang since she's my number one fan and supporter. Ako rin naman sa kanya.

My son didn't seem to mind. May sariling mundo iyun basta hayaan mo lang sya. So overall, with God's help, nakalampas ako sa bagyo ng pag-aalaga ng teenager until, hindi ko akalaing susubukin kami ni God at titingnan kung magagamit ko nga ang aking BRAIN

KALASAG.

It started in 2022. Sobrang ang daming ganap sa sarili kong pangarap at advocacy – sa career ko, at sa passion ko sa pagsusulat ng libro. From 2021 when I launched Lolakwentosera, finally ay nagkaroon na ng brand traction ang munti kong adbokasiya. Dumami ang sales at unti-unti akong nakilala sa social media.

At the same time ang dami ring ganap sa buhay ng daughter ko. Graduating na sya, yay! Finally after 4 years, at kauna-unahang K to 12 graduating batch, ay patapos na siyang mag-aral. Kasi naman, 22 na siya bago makatapos ng college, samantalang nung wala pang K to 12, may mga nakaka-graduate ng college na 19 years old pa lang. Nung 20 nga ako eh college instructor at adulting na, yung mga kabataang ganitong edad ngayon, pabebe pa. Haist!

On top of this, we were granted a bank loan for house renovation. Kasi naging book warehouse na yung bahay namin na kailangan nang mag-extend ng space. Eh, dahil frustrated carpenter at interior designer ang anak ko, she became in-charge of everything. Syempre, enjoy to the max siya sa pamimili ng mga gamit at kung ano-ano pa habang pinagpapawisan ako ng malagkit sa dami ng gastos.

When we learned na Cum Laude siya, nakupo ang saya ng buong pamilya namin ay through the roof! Sa gitna ng excitement naming lahat, sumabay pa yung sunod-sunod na invitations for TV and radio interviews while my daughter also had job interviews left and right. Magulo sa bahay, maalikabok, amoy pintura, at mukha kaming basang sisiw sa tinutulugan naming kwarto, pero keri lang.

Not knowing na may paparating na delubyo – bagyong muntik kong hindi kayanin kundi lang alam kong Diyos ang kakampi namin.

With all the things going on in my family that time, worried na ako sa chemical toxins sa bahay. Pintura at barnis ang naaamoy namin araw-araw, kamusta naman ang utak namin nyan, di bah? Kaya sabi ko sa sarili ko, "Naku one of these days magbe-breakdown ako." Kaya hinanda ko ang sarili ko sa darating na init ng ulo, lungkot, atbp. na negative emotions. Hindi ko akalain na yung anak kong dalaga ang makararanas ng matinding mental breakdown.

Looking back ang daming biological markers, eh. Bukod sa toxic – alikabok at pintura sa ginawang bahay namin – eh umatake pa yung PCOS nya. Nag-doble ang kanyang menstruation in one month kaya grabe ang sungit factor nya -- konting kibot, bugnutin at matampuhin.

I didn't know that during that time, my daughter (who was on hormonal pills for almost a decade) was a ticking bomb about to explode. Naghihintay lang ng trigger na sa kanya ay magpapasabog.

After the overwhelming high of graduating Cum Laude, balik kami sa mga dapat gawin, especially sa bahay. Since finishing na ang lahat, time na para ayusin ang gamit. Meron siyang hindi nagustuhan sa arrangement. Nag-argue kami until I gave up, "Bahala ka na kung anong gusto mo." I thought that's the end of it until mag-bangga na silang magkapatid.

Sanay naman ako sa aso't pusang gyera nila. Madalang mangyari, pero keri lang. Magrereklamo lang sila sa akin individually tapos okie na ulit. The previous encounter, medyo nakialam ako,

276

kasi ayaw ko ng sigawan sa bahay namin. Bad vibes ito for me. The following day, may sakit si Kaliwete.

Dun ko napansin na, second time syang sumama ang tiyan tapos ay sisinatin. Na-share ko naman na psychosomatic siya, di ba? Either magkakati-kati sa balat kapag nastress or sasama ang pakiramdam kapag may ipapagawa kang bago o meron siyang hindi masabing reklamo. Most of the time, we always thought na it's because of her hormonal pills, hindi nya na inom sa tamang oras.

Knowing this, I encouraged her to voice out her issues. Since hindi nga sya wordy pinabasa na lang nya sa akin ang kanyang diary. Dun ko nakita na langgamin talaga ang utak niya kapag galit. Puro kasinungalingan at self-defeating thoughts ang laman. Kesyo mahal ko lang daw sya dahil sa kaliwete nyang kamay na magaling mag-drawing. Sabi ko sa kanya, "Putulin ko pa ang kamay mo, eh. Mahal kita with or without your talents." We even talked about paglalayas kaso wala daw syang maisip na puntahan o pagtaguan. Nagtawanan na lang kami during that time kasi kalmante naman na sya sa tuwing ipapabasa niya sa akin ang mga isinulat niya.

Weeks later after ng masaya naming celebration ng kanyang graduation, boom! Narinig ko ang bangayan nilang magkapatid na pangalawang bcscs nang nangyari in short intervals. *"Wag kang makialam, Amelia!"* sa isip-isip ko, pero hindi ko kinaya. Nababastos kasi siya ng bunso dahil verbal talaga yung lalaki at nauutal-utal yung panganay ko. We ended up shouting at each other that night. I forced her to just say what's inside her head while asking my son to tone down a bit. As usual, she didn't take my pakikialam lightly, nagkulong siya sa kwarto.

After ibalibag ng dalaga ko ang pinto ng kwarto niya, my son came to me, crying. He also felt that something was weird. 18 years old na sya kaya ang tagal ko na siyang hindi nakitang umiyak. Hindi sya kumibo masyado nung nakita niyang iba na ang ate niya kumpara sa dati nilang mga away. I just listened to my son and assured him that everything will be fine.

The following morning, ako na ang unang bumati sa dalaga ko. Ipinagluto ko siya ng almusal before her job interview. After lunch, she came home somber but calm. Umalis naman kami ni bunso to run some errands. Pag-uwi namin, aba'y nakasimangot na naman ang bruha, este si ate. Apparently naglilinis sya ng mga gamit niya and got irritated again dahil hindi nya matupad yung plano niya. Grabe talaga kayong mga ACG at BG, noh? Walang room for adjustments and changes, dapat kung anong plano yun ang saktong mangyari, haist!

Hindi ko na lang pinansin yung kaartehan niya dahil may klase pa ako. I just said, "Do whatever you want, kami na ang mag-a-adjust." My class ended at around 9pm and after an hour of doing my own thing, I noticed that she was gone. I kinda had this feeling na umalis siya dahil napag-usapan nga namin dati pa yung layas-layas na yan.

"Nagpapalamig lang ako," sagot nya nung tinawagan ko. Kung nasaan siya o anong oras uuwi, hindi ko na tinanong. Nagalit ako. May issue ako sa temporal lobe dahil marami akong nakatagong long term traumatic memories, remember? Naiinis ako kasi naunahan niya akong tumakas. Pinatayan ko siya ng phone after kong sabihing, "Eh, bakit hindi ka man lang nagsabi, papayagan naman kita. Hindi yung mag-aalala pa ako sa iyo!"

Eventually ay umuwi naman sya, so kumalma ako. Syempre worried pa din ako despite my anger.

The following morning, hindi lumabas ng kwarto ang dalaga ko. I told her father about the situation at sinabi nitong, "Baka na-pressure kasi sabi mo pag graduate nya eh wala na syang financial support at dapat tumulong na siya sa gastusin sa bahay." Guilty ako dun. Pabiro ko lang naman sinabi, kaso baka half-meant nga on my part. Suri naman! Tatak ng mga pinoy parents talaga, ginagawang investment ang mga anak na tutubuan pag may trabaho na. Wag tularan si Lowluh, ha.

Kinausap naman ng ama si Kaliwete at inutusan atang kausapin ako para ayusin namin ang gulo. When I got home though, aba! Aba! Bumaba at inabot sa akin ang diary nya. Lo and behold, ito ang nabasa ko. "Wala ako sa mood makipag-usap. Wala akong maramdaman, I feel numb. Yung paglilinis ng bahay na dating nagpapasaya sa akin, nawala na. I feel suffocated! Sabi ni dad kausapin kita. Ito lang ang pwede kong sabihin, gusto ko nang mawala sa mundo." This was how I interpreted her notes.

HUWAAAAT?!? I was shookt! Anak ko sya! For years nagtuturo ako ng mental health at nakikinig siya. Lahat ng ideas ko about mental health sa kanya ko muna itinuturo bago sa iba. Tapos ganun-ganun, nagkaroon ng suicidal ideation ang anak ko?

Alam nyo sa halip na matakot, NAGALIT AKO! As in galit na galit! Sa puntong yun parang ako na mismo ang papatay sa kanya. Suri, Lord 😄.

So I wrote back via messenger. "Wag mo akong takutin dahil matagal na akong takot! Isinuko ko na kayong mga anak ko kay God. Kung mawala kayo sa mundo, sapat na sa akin na ihanda lang ng Diyos ang puso ko, wala akong tanong-tanong na ikasasama ng loob ko. Pero itong sinasabi mo ngayon, langgam yan! Langgam na inalagaan mo sa utak mo! Sige, wag muna tayong mag-usap. Kung hindi ka okay, hindi rin ako okay! Kung gusto mo nang umalis sa house, susupport kita to be independent. Since nakaka-suffocate pala sa bahay natin, you can just leave anytime you want!" I refused to acknowledge na yung, 'mawala sa mundo', na tinutukoy nya sa diary is about dying (suicide) or kung anuman. I just wanted to kick her out of the house, if not, ako talaga ang aalis! At that point, nilalanggam na rin ang utak ko, sa totoo lang.

Usually kapag ganyan ang message ko, alam na nya na galit ako. She would come to me crying and apologizing. Aba, lumipas ang dalawang araw, wala. Hindi lumalabas ng kwarto buong maghapon. Pero base sa dumi ng kusina sa umaga, bumababa sya pag tulog na kaming lahat. Sabi nga ng bunso ko, "Parang pusa, Mi. Tahimik na bababa. Magugulat lang ako sa anino na dumaan, akala ko multo."

Initially alam kong nagluluto, pero ng lumaon halos walang kinakain. Hindi ako takot doon dahil naniniwala ako sa power of fasting. Mabuti na makalabas ang bad bacteria sa gut nya dahil epekto marahil ng toxins (pintura, alikabok, etc) na humalo sa microbiomes nya.

Nang mga sumunod na gabi eh nagsimula na akong kabahan, mag-alala, at umiyak sa Diyos. "Not in my backyard, Lord." dasal ko. I thought I got this – na never tatamaan ng mental health issues ang pamilya ko. Yet, that nagging feeling of despair for my daughter persisted. Dito ko na pinagana ang BRAIN KALASAG ko.

Kapag nakaramdam ako ng bigat sa dibdib dahil gustong-gusto ko na syang kausapin, iiyak ako sa Diyos. "Lord, isinuko ko na ang anak ko sa iyo. Please, IKAW na ang bahala."

Dumami din ang langgam ng utak ko for several days. I imagined seeing my daughter hanging lifeless in her room. Hagulhol ako sa Diyos, sabi ko, "Lord, kung iyan ang krus na dapat kong pasanin, tanggap ko po. Ihanda mo lang ang utak at puso ko sa sakit na daranasin ko." I even questioned if I could still serve Him if that happened to our family. In the darkness, I couldn't discern what I should do.

Naalala ko si Pstr. Rick Warren na author ng "The Purpose Driven Life". Best selling author and successful pastor of a megachurch, yet nagpakamatay ang anak. Paano ang kanyang testimony sa mga tao, di ba? Eh hindi kinayang iligtas ng Diyos ang anak nya. Yet, pastor Warren became an advocate for mental health. God made his wound purposeful.

Doon ko nakuha ang concept about investing in your pain. Kasi may tubo yan kapag nakita mo ang treasures in the darkness of your life. Tanong ako sa Diyos, "Anong purpose, anong treasures ang dapat kong makita sa mental breakdown ng anak ko? Anong purpose kung magpapakamatay siya?"

Then naisip ko yung maraming parents na nagkwento sa akin about their suicidal children. Naging tough ako sa kanila – close to blaming them. Naisip kong, "Mahina kang magulang kung natatakot ka sa pananakot ng anak mong mag-susuicide sya." Kasi ang alam ko, ang taong hindi makagalaw dahil sa depression eh imposibleng mag-suicide. Di nga nila maitaas ang kamay nila, magtali pa kaya ng lubid sa leeg? Hindi rin usually nagpapakamatay ang nananakot na magpapakamatay sila, kaya medyo maangas ako.

Looking back ang dami kong mali. I was very unsympathetic to parents suffering from the same concerns. HIndi ko marinig ang panic sa tono ng sulat nila ng pagsusumbong at paghingi ng tulong. I prayed and asked forgiveness from God sa pagiging stoic at dismissive ko sa kanila.

Ngayon alam ko na kung gaano kasakit kapag sa anak mo na nangyari ang mental breakdown. Araw-araw binubuksan ko ang pintuan ng kwarto niya. Kunyari eh may kukunin akong sampay. Inaamoy ko yung loob ng kwartong kulob at madilim. Nung unang araw mabango pa pero nung mga sumunod eh mabaho na. Ibig sabihin lumalabas na sa pawis ang cortisol leakage ng anak ko. She's under a lot of stress and probably emotional pain. All I could do was cry, cry my heart out to God.

Ang hindi ko ma-compute, bakit tulog ng tulog? How can one sleep for almost 7 days? Sabi ko, "Sige lang. May time frame ako. Two weeks na depressed at 2 weeks na hyper, baka bipolar. Hindi ko matanggap, ayaw ng utak kong isiping maggagamot ang anak ko sa utak.

Ang kagandahan, iba talaga kapag may Diyos ka. Sa tuwing kausap ko Sya ay kumakalma ako. Unang pinahanap sa akin ni God ang treasures na itinago niya sa dilim – my advocacy to help parents with kids going through mental breakdowns – noon ako unti-unting kumalma kahit sobrang sakit pa rin.

My prayer was, "Lord alam ko na nag pepray ang anak ko ngayon sa Iyo. I taught her about You kaya alam kong magkikita kami sa aming mga panalangin. Gosh, I miss her. Bring her back to my arms, Lord. I want to hug and kiss her. Please, Lord, if it is Your will to take her from me, hindi ako magtatanong. Pero kung pwedeng wag muna, wag Mo muna siya kunin sa akin, Lord." Labas ang uhog ko sa sobrang hagulgol.

Iyak ako ng iyak sa umaga pag-gising, in between working, at lalo na bago matulog. Pero tinatapangan ko, wala akong pinagsabihan dahil alam kong may magandang ending ang kwentong pinagdaraanan naming mag-ina. I met with people and acted like my usual self. Hindi nila alam na parang pinupunit ang puso ko at tinutusok ng libong karayom ang buo kong pagkatao dahil sa pinagdaraanan ng anak ko.

Then God gave me a discernment to use **BIOPSYCHOSOCIALSPIRITUALTRAUMA** Analysis to overcome this trial. I wrote a very detailed discussion about this in **BOOK III**. Sana basahin nyo after reading this book. I needed to pinpoint the trigger and find ways to assist my daughter with what she was going through. At the same time, I wanted to run away – mag-book ng hotel somewhere na hindi ako makikipag-usap kahit kanino. Yet, God whispered in my heart, "That's not who you are anymore, my child. You stay put because your daughter needs you the most today." Grabe ang iyak ko.

Isa-isahin ko ang ginawa ko para ma-overcome ang pagsubok na ito. Gawin nyo rin kapag, di man inaadya ay pagdaaan nyo ang ganito.

> **LIKE A WARRIOR READY FOR WAR, I PUT ON MY ARMOR AND WENT TO WORK. INISA–ISA KO ANG MGA POSSIBLE TRIGGERS.**

BIOLOGICAL - Yung PCOS, hormonal imbalance, at pintura na naamoy namin ng ilang linggo (Toxic sa bahay). Hindi rin masustansya ang nakakain namin dahil laging Foodpanda since ginagawa ang kusina at hindi ako makapag luto. Tapos nagtanggal kami ng asukal, kasi nga gusto ko syang huminto sa pagpi-pills. PCOS craves sugar kasi may issue siya sa insulin resistance, kaya alam kong magwawala ang brain niya kapag ginutom sa excess glucose. I experienced depression nung nagtanggal ako ng sugar kaya I had an idea of what she was going through that time. Her brain felt like dying so her negative emotions were on overdrive.

PSYCHOLOGICAL - Nilalanggam ang utak niya dahil sa arrival fallacy na tinatawag. Ito yung normal na extreme high and low of dopamine (reward neurotransmitter) release dahil may malaking pangyayaring nagpasaya sa utak ng todo-todo. Sobrang nag-spike ang dopamine niya nung graduation – being Cum Laude – house projects, family celebration, etc. Tapos nung bumalik sa normal na buhay eh biglang bagsak ang dopamine nya way below the usual level. Kapag ganito, bigla kang mawawalan ng pakiramdam.

Parang inubusan ka ng saya sa buhay kaya gusto mo nang mamatay. I realized na ganito ang pinagdaraanan ng anak ko dahil ito rin ang na-trigger sa akin nung 2016 nang naging champion ako sa buong Pilipinas as motivational speaker at pinadala pa sa US to compete. When I lost, sadsad ang dopamine ko, so my suicidal ideation from 2004 came back.

SOCIAL - Sinong tao ang nag-trigger sa anak ko? "Ikaw!" sabi ng dad nila sa akin. "Ni-pressure mong magtrabaho agad eh, dahil sabi mo marami kang babayaran at dapat siyang tumulong." Aray ko! So, dahil ako ang trigger, I needed to stay as far away from her as possible para kumalma ang anak ko. Ayan ha, baka ikaw ang toxic person sa bahay nyo, masakit tanggapin pero, dapat mong aminin.

SPIRITUAL - Despite the above, I was really confident that my daughter's faith in God was intact. Alam ko, kasama ng anak ko si God sa dilim ng buhay niya nung mga panahong yun. Ito lang ang solid na pwede kong kapitan sa gitna ng problema. Sana ngayon, narealize mo na rin ang punto ng librong ito. Kailangan mo si God. Without Him, hindi mo kakayanin ang pinagdaraanan mo, promise!

Finally...

TRAUMA - Yung issue niya sa kapatid niya ang naisip ko. In the end, fault ko pa rin kasi nga siguro hindi ako naging mabuting parent nung mga panahong bata pa sila. Tumatak talaga sa isip niyang mas favorable sa akin ang kapatid niya kesa sa kanya. Ikaw rin aminin mo, may tampo ka sa parents mo, thinking na mas mahal nila ang kapatid mo kesa sa iyo.   Itapon mo na yan, bad yan sa mental health mo, pramis!

There! Using the five elements of cognitive and psychoanalytic therapy, I discovered the possible triggers of what's happening to my daughter.

ANO ANG DAPAT KONG GAWIN? Ito ang malupit na tanong. I couldn't deal with the spiritual, psychological, and trauma issues of my daughter. Laban niya yun, eh. It's beyond my control. All I could do was trust God's process in those areas.

I could deal with her social issue dahil ako yung nag-trigger nun, eh. All I had to do was give my daughter space. Space from her BALIW mom 😄.

What I was super grateful for was studying gut microbiomes. I vividly remember reading the brain-gut connection. Brain determines whenever the gut is full or starving. The gut, on the other hand, regulates the mood of the brain whether to be sad or happy. I have a detailed discussion about this in BOOK III.

Viola! Parang may lightbulb na umilaw sa BRAIN KALASAG ko! In order to help my daughter's brain go through her mental breakdown and turn it into a MENTAL BREAKTHROUGH, I must help her gut bacteria. BIOLOGICAL approach ang peg ni Lowluh. Ang problema sa kanyang UTAK, TIYAN niya ang bibigyan ko ng panlabang tabak.

Pinuno ko ng masusutansyang pagkain ang ref namin. Food rich in fiber, protein, minerals, and vitamins – all real food with no junk or processed food in sight. Para akong nag-pa'in ng pagkain sa hinuhuling daga.

Sa gabi pag-uwi ko from office, puno ang ref ng lahat ng gusto nyang food. Tapos sa umaga, titingnan ko kung may nabawas. Nakakahinga ako ng maluwag kapag may nagkalat na buto ng prutas, ubos ang salad at meat, at may nagluto sa kusina. Ibig sabihin eh kumain ang anak ko. Inalis ko lahat ng sugar sa bahay or any food na may sugar kahit 2 grams lang yan. Alam ko na meron syang sugar withdrawal pero keri lang. Inumpisahan na niya ang topak, di tapusin na namin, di ba?

It still took days of painful prayer and pleading to God before I saw positive results. All I remember was finally giving up after 7 days. Though I gave myself until 2 weeks before acting drastically (sana), hindi ko na kinaya.

After attending church that Sunday, I finally had enough. Nagdasal ako at sabi ko sa Diyos, "Lord, hindi ako naniniwala sa gamot sa utak, pero baka need ng anak ko. She was on pills for the longest time, and ang daming studies na nagsasabing prone ang anak ko sa mental illness because of the contraceptive/hormonal pills messing with her gut microbiomes and brain. Suko na ako, kakausapin ko na siya para pumunta na kami sa psychiatrist bukas."

As I was about to stand up from kneeling so I could go to her room, tumunog yung messenger notification ko. After several days of darkness in her room with no TV, computer screen, and cellphone, my daughter messaged me. Ang lakas ng hagulgol ko nang mabasa ko ang mensahe niya.

"Mom, medyo okay na ako. Mahina pa rin pero hindi na suicidal. Please, ayokong umalis dito sa house. Gusto ko ang partnership natin. Dasal ako ng dasal kay God and nakita ko ang treasures sa likod ng mental breakdown na ito. May selos ako minsan sa mga nag memessage sa iyo, mommy. Naaartehan ako sa mga nakararanas ng mental health issues. Feeling ko nagpapapansin lang sila sa iyo at naaagawan kami ng attention. *Selosa talaga ang anak ko, isang possessive gatekeeper who meant well because she's very protective of me.* Pero nung naranasan ko ito, love ko na sila. Love ko na ang mga bumili ng libro mong nangungulit sau. I feel for them. Ang hirap pala ng pinagdaraanan nila. Mommy, ang dilim-dilim dito. Para akong nawalan ng baterya para mabuhay. Nagpapasalamat ako kay God na ikaw ang mommy ko kasi, naiintindihan mo ako. Binigyan mo ako ng time at space na pagdaanan lahat ito. I love you, Mi. Miss na miss na kita."

Takbo ako sa kwarto nya. Nagyakapan at naghagulgulan kami. In the end, sabi ko, "I love you, pero ang baho mo." Nagtawanan kami after naming sabay sabihing miss na miss namin ang isa't-isa.

In a way, God healed me too from being a takasera. I stuck around in the midst of pain, hindi ako tumakas gaya dati. Hinarap ko ang sakit kahit gustong-gusto ng utak kong lumabas sa katawan ko para maging manhid sa mga nangyayari.

After naming mag-iyakan, pinainom ko ng mainit na green tea ang nangayayat kong anak. Tapos kumain siya ng fruits. Nakupo! Sumakit ang tiyan. Sabi ko, "Good!" Ayun tumae siya ng marami after how many days na naipon ang bacteria sa tiyan niya. After nun, bumalik ang appetite niya as I slowly introduced more food in her system.

Then as she was recovering, she told me, "Alam mo, mommy, wala talaga akong ganang kumain. Pero everytime bumababa ako sa gabi, bubuksan ko ang ref para lang makita ang mga pagkaing binili mo for me, alam kong sa akin yun kasi hindi yun favorite ni Drix. Sa mga food sa ref ko nararamdaman na kahit alam kong galit ka, love na love mo pa rin ako. Kaya kakainin ko sya kahit wala akong gana."

Naiyak na naman ako.

See, hindi natin kailangan i-express ang love natin in words. Yung quiet ka pero may ginagawa kang special, alam na nila yun. Alamin mo ang love language ng mga mahal mo sa buhay para maging align ang actions mo sa nararamdaman mo para sa kanila.

I didn't know that my son was going through something din pala during the whole ordeal. Nang unti-unting nag-settle ang lahat, nagbiruan ang magkapatid na parang wala lang -- as if hindi sila nag-away.

"Anong nangyari sa iyo, ate?" tanong ni bunso. Alam naman nya dahil kinuwento ko ang lahat ng nangyayari sa amin ng ate niya.

Tumawa lang si ate.

"Wag mo na ulitin yun, 'te ha. Wag ka na mag mental breakdown kasi ang lungkot sa bahay. Ang ganda nga ng bagong gawang bahay natin kaso ang bigat naman ng hangin dahil humalo ang topak mo." Ang tabil talaga ng dila ng bunso ko, noh?

Tama naman ang observation niya. Humawa sa hangin sa loob ng bahay namin ang cortisol na lumabas sa pawis ng daughter kong may topak, kaya ramdam nung bunso ang lungkot kahit hindi naman siya directly affected ng mga nangyayari sa aming dalawa ng ate niya.

Di ba ang bait ng Diyos? We went through hell and back, bringing with us treasures in the dark. My daughter said, "Iyak ako ng iyak kay God. Sabi ko, Lord, ayoko na dito plsss. Ang dilim dilim dito. Miss na miss ko na ang mommy ko, kaso wala. Hindi ko maigalaw kahit ang kamay ko para bumangon. In God's perfect time, nakapag-message ako sa iyo."

Iyak na naman ako dahil yun din ang iniiyak ko gabi-gabi, di ba? "Lord, please, I need to meet my daughter in this prayer." At totoo, nagtatagpo kami sa sabay na pagdarasal, umaga hanggang gabi.

Baliw ba ang anak ko? Namana ba nya yun sa akin? Who cares? Ang alam ko, hindi sya pupunta sa mental hospital dahil we both found our healing in God's grace and love. May topak sya, pero ngayon meron na rin syang BRAIN kalasag.

I told her that we have to tell people what happened to her. Syempre ayaw niya. Sabi ko, "Maraming tao ang matutulungan ng kwentong pinagdaanan mo. People need your story in a time such as this. Wag mong labanan ang plano ni God dahil hindi kahihiyan ang nangyari sa iyo kundi isang himala."

Binigyan ako ng bagong perspective ni God patungkol sa total surrender. I'm sure ganun din ang nangyari sa anak ko. I know now that my heart will always break for the parents who have the same story as ours. At ang importante, handa na ring mabasag ang matigas na puso ng anak ko para sa mga taong dumaranas ng mental health issues.

YOUR HISTORY IS GOD'S STORY

"Ate, paki-edit na yung latest book, please. I want to release it before the end of 2023," sabi ko kay Kaliwete, referring to this book na awa ni God eh 2024 narelease.
"Okie."
Tinitigan ko sa mga mata ang anak kong dalaga. "Te, the success and failure of the 2nd book lies upon your shoulders," seryosong sabi ko. Natawa lang si Kaliwete.

Nung inumpisahan niyang basahin ang draft ng librong ito, I was really nervous and tensed. Tapos pag-uwi ko sa bahay from work, ayun, bigla akong sinermunan.
"Hay naku, Amelia! Bakit mo sinabi sa mga tao ang nangyari sa akin?!?"
"Eh, ikaw ang magdesisyon, isama ko ba o alisin? Again, the success and failure of the 2nd book rests upon your shoulders," sabi ko.
Hindi siya kumibo.
"Binasa mo na? Ang bilis mo namang mapunta sa dulo?"
"Nag-skip ako dahil nakita ko sa menu ang pangalan ko. Hay, naku ka talaga!" Hindi pa rin niya sinasabi na tanggalin ang chapter ng story niya. Yes!

Days later, I could still see that she's editing the book. I asked her again. "Okay ka na? Kasama ang kwento mo sa book?"

"Hindi ko na kwento yun. I prayed, and God said that it's His story. It's not mine anymore."

My daughter worked for six months as a creative designer. Then I asked her to resign so she could focus on our advocacy. Bilang parte ng Lolakwentosera team, halos siya na lahat – marketing arm, digital designer, production designer, at personal alalay ni Lowluh.

"Okay lang ba na hindi ka sa big corporation nagtatrabaho? Bigatin pa naman ang talent mo?" tanong ko.

"Mas fulfilling magtrabaho sa Lolakwentosera. Kapag nagpapadala ng messages ang mga tao about how the videos I made help them, mas fulfilling yun kesa mataas na sweldo," sagot niya.

Grabe, noh? Kailangan munang dumaan ng anak ko sa isang matinding pagbabasag bago siya gamitin ni God. She started helping me for the fun of it. Ngayon alam na niya na may mabigat na purpose si God kung bakit kasama siya sa mental health adbokasiya ni Lowluh. Alam ko rin bilang nakabasa ng librong ito hanggang dulo, God has a plan for you to be a brain health warrior as well. Wearing your brain kalasag, suot mo na ang armor na bigay sayo ni God. Pwedeng you are reading this book for your personal healing or you are meant to help someone heal.

I was invited to speak before the Grade 11 and Grade 12 students of San Beda University, Rizal. Surprisingly, one student stood up during Q & A. She said, "Kilala ko na po si Lolakwentosera. My mom bought her book. When my mom started reading your book, she changed. Naging okay ang relationship namin, dati kasi hindi. I just want to say, thank you for helping my mom to understand me..."

When I heard this, hindi ko kinaya. I interrupted her para makahingi ng mahigpit na yakap sa kanya.

Like that mom, walang aksidente na nabasa mo ang librong ito. Maybe may role kang gagampanan para sarili mo at mga tao sa paligid ay maunawaan. Kung duda ka pa, tara magdasal tayo. Isuko natin ulit kay God ang utak topak mo.

"Panginoon, ako talaga? Karapat-dapat ba ako sa lakbaying gusto mong ibigay sa akin? Hindi pa ako healed, Lord. Ang dami ko pang issues, bakit ako?

Pero bakit hindi? Tama po, marami pa rin akong isyu pero hindi Ka naman namimili ng taong gagamitin dahil magaling sila. Ang pinipili Mo ay yung mga taong willing na umasa lang sa kapangyarihan Mo at wala ng iba pa.

Ayoko na pong magpalamon sa takot. Tinanggap na Kita sa puso ko bilang Diyos na tagapagligtas. Namatay sa krus at nabuhay ulit para bayaran ang mga kasalanan ko, kahit hindi ako karapatdapat sa grasya Mo.

Alam kong mahihirapan akong sumunod sa yapak Mo. Alam ko ring wawasakin mo ang buo kong pagkatao so I can be made new. Whatever happens, Lord, suko na ako sa Iyo.

Gamitin Mo ako, Lord, sa paraang nasa plano Mo. I cannot choose a calling that fits me. You choose me and mold me to fit in the calling that You have stored for me. All I want to do right now is to make You smile. Yung tutulog ako gabi-gabi, asking You, napangiti ba kita ngayon, Lord?

Hindi ko alam anong next after nito. Ang alam ko lang, Ikaw ang tatapos ng aking kwento. Lahat ng ito panalangin ko sa matamis mong pangalan, mahal na Jesus, Amen."

Promise ha, pag nagkita tayo ng face-to-face matapos mong basahin ang librong ito, sabihin mo sa akin, "Power Hug for our brain kalasag, Lowluh!" para alam kong oras na para yakapin kita. I love you with the love of the Lord flowing inside me! See you, soon! Mwah!

Handa ka na ba sa book III? Look it up at Lolakwentosera. com. You can also message me at info@lolakwentosera.com kapag meron kang gustong ikwento o ikomento patungkol sa librong ito.

SOURCES:

1. https://storytelling.co.za/the-naked-truth-and-the-lie/
2. Exodus 2:11-12
3. John 14:1-14
4. Matthew 14:22
5. https://www.jagranjosh.com/general-knowledge/difference-between-brain-and-mind-1671691029-1#:~:text=What%20is%20the%20difference%20between%20mind%20and%20brain%3F,head%20that%20supports%20these%20functions.
6. https://qbi.uq.edu.au/brain-basics/brain-physiology/what-neurogenesis#:~:text=Neurogenesis%20is%20the%20process%20by,birth%20and%20throughout%20our%20lifespan.
7. https://pubmed.ncbi.nlm.nih.gov/11295106/#:~:text=Neuronal%20death%20is%20normal%20during,distinct%20forms%20of%20cell%20death.
8. https://www.ncbi.nlm.nih.gov/books/NBK557811/#:~:text=It%20is%20defined%20as%20the,traumatic%20brain%20injury%20(TBI).
9. https://usq.pressbooks.pub/traumainformedpractice/chapter/3-1-how-the-brain-develops/
10. https://www.petmd.com/reptile/care/evr_rp_how-do-turtles-have-babies#
11. https://www.psychiatry.org/psychiatrists/practice/dsm
12. https://www.linkedin.com/pulse/without-touch-we-die-fredericks-experiment-alan-walsh
13. https://www.firstthingsfirst.org/early-childhood-matters/brain-development/
14. https://www.orygen.org.au/Training/Resources/Trauma/Fact-sheets/Dissociation-trauma/Orygen_Dissociation_and_trauma_in_young_people_fac?ext=.
15. https://www.goodreads.com/en/book/show/18693771 - The Body Keeps The Score
16. https://link.springer.com/referenceworkentry/10.1007/978-3-319-24612-3_1422#:~:text=Definition,excessive%20dependence%20or%20temper%20tantrums.
17. https://my.clevelandclinic.org/health/diseases/21603-mania#:~:text=Symptoms%20of%20a%20manic%20episode,Being%20more%20talkative%20than%20usual.
18. Kasabihan noong araw - basag ang pula (sirang itlog) or nabaliw na
19. John 20:22
20. https://en.wikipedia.org/wiki/Newton%27s_law_of_universal_gravitation#:~:text=Newton%27s%20law%20of%20universal%20gravitation%20is%20usually%20stated%20as%20that,the%20distance%20between%20their%20centers.
21. https://intelligentdesign.org/whatisid/
22. https://simpletexting.com/blog/where-have-we-come-since-the-first-smartphone/
23. https://www.jeantwenge.com/igen-book-by-dr-jean-twenge/
24. https://pubmed.ncbi.nlm.nih.gov/23123879/
25. https://www.webmd.com/eye-health/blue-light-health#:~:text=It%27s%20safe%20to%20say%20most,Some%20people%20have%20sleep%20issues.
26. https://nba.uth.tmc.edu/neuroscience/m/s4/chapter06.html#:~:text=Fear%20producing%20visual%20stimuli%20is,response%20(green)%20to%20danger.
27. https://www.ncbi.nlm.nih.gov/pmc/articles/PMC7012850/
28. https://www.ncbi.nlm.nih.gov/pmc/articles/PMC5428182/#:~:text=Neuroticism%20is%20the%20trait%20

disposition,emotional%20instability%2C%20and%20depression1.

29. https://www.health.harvard.edu/staying-healthy/what-is-inflammation-and-why-is-it-dangerous#:~:text=When%20you%27re%20injured%2C%20this,encounter%20a%20virus%20or%20infection.

30. https://www.mskcc.org/news/what-angiogenesis#:~:text=Angiogenesis%20is%20the%20process%20by,as%20the%20healing%20of%20wounds.

31. https://link.springer.com/chapter/10.1007/978-0-387-71518-6_2

32. https://www.psychologytoday.com/us/basics/reaction-formation#:~:text=Reaction%20formation%20is%20a%20defense,extol%20the%20virtues%20of%20abstinence.

33. https://www.ncbi.nlm.nih.gov/pmc/articles/PMC6352932/#:~:text=%E2%80%A2,anxiety%2C%20and%20disruptive%20behaviour%20disorders.

34. https://my.clevelandclinic.org/health/articles/24291-diagnostic-and-statistical-manual-dsm-5

35. https://en.wikipedia.org/wiki/Fight-or-flight_response

36. https://www.playgroundequipment.com/effects-modern-gadgets-children-development/#:~:text=Drastic%20Brain%20Development&text=Studies%20have%20shown%20that%20too,decreased%20ability%20to%20self%2Dregulation.

37. https://www.sciencedirect.com/topics/agricultural-and-biological-sciences/sensory-memory#:~:text=Sensory%20memory%20is%20a%20mental,memory%20seem%20to%20fade%20quickly.

38. https://en.wikipedia.org/wiki/Fragmentation_of_memory#:~:text=Fragmentation%20of%20memory%20is%20a%20type%20of%20memory%20disruption%20pertaining,creates%20imperfections%20in%20the%20memory.

39. https://www.ncbi.nlm.nih.gov/pmc/articles/PMC5632999/#:~:text=The%20amygdala%20plays%20a%20central,%2Dadrenal%20(HPA)%20axis.

40. https://www.healthdirect.gov.au/the-role-of-cortisol-in-the-body#:~:text=Cortisol%20is%20a%20steroid%20hormone,cortisol%20can%20cause%20health%20problems.

41. https://time.com/2992051/women-talk-more-study/

42. https://www.praxesmodel.com/the-right-brain-and-healing-trauma

43. https://psych.athabascau.ca/html/Psych289/Biotutorials/1/soma.shtml

44. The Body Keeps The Score - Dr. Bessel Van Der Kolk

45. https://www.betterhealth.vic.gov.au/health/conditionsandtreatments/dissociation-and-dissociative-disorders#:~:text=Dissociation%20is%20a%20mental%20process%20where%20a%20person%20disconnects%20from,disorder%20and%20dissociative%20identity%20disorder.

46. https://en.wikipedia.org/wiki/Learned_helplessness

47. https://www.ibelieve.com/faith/why-is-obedience-better-than-sacrifice.html

48. Matthew 4:1-11 - test in the wilderness

49. https://en.wikipedia.org/wiki/Darkness#:~:text=Darkness%2C%20the%20direct%20opposite%20of,absorbs%20light%2C%20such%20as%20black.

50. https://en.wikipedia.org/wiki/Parable_of_the_Lost_Sheep

51. https://www.theguesthouseocala.com/psychological-shock/#:~:text=It%20can%20be%20from%20a,to%20make%20much%20better%20decisions.

52. https://my.clevelandclinic.org/health/articles/24058-autophagy#:~:text=Autophagy%20allows%20your%20body%20to,potentially%20preventing%20and%20fighting%20disease.

53. https://www.smithsonianmag.com/smart-news/how-mouse-utopias-1960s-led-grim-predictions-humans-180954423/
54. https://www.greenbrooktms.com/blog/the-history-of-antidepressants
55. https://my.clevelandclinic.org/health/articles/22572-serotonin#:~:text=What%20is%20serotonin%3F,(your%20peripheral%20nervous%20system).
56. https://www.nytimes.com/1983/09/27/science/domination-is-linked-to-chemical-in-the-brain.html
57. https://www.nbcnews.com/health/health-news/america-land-medicated-flna1c9443623
58. https://abcnews.go.com/Health/blaming-mass-shootings-nations-mental-health-crisis-harmful/story?id=84973562
59. https://www.sciencedirect.com/science/article/pii/S2666560322000111
60. https://www.allucent.com/clinical-research-services/clinical-pharmacology-modeling-simulation/pharmacokinetics-and-pharmacodynamics-pkpd
61. https://nypost.com/2021/01/31/jordan-peterson-says-he-was-suicidal-addicted-to-benzos/
62. https://www.youtube.com/watch?v=s_UbmaZQx74
63. https://nypost.com/2021/04/10/jordan-peterson-i-refuse-to-let-dependency-make-me-a-victim/
64. https://www.simplypsychology.org/what-is-emotional-contagion.html#:~:text=Emotional%20contagion%2C%20first%20characterized%20by,to%20smile%20and%20feel%20happy.
65. https://www.ncbi.nlm.nih.gov/pmc/articles/PMC3510904/#:~:text=Mirror%20neurons%20represent%20a%20distinctive,first%20discovered%20in%20monkey%27s%20brain.
66. https://www.iacp.ie/files/UserFiles/IJCP-Articles/IJCP-Articles-2018/The-Validity-of-the-DSM-An-overview-by-Dr-Terry-Lynch.pdf
67. https://www.ncbi.nlm.nih.gov/pmc/articles/PMC4695779/
68. https://www.webmd.com/sex-relationships/what-is-conversion-therapy
69. https://www.aamc.org/news/what-gender-affirming-care-your-questions-answered#:~:text=Gender%2Daffirming%20care%2C%20as%20defined,they%20were%20assigned%20at%20birth.
70. https://en.wikipedia.org/wiki/Bipolar_disorder
71. https://www.ncbi.nlm.nih.gov/pmc/articles/PMC3122545/#:~:text=Eye%20movement%20desensitization%20and%20reprocessing%20(EMDR)%20is%20a%20method%20which,an%20eight%2Dphase%20treatment%20method.
72. https://www.verywellmind.com/what-is-cognitive-dissonance-2795012
73. https://www.healthline.com/health/happy-hormone
74. https://en.wikipedia.org/wiki/Daniel_Amen
75. https://www.amenclinics.com/services/brain-spect/
76. https://www.youtube.com/watch?v=QW55eCxFxR4
77. https://www.northernpaincentre.com.au/wellness/chronic-pain-nutrition/gut-health-and-pain-part-3-your-gut-and-stress/#:~:text=The%20vagus%20nerve%20connects%20the,%2C%20pain%2C%20stress%20and%20hunger.
78. https://onlinelibrary.wiley.com/doi/full/10.1111/joim.13543
79. https://www.officeh2o.com/2021/08/24/why-you-should-never-drink-water-from-a-warm-plastic-bottle/#:~:text=Plastic%20water%20bottles%20are%20made,adverse%20health%20effects%20in%20children.
80. https://www.buxtonwater.co.uk/faqs/storage-information#:~:text=If%20left%20in%20the%20open,to%20keep%20a%20crisp%20taste.

81. (https://news.mongabay.com/2016/04/a-sex-change-phenomenon-in-fish-suggests-there-is-something-in-the-water/)

82. https://ensia.com/features/arsenic-drinking-water-troubled-waters/

83. https://www.irishtimes.com/life-and-style/homes-and-property/interiors/sort-it-poor-ventilation-can-have-serious-health-consequences-1.2829959

84. https://www.orchestratehealth.com/understanding-trauma-and-the-nervous-system-an-interconnected-web/#:~:text=Traumatic%20experiences%20can%20dysregulate%20the,that%20promote%20healing%20and%20regulation.

85. https://www.washingtonpost.com/national/health-science/study-finds-that-fear-can-travel-quickly-through-generations-of-mice-dna/2013/12/07/94dc97f2-5e8e-11e3-bc56-c6ca94801fac_story.html

86. https://www.nimh.nih.gov/health/publications/looking-at-my-genes#:~:text=Certain%20mental%20disorders%20tend%20to,factors%20also%20play%20a%20role.

87. https://www.ucl.ac.uk/news/2022/jul/analysis-depression-probably-not-caused-chemical-imbalance-brain-new-study#:~:text=For%20three%20decades%2C%20people%20have,evidence%20does%20not%20support%20it.

88. https://www.ncbi.nlm.nih.gov/pmc/articles/PMC2721780/

89. (https://www.healthdirect.gov.au/dopamine)

90. https://www.ncbi.nlm.nih.gov/pmc/articles/PMC6859943/#:~:text=Brain%20reserve%20is%20a%20neuroanatomic,loss%20of%20their%20material%20substrate.

91. https://www.frontiersin.org/articles/10.3389/fnins.2022.825811/full

92. https://www.truity.com/test/big-five-personality-test

93. https://study.com/academy/lesson/history-of-personality-psychology.html.

94. https://www.verywellmind.com/the-big-five-personality-dimensions-2795422

95. https://www.civilsdaily.com/mains/an-unexamined-life-is-not-worth-living-socrates-what-does-this-quotation-mean-to-you-10-marks/

96. https://www.youtube.com/watch?v=QW55eCxFxR4&t=9s

97. https://radiusstaffingsolutions.com/how-your-immune-system-and-mental-health-are-linked/#:~:text=The%20signals%20that%20are%20transmitted,of%20depression%20and%20low%20mood.

98. https://indianexpress.com/article/lifestyle/health/know-your-body-humans-survive-without-food-but-not-sleep-reasons-8684857/#:~:text=It%20is%20often%20said%20humans,and%20mental%20health%2C%20experts%20insist.

99. https://www.cedars-sinai.org/blog/autophagy.html#:~:text=Autophagy%20happens%20while%20we%27re,accumulate%20more%20and%20more%20debris.%22

100. https://www.atlassian.com/blog/productivity/alpha-brain-waves-are-associated-with-a-flow-state-of-mind-heres-how-to-ride-yours#:~:text=Alpha%20waves%20are%20at%20the,you%27re%20significantly%20more%20creative.

101. https://medicine.yale.edu/intmed/pulmonary/clinical/excellence/sleep-medicine/national-sleep-week/good-sleep-recipe/#:~:text=During%20sleep%2C%20adenosine%20is%20recycled,to%20fall%20asleep%20at%20bedtime.

102. https://www.sleepfoundation.org/melatonin

103. https://greatergood.berkeley.edu/article/item/five_reasons_to_take_a_break_from_screens#:~:text=Electronic%20media%20is%20not%20your,delaying%20the%20onset%20of%20sleep.

104. https://naturallysavvy.com/live/is-technology-harming-your-sleep/

105. https://www.youtube.com/watch?v=kEzv4zNLic4

106. https://www.niddk.nih.gov/health-information/diabetes/overview/what-is-diabetes/prediabetes-insulin-resistance#:~:text=the%20normal%20range.-,What%20is%20insulin%20resistance%3F,help%20glucose%20enter%20your%20cells.

107. https://www.genome.gov/genetics-glossary/Mitochondria#:~:text=Definition,called%20adenosine%20triphosphate%20(ATP).

108. https://my.clevelandclinic.org/health/articles/22601-insulin

109. https://my.clevelandclinic.org/health/articles/22446-leptin#:~:text=Leptin%27s%20main%20function%20is%20to,t%20need%20energy%20(calories).

110. https://www.aroga.com/fruit-sugar-vs-refined-sugar/#:~:text=The%20sugars%20from%20whole%20fruits,%2C%20around%203%20servings%2C%20daily.

111. https://www.medicalnewstoday.com/articles/hormonal-depression#faq

112. https://www.ncbi.nlm.nih.gov/pmc/articles/PMC3946856/#:~:text=Clinical%20evidence%20suggests%20that%20testosterone,in%20both%20women%20and%20men.

113. https://www.nih.gov/news-events/nih-research-matters/understanding-how-testosterone-affects-men#:~:text=Testosterone%20is%20a%20sex%20hormone,estradiol%2C%20a%20form%20of%20estrogen.

114. https://www.health.harvard.edu/staying-healthy/playing-with-the-fire-of-inflammation#:~:text=%22Acute%20inflammation%20is%20how%20your,because%20it%20protects%20the%20body.%22

115. https://www.washingtonpost.com/wellness/2023/02/23/depression-brain-inflammation-treatment/#